പെണ്ണു ചത്തവന്റെ
പതിനേഴാം ദിവസം

Pennu Chathavante Pathinezham Divasam
Stories

K S Ratheesh

CHINTHA PUBLISHERS
Thiruvananthapuram

First Edition
March 2021

Second Impression
November 2021

Second Edition
July 2022

Published & Typesetting
Chintha Publishers, Thiruvananthapuram

Cover Design
Vinod Mangoes

Illustration
Ratheesh Vincent

ISBN : 978-93-90301-47-8

CR - 3197 / 6055

₹ 170

Email: chinthapublishers@gmail. com
Website: www. chinthapublishers. com

A version is available at National Libraries
Kolkata, Mumbai, Chennai and Delhi

Distribution
DESHABHIMANI BOOKHOUSE
H O Thiruvananthapuram 695035

Branch
Head Office Kunnukuzhi • Statue Thiruvananthapuram
KSRTC Bus Terminal Thampanoor • Saphalyam Complex Thiruvananthapuram
KSRTC Bus Station Alappuzha • KSRTC Bus Station Ernakulam
Machingal Lane Thrissur • IG Road Kozhikode
Mavoor Road Kozhikode • NGO Union Building Kannur
Central Bus Terminal Complex Thavakkara Kannur

പെണ്ണു ചത്തവന്റെ പതിനേഴാം ദിവസം

കെ എസ് രതീഷ്

ചിന്ത പബ്ലിഷേഴ്സ്
തിരുവനന്തപുരം-695 035
വില: ₹ 170

കെ എസ് രതീഷ്

തിരുവനന്തപുരം ജില്ലയിൽ, നെയ്യാർഡാമിനടുത്ത് പന്ത എന്ന ഗ്രാമത്തിൽ 30-05-1984 ൽ ജനിച്ചു. അമ്മ: ടി സുമംഗല, അച്ഛൻ: എ കൃഷ്ണൻകുട്ടി, ക്രേവൺ എൽ എം എസ് എച്ച് എസ്, കൊല്ലം, ക്രിസ്തുരാജ് ഹയർ സെക്കന്ററി സ്കൂൾ, കൊല്ലം, ഫാത്തിമ മാത നാഷണൽ കോളേജ്, കൊല്ലം എന്നിവിടങ്ങളിൽനിന്ന് വിദ്യാഭ്യാസം പൂർത്തിയാക്കി. കൊച്ചി റിഫൈനറി സ്കൂൾ, അമ്പലമുകൾ, ഗവൺമെന്റ് ഹയർ സെക്കന്ററി സ്കൂൾ, പരവൂർ തെക്കുംഭാഗം, കൊല്ലം, ജി എച്ച് എസ് എസ്, എടകര, മലപ്പുറം എന്നിവിടങ്ങളിൽ അദ്ധ്യാപകനായി ജോലി നോക്കി. നിലവിൽ തിരുവനന്തപുരം ജില്ലയിലെ നെയ്യാർഡാം ഗവൺമെന്റ് ഹയർ സെക്കന്ററി സ്കൂളിൽ, ഹയർസെക്കന്ററി വിഭാഗം മലയാളം അദ്ധ്യാപകനാണ്.

പുന്നപ്ര ഫൈനാർട്സ് സൊസൈറ്റി അവാർഡ്, മുഖരേഖ ചെറുകഥ അവാർഡ്, ആർട്സ് ഗുരുവായൂർ ചെറുകഥ അവാർഡ്, കെ എസ് തളിക്കുളം കവിതാ സ്പെഷ്യൽ ജൂറി പുരസ്കാരം, ശാന്താ ദേവി പുരസ്കാരം (*ഞാവൽ തലാഖ്*), അക്ഷരപ്പെരുമ പുരസ്കാരം (*ബർശല്*) എന്നിവ നേടിയിട്ടുണ്ട്. ആനുകാലികങ്ങളിലും ബ്ലോഗിലും എഴുതി വരുന്നു.

കഥാസമാഹാരങ്ങൾ: *പാറ്റേൺലോക്ക്, ഞാവൽ തലാഖ്, ബർശല്, കബ്രാളും കാശിനെട്ടും, കേരളോല്പത്തി.*

ഭാര്യ : ബിബിഹ വി എഫ്

മക്കൾ : ജോയൽ, ജോനാഥൻ

വിലാസം : കാഞ്ചിമൂട് തടത്തരികത്ത് വീട്
പന്ത പി ഒ, കാട്ടാക്കട
തിരുവനന്തപുരം - 695 572

ഈമെയിൽ : ratheesh.amets09@gmail.com

ഫോൺ : 9497456636

ബ്ലോഗ് : gulmohar009.blogspot.in

ഉള്ളടക്കം

അനുബന്ധം

സമർപ്പണം

"ഞാൻ മരിച്ചാല് മാഷ് വേറെ കെട്ടോ..?"

"ഉം."

"എന്നാലും മക്കളെ നന്നായി നോക്കണം."

പ്രിയപ്പെട്ടവളുമായുള്ള സംഭാഷണങ്ങളിൽനിന്നാണ്
എനിക്ക് കഥകളേറെയും കിട്ടിയത്.
അവളെ പ്രണയിക്കേണ്ട സമയങ്ങളിലാണ്
ഞാനെഴുതാനിരുന്നത്.
ഒന്നും പകരമാകില്ലെങ്കിലും
ഒരു ചുംബനത്തോടൊപ്പം
ഈ പുസ്തകമവൾക്ക് സമർപ്പിക്കുന്നു.

കെ എസ് രതീഷ്

പ്രസാധകക്കുറിപ്പ്

കഥയുടെ പരമ്പരാഗത രീതികളെ അപനിർമ്മിക്കുകയാണ് കെ എസ് രതീഷ്. മുഖ്യധാരാ വ്യവഹാരങ്ങളിൽ ഇടം കിട്ടാതെപോയ മൊഴിവഴക്കങ്ങളെ കേന്ദ്രസ്ഥാനത്തു പ്രതിഷ്ഠിക്കുക എന്ന ദൗത്യം കൂടി ഈ സമാഹാരത്തിലെ കഥകൾ നിർവ്വഹിക്കുന്നു. നിയതമായ കഥാബിന്ദുവിൽ നിന്നും പുറത്തേക്കു വികസിക്കുന്ന കഥകളല്ല, ചില സന്ദർഭങ്ങളുടെ ചങ്കുരുക്കുന്ന പറച്ചിലുകളാണ് രതീഷിന്റെ കഥകൾ. കഥ പറച്ചിലല്ല, പറച്ചിലുകൾ കഥയാവുന്ന മാജിക്കാണിവിടെ സംഭവിക്കുന്നത്. നെയ്യാറൊഴുകുന്ന വഴികളിൽനിന്നും അതിലേക്കു വന്നുചേരുന്ന നീർച്ചാലുകളിൽനിന്നും അവിടെ വിടർന്നു പൊട്ടുന്ന കുമിളകളിൽ നിന്നും കഥകൾ പൊന്തിവരുന്നപോലെ. മനുഷ്യന്റെ അകങ്ങളിൽ കൊരുത്തു കിടക്കുന്ന രാഷ്ട്രീയ ചൂണ്ടകൾ ഈ കഥകളിൽ ദൃശ്യപ്പെടുന്നുണ്ട്. കഥകൾക്ക് ഹൃദയങ്ങളിൽ മാത്രമല്ല, സമൂഹത്തിലും ഇടമുണ്ട്. അങ്ങനെ വികസിക്കുന്ന അപൂർവ്വ സുന്ദരങ്ങളായ കഥകളാണ് *പെണ്ണു ചത്തവന്റെ പതിനേഴാം ദിവസം* നിവർത്തിവയ്ക്കുന്നത്.

ചിന്ത പബ്ലിഷേഴ്സ്

നന്ദി

മൂർച്ചയുള്ള നോവുകളെ കളവുകൾകൊണ്ട് അതിജീവിക്കാൻ പഠിപ്പിച്ച ഈ സുന്ദരൻ ജീവിതത്തിന്, കളവുകളെ കരുത്തൻ കഥയാക്കാൻ ശീലിപ്പിച്ച ധീരവനിത വിജയമ്മയ്ക്കും, കഥയുടെ തിരുത്തലിനും ഇരുത്തം വരലിനും കൂട്ട് നിന്ന അനാഥമന്ദിരത്തിലെ കൂട്ടുകാരായ ആയിരം കണ്ണുകൾക്കും, ഇന്നും ഓർമ്മകളിലേക്ക് കഥയെ തിരഞ്ഞ് പോകാൻ ദാമ്പത്യനൂലയച്ചുതരുന്ന എന്റെ പ്രിയപ്പെട്ട പെണ്ണ് ബിബിഹയ്ക്കും, ചിരിയോടെ മാറി നില്ക്കുന്ന ഉണ്ണികൾക്കും, കഥയിലേക്ക് മീശപിരിച്ചും പള്ള് പറഞ്ഞും തള്ളിക്കയറി വന്നിരിക്കുന്ന പന്തയിലെ നാട്ടുകാർക്കും..
കഥയെല്ലാം വായിച്ച് കുറ്റവും കുറവും പറഞ്ഞ് ഒപ്പം നടക്കുന്ന കൂട്ടുകാരികളായ വിനിതയ്ക്കും സരസ്വതിക്കും, കഥ കണ്ടെത്തിയ എഡിറ്റർക്കും, ആമുഖക്കുറിപ്പെഴുതിയ ശിഹാബുദ്ദീൻ പൊയ്ത്തുംകടവിനും എന്നെ പ്രിയപ്പെട്ട പുസ്തകത്തിലേക്ക് ചേർക്കുന്ന ചിന്ത പബ്ലിഷേഴ്സിനും, പുസ്തകത്തിന് സുന്ദരമായ ഉടുപ്പിട്ട വിനോദിനും വായനയോട് പ്രണയം പ്രഖ്യാപിച്ച നിങ്ങൾക്കും...!!

കെ എസ് രതീഷ്

ജന്തുവാസനകളുടെ കഥകൾ

ശിഹാബുദ്ദീൻ പൊയ്ത്തുംകടവ്

ഏതു ഭാഷയിലായാലും സാഹിത്യത്തെ വ്യാഖ്യാനിക്കുക അത്ര എളുപ്പമല്ലെന്നാണ് വ്യക്തിപരമായി ഇതെഴുന്നയാൾക്ക് പലപ്പോഴും തോന്നിയിട്ടുള്ളത്. കാരണം, സാഹിത്യം തന്നെ ഒരു സൂക്ഷ്മവ്യാഖ്യാന സമസ്യയാണ്. അതിലെ സ്ഥലകാലങ്ങൾ, സംഭവവിതാനങ്ങൾ, സംഘടനയുടെ തെരഞ്ഞെടുപ്പ്, വാക്യ ശൈലിയുടെ തെരഞ്ഞെടുപ്പ് തുടങ്ങിയവ എഴുത്തുകാരുടെ ഉപബോധങ്ങളും ചിലപ്പോൾ അബോധങ്ങളും നിർണ്ണയിക്കുന്നു. കഥകേൾക്കാനും അറിയാനുമുള്ള ത്വരയാകട്ടെ, മനുഷ്യവംശാവലിയുടെ തുടർപ്രക്രിയയുമാണ്. 'You are never going to kill story telling, because it's built in the human plan we come with it' എന്ന് കാനഡയിൽ ഇന്നു ജീവിച്ചിരിക്കുന്ന പ്രമുഖ എഴുത്തുകാരി മാർഗരറ്റ് അറ്റ്‌വുഡ്സ് (Margret Atwoods) പറയുന്നുണ്ട്..

കഥ പറച്ചിലിന്റെയും കേൾക്കലിന്റെയും ജനിതകവാസനയെപ്പറ്റിയുള്ള മനുഷ്യകുലഘടനയെ ഇത് സാക്ഷ്യപ്പെടുത്തുന്നു. അപരജീവിതത്തെ എത്തിനോക്കാനുള്ള പ്രവണതയാണത്. അഥവാ, അപരജീവിതത്തെ പുനർനിർമ്മിക്കാനുള്ള വാസനകൂടിയാണ്. ജന്തുവാസനയിൽ നിന്നും ഉയർന്ന് അത് ഭാഷയിലൂടെ കഥയിലൂടെ കാര്യമുണ്ടാക്കുകയോ കാര്യത്തിലൂടെ കഥയുണ്ടാക്കുകയോ ചെയ്യുന്നു. ചിലപ്പോൾ തന്നെക്കൂടി പുനർനിർമ്മിച്ച് നല്കുന്നു. ഇതര ജീവികളെ അപേക്ഷിച്ച് മനുഷ്യന് യാഥാർത്ഥ്യത്തിന്റെ പ്രതലത്തിൽ അധികനേരം വസിക്കാനാവാത്തതുകൊണ്ടാകാം മനുഷ്യർ ചെറുതും വലുതുമായ അനേകം ഫിക്ഷനുകളുടെ സമാഹാരമായിത്തീരുന്നത്.

ഒരു ദിവസം നാം കണ്ടുമുട്ടുന്ന വിവിധതരം ഫിക്ഷനുകളെ സൂക്ഷ്മ പരിശോധനയ്ക്ക് വിധേയമാക്കിയാൽ അത് അമ്പരപ്പിന്റെയും അവിശ്വ

സനീയതയുടെയും, അതിയാഥാർത്ഥ്യത്തിന്റേതുമാണെന്ന് കാണാം. ഭാവനയെഴുത്തുകാർ അതിന് അക്ഷരരൂപം നല്കുന്നു എന്നുമാത്രം. അപരജീവിതത്തിലേക്കുള്ള എത്തിനോക്കൽ മിക്കപ്പോഴും അവനവനെത്തന്നെയാണ് കാണുന്നത് എന്നത് മറ്റൊരു തമാശയാണ്. ഒരു കാലത്തിലെ എഴുത്തുകാർ വാക്കുകളുടെ തെരഞ്ഞെടുപ്പുകളിൽ എങ്ങനെ വെവ്വേറെയാകുന്നു..? ഒരേ കാലഘട്ടത്തിൽ എഴുതുന്ന നമ്മുടെ ഭാഷയിലെ എഴുത്തുകാരെ പഠിച്ചാൽ നമുക്കിത് മനസ്സിലാകും. ടി പത്മനാഭൻ, എം ടി, മാധവിക്കുട്ടി, ഒ വി വിജയൻ, വി കെ എൻ, ഒരേ തലമുറയിലെ ഈ അഞ്ച് എഴുത്തുകാർ പദാവലിയുടെ വിന്യാസത്തിലും അതിന്റെ തെരഞ്ഞെടുപ്പിലും ഈണത്തിലും എങ്ങനെ വിഭിന്നമാകുന്നു..? 'ശൈലിയാണ് നിങ്ങളെന്ന്' നോം ചോംസ്കി തുടർച്ചയായി ബോദ്ധ്യപ്പെടുത്തുന്നതിന്റെ കാര്യവും മറ്റൊന്നല്ല. 'Style is the man' എന്ന് ഭാഷയുടെ ആ ആത്മീയ ഗുരു പറയുന്നു. ഹോർഹെ മരിയോ പെഡ്രോ വർഗാസ് യോസോയും ഗബ്രിയേൽ ഗാർസിയ മാർക്കോസും ഒരേ ലാറ്റിനമേരിക്കൻ കാലത്തിരുന്ന് എങ്ങനെ വ്യത്യസ്തരാകുന്നുവെന്നും നമുക്കാലോചിക്കാവുന്നതാണ്

അപരജീവിതത്തിലേക്കുള്ള വിവിധതരം എത്തിനോക്കലുകളാണ് (peeping) സാഹിത്യം. പക്ഷേ, എത്തിനോക്കുമ്പോൾ നാം നമ്മെത്തന്നെയാണ് തിരയുന്നതെന്നാണ് കഥയെഴുത്തിന്റെ വിശുദ്ധ യാഥാർത്ഥ്യം. നാം നമ്മെത്തന്നെയാണ് ഫിക്ഷന്റെ പരദൂഷണത്തിന് വിധേയമാക്കുന്നത് (ഇവിടെ പരദൂഷണം മോശമായ അർത്ഥത്തിലല്ല ഉപയോഗിക്കുന്നത്). എത്തിനോക്കി നടത്തുന്ന പരദൂഷണത്തിലൂടെയാണ് മനുഷ്യകുലം തങ്ങളുടെ ഭാഷയെ രൂപപ്പെടുത്തിയതെന്ന് യുവാൽ നോവാ ഹരാരി തന്റെ *Sapiens: A Brief History of Humankind* എന്ന ഗ്രന്ഥത്തിൽ വിവരിക്കുന്നുണ്ട്. ഒരേ കാഴ്ചയുടെ വ്യാഖ്യാനങ്ങൾ എങ്ങനെ വിവിധമാകുന്നു എന്നതിന്റെ നിർണ്ണായകത്വം നമ്മുടെ ജന്മ വാസനകൾക്കാണ്. ഒരേ കഥയെ രണ്ടെഴുത്തുകാർ രണ്ടായിട്ടെഴുതുന്നതിന്റെ പിന്നിൽ സംഭവിക്കുന്ന രാസപ്രക്രിയ ഇതല്ലാതെ മറ്റൊന്നല്ല എന്നു തോന്നുന്നു..

അങ്ങനെ എഴുത്തുകാർ ഒളിക്കാറുള്ള ഭാഷകൾ കൂടുതൽ അനാവരണപ്പെടുന്നത് സൂക്ഷ്മവായനക്കാർ മാത്രം തിരിച്ചറിയുന്ന രഹസ്യമാണ്. ഇത് എഴുത്തുകാർക്ക് മാത്രമല്ല ഫിക്ഷനിൽ ജീവിക്കുന്ന മനുഷ്യകുലത്തിന് മൊത്തം ബാധകമാണ്. മനുഷ്യർ 99% കെട്ടുകഥകൾക്കകത്താണ്. ശരീര വേദനകളും അതിജീവനവും ഫിക്ഷനുപുറത്ത് ഒരു പരിധി വരെ സംഭവിക്കുന്നുണ്ടാകാം. മറ്റൊരു നിലയ്ക്കു പറഞ്ഞാൽ ഫിക്ഷൻ എന്ന യാഥാർത്ഥ്യത്തിന്റെ 'ഹർഡിൽസ്' നിരന്തരമായി മറികടന്ന് മുന്നേറാനുള്ള ജീവിതമല്ലാതെ മറ്റൊന്നുമല്ല *പെണ്ണ് ചത്തവന്റെ പതിനേഴാം ദിവസം* എന്ന ഈ കഥാസമാഹാരം നമ്മെ ഓർമ്മിപ്പിക്കുന്നതും.

കെ എസ് രതീഷിന്റെ ഈ പന്ത്രണ്ട് കഥകളിലും ജന്തുവാസനകളുടെ ജീവിതമാണ് മുറ്റിനില്ക്കുന്നതെന്ന് കാണാം, വിവിധ വർണ്ണങ്ങളിൽ

അദ്ദേഹം വരച്ചിടുന്നു എന്നു മാത്രം. ചിലപ്പോളത് ഉപഹാസം കൂടിയാണ്. മുറിവുകളെ ഒരു ജലാശയമായി സങ്കല്പിച്ച് അതിനെ നീന്തി മറികടക്കുന്ന മനുഷ്യ മനസ്സിന്റെ അതിജീവനതന്ത്രങ്ങളെപ്പറ്റി, ഇതൊന്നും പറയാതെ ഒരു നല്ല കഥയായി പരിവർത്തിച്ചെടുക്കണമെന്ന് കാണാൻ ആഗ്രഹിക്കുന്നവർക്ക് 'കെ എൻ എച്ച് 0326' എന്ന കഥ ധാരാളം. ഗ്രാമ്യവന്യതയുടെ അനേകം ഇരുണ്ട ചിത്രങ്ങൾ സവിശേഷമായി എഴുതിപ്പോകുന്ന കഥകളാണ് ഇവയിൽ ഏറെയും. മനുഷ്യൻ ജന്തുവാസനയെ മാത്രം പ്രതിനിധീകരിക്കുന്ന അനേകം സന്ദർഭങ്ങൾ രതീഷിന്റെ കഥകളിൽ കാണാം. 'കൊർണകൾ' എന്ന കഥയിൽ ഇത് പ്രത്യേകമായി വെളിപ്പെട്ടു നില്ക്കുന്നുവെന്നുമാത്രം. ലൈംഗികത അധികാരകേന്ദ്രമായും പ്രതികാര വാഞ്ചയായും എങ്ങനെ വിവിധ മനുഷ്യ വിചാരങ്ങളിൽ ഉള്ളടക്കം ചെയ്യപ്പെട്ടിരിക്കുന്നുവെന്ന് ഈ കഥ നമ്മളോട് പറയും.

ജന്തുവാസനകളിൽനിന്നും ഒരിക്കലും കുടിയിറങ്ങാൻ കൂട്ടാക്കാത്ത മനുഷ്യരതി അധികാരത്തിന്റെയും കൈയടക്കലിന്റെയും അസൂയകളുടെയും ഇരുണ്ട ലോകത്തെ എങ്ങനെ പ്രതിനിധീകരിക്കുന്നു എന്നറിയാൻ തിര്യക്കുകളുടെ ലോകത്തേക്ക് മാത്രം തിരിഞ്ഞു നോക്കിയാൽ മതി. രതിവാസനകൾ താൻ നിർമ്മിച്ചെടുക്കുന്ന ടെറിട്ടറിയിൽ അധിവസിക്കുന്നു. ആ വാസനകൾ മനുഷ്യരുടേതായിത്തീരുമ്പോൾ 'ആലങ്കാരിക'തകളാൽ നിർമ്മിച്ചെടുക്കുന്ന 'സാംസ്കാരിക' നിയമങ്ങളിൽ ഒളിച്ചിരിക്കുന്നു എന്നു മാത്രം. രതീഷിന്റെ കഥകളിൽ കാട്ടിൽ വസിച്ച മനുഷ്യർ നാട്ടിലേക്ക് കുടിയൊഴിഞ്ഞു പോകാൻ മടിക്കുകയോ കാട്ടിൽനിന്ന് ഇടയ്ക്ക് തലനീട്ടി നോക്കുകയോ ചെയ്യുന്നു.

നഗരത്തേക്കാൾ ഗ്രാമവും ഗ്രാമീണനൈതികതയും ഹിംസയും വാമൊഴികളും ഒരു വേട്ടക്കാരനെപ്പോലെ ഈ കഥകളിൽ നിറഞ്ഞുനില്ക്കുന്നു. ഐറണിയെന്നോ ആക്ഷേപഹാസ്യമെന്നോ വിളിക്കാനാകാത്ത രോഷത്തിൽ ഒളിപ്പിച്ച ഹാസ്യം പല കഥകളുടെയും പ്രത്യേകതയാണ്. പ്രാകൃത ഹിംസകളുടെ ഒളിയിടങ്ങൾ കഥകളുടെ ഭാഷയിൽ ഒളിച്ചു നില്ക്കുന്നത് എന്തുകൊണ്ട് എന്ന് ഇതെഴുതുന്ന ആളിനറിയില്ല. കഥകളുടെ മടക്കുകളിലും ഈ ഹിംസയുടെ ഇരുട്ട് കാണാം. അത് ചിലപ്പോൾ കഥാപാത്രങ്ങളുടെ അരക്ഷിത ബോധത്തിന്റെ മറവിലും ഉന്മാദത്തിന്റെ മറവിലും പ്രത്യക്ഷപ്പെടുന്നു. ഗൂഢഫലിതങ്ങൾ വാക്കുകളുടെ കമ്പിവേലിച്ചുറ്റിൽ മുറിയുന്നു. ദേശം അതിന്റെ ഭാഷ ഇവയിലാണ് ഇവയൊക്കെ പാർക്കുന്നത്. ആൺ പെൺ ബന്ധത്തിലുണ്ടാകുന്ന ഹിംസയുടെ കഥയുടലുകൾ പലപാട് പ്രത്യക്ഷപ്പെടുന്നു. *പെണ്ണ് ചത്തവന്റെ പതിനേഴാം ദിവസം* എന്ന കഥ തന്നെ ഏറ്റവും മുന്തിയ ഉദാഹരണം. ആൺബലിഷ്ഠതയുടെ തീരാപ്പകയുടെ പെൺപുച്ഛവും പാത്രരൂപം പൂണ്ടനിലയിലാണ് ഈ കഥകളിൽ പലപാട് വരുന്നതെന്ന് സാഹിത്യവിവരം പോലെ ഒരു മനഃശാസ്ത്ര ചിന്തയുമാണ്. ഇതിന്റെ കൈയൊതുക്കവും സമർത്ഥമായ പ്രതിപാദനവും 'കൊർണകൾ' എന്ന കഥയിൽ സമൂർത്തമായി

തീരുന്നു. 'ലേഔട്ട്' പോലുള്ള ദുഃഖത്തിന്റെ തീയാളുന്ന കഥകളും കെ എസ് രതീഷിന്റെ ഏറ്റവും പുതിയ കഥാസമാഹാരത്തിന് അന്യമല്ല.

ധർമ്മസങ്കടങ്ങളുടെയും പ്രതിഷേധഹാസ്യത്തിന്റെയും ഗൂഢവന്യതകളുടെയും സഞ്ചാരപഥത്തിൽ കെ എസ് രതീഷ് എന്ന എഴുത്തുകാരൻ വഴിക്കണ്ണുമായി നില്ക്കുന്നു. അതിന്റെ സി സി ടി വിയിൽ ജന്തുവേഷമുള്ള കഥാപാത്രങ്ങളും നിസ്സഹായരായ മനുഷ്യരും നിസംഗഫലിതവും സഞ്ചരിക്കുന്നത് വായനക്കാരൻ ഞെട്ടലോടെ, വേദനയോടെ, പകയോടെ, ചിരിയോടെ കാണുന്നു. കെ എസ് രതീഷിന് നന്മകൾ നേരുന്നു.

കെ എൻ എച്ച് 0326

എത്രയും വേഗം ആദ്യനോവൽ പൂർത്തിയാക്കാനായിരുന്നു ആഗ്രഹം. കഥാനായകന്റെ ബാല്യത്തിലേക്ക് കടക്കാൻ അമ്മയും അമ്മാമ്മയും തന്നെ ശരണം. രാത്രി ആഹാരമൊക്കെ കഴിഞ്ഞ് വീടിന്റെ മുന്നിൽ വന്നിരിക്കുന്ന അവരുടെ അടുത്ത് ഞാൻ ഡയറിയുമായി ഇരിക്കും. അന്നന്ന് എഴുതിത്തീർക്കേണ്ട അദ്ധ്യായത്തിന്റെ വിവരങ്ങൾ അവരറിയാതെ അവരെക്കൊണ്ട് പറയിക്കും. അവരങ്ങനെ ഓർമ്മകളിലൂടെ ഒഴുകി വരുമ്പോൾ തടയണകെട്ടി കഥാമുഹൂർത്തങ്ങൾ തിരയും.

പക്ഷേ, ഇന്ന് കാര്യങ്ങളാകെ താളം തെറ്റിയിരിക്കുന്നു. ഇന്നുമുതൽ എന്റെ രണ്ട് മക്കളെയും ആറ്റിൽ കുളിപ്പിച്ചാൽ മതിയെന്ന് അമ്മ എന്നോടും ഭാര്യയോടും കട്ടായം പറഞ്ഞു. പോരാത്തതിന് എന്റെ ചങ്ങാതിയുടെ പഞ്ചറുകടയിൽ ചെന്ന് കാറിന്റെ രണ്ട് ട്യൂബ് സംഘടിപ്പിച്ച് മക്കളെ നീന്തൽ പഠിപ്പിക്കാൻ തുടങ്ങി. നെയ്യാറിലെ ചെളി നിറഞ്ഞ തണുത്ത വെള്ളത്തിൽ അഞ്ചും നാലും വയസ്സുള്ള മക്കൾ കുത്തിമറിയുന്നത് കണ്ടിട്ടും എതിർക്കാൻ കഴിയാതെ ഭാര്യ കരയിൽ നിന്നു. അതിന്റെ പേരിൽ അമ്മായിയും മരുമകളും ചെറിയ തർക്കം നടന്നിരിക്കുന്നു. നാളെത്തന്നെ സ്വന്തം വീട്ടിൽ പോകണമെന്ന വാശിയിലാണവളും. വിഷയം അവതരിപ്പിക്കാൻ ഞാൻ മുന്നിൽ ചെന്നപ്പോഴെ അമ്മ നയം വ്യക്തമാക്കി.

"നിന്നെ ആറ്റിലിട്ട് നീന്താൻ പഠിപ്പിച്ചത് ഈ ഞാനാണെങ്കിൽ നിന്റെ മക്കളെയും പഠിപ്പിക്കും. അത് കഴിയണതു വരെ ആരും ഒരിടത്തും പോകൂല. നിന്നാണെ സത്യം."

അമ്മയും അമ്മാമ്മയും ഇന്ന് വളരെ ഫോമിലാണ്. ഭൂതകാലത്തിന്റെ മലനിരകളിൽനിന്ന് ഓർമ്മകൾ ഉരുളുപൊട്ടിയപോലെ കുത്തിയൊഴുകി വീടിന്റെ ഉമ്മറത്ത് വന്ന് നിറയുന്നു. നോവലിന് തികച്ചും അനുകൂല സാഹ

ചര്യങ്ങൾ. നാലഞ്ചദ്ധ്യായങ്ങൾക്കുള്ളത് ഒഴുകിപ്പോയി. ഇനിയെങ്കിലും അവരുടെ മുന്നിൽ ഭാവനയുടെ ഒരണയുണ്ടാക്കാതെവയ്യ. എന്നിട്ടത് സൗകര്യപൂർവ്വം നോവലിലേക്ക് ഒഴുക്കിവിടണം. എന്റെ മൂത്ത മകൻ അമ്മയുടെ മടിയിലിരുന്ന് ഒന്ന് തുമ്മിയപ്പോൾ ഭാര്യയുടെ തോളിൽ ഉറങ്ങാൻ തുടങ്ങിയ ഇളയകുട്ടി ഒന്നനങ്ങി. ഭാര്യ അവനെയും അമ്മയേയും മാറി മാറി നോക്കി. തുമ്മലിന്റെ കാരണം അമ്മയുടെ നീന്തൽ പരിശീലനമാണെന്ന് ആരോപിക്കാനാകും അവളുടെ ശ്രമം. അതിനെ പ്രതിരോധിക്കാൻ അമ്മയും ഒരുങ്ങും. ഒരു വഴക്കിന്റെ പെരുമഴയ്ക്ക് ഇത് മതി. ഇതിനിടയിൽ ഞാനെങ്ങനെയാണ് ഓർമ്മകളിൽ നുഴഞ്ഞു കയറി എന്റെ നായകന്റെ ബാല്യത്തിലേക്ക് അവരെ തിരിച്ചുവിടുന്നത്. ഇങ്ങനെ ചിന്തിക്കുമ്പോൾ തന്നെ അമ്മ എന്റെ ബാല്യത്തിലേക്ക് ഒരു യൂടേണെടുത്തു.

“നാല് വയസ്സില് ഹോമിൽ പോകണതിന്റെ തലേന്ന് നീ കാഞ്ചിമുട്ടിലെ ചക്രി ജോസഫിന്റെ വീട്തൊട്ട് പന്തയിലെ സകല വീട്ടിലും ചെന്ന് ‘മാമീ ഞാൻ ഹോമീപോണേന്ന്’ പറഞ്ഞ്. അന്ന് അവരെല്ലാം നെനക്ക് ഒന്നും രണ്ടും രൂപ വച്ച് തന്ന്. കൊല്ലത്തെ ഹോമീന്ന് നിന്നെ ചേർക്കാൻ കാർഡ് വന്നപ്പോൾ ഞാനെന്ത് മാത്രം ദൈവത്തിനെ വിളിച്ചെന്നാ, നീയും കൂടെ ആയാൽ രണ്ട് പിള്ളേര് എവിടേങ്കിലും വല്ലതും തിന്നും കുടിച്ചും കെടക്കുമല്ലാ.”

അതേ ഈ ഭാഗമാണ് ഇന്നെനിക്കെഴുതേണ്ടത്. ഡയറി എടുക്കാൻ പോയാൽ ഒരുപക്ഷേ പലതും നഷ്ടമാകും. ഭാര്യയും അമ്മയുടെ പറച്ചിലിൽ ലയിച്ചിരിക്കുന്നു. ഞാനന്ന് വീടുകളിൽ ചെന്ന സീനുകൾ എനിക്കും ഓർമ്മ വന്നു. എല്ലാ വീട്ടിലേക്കും എന്നെ അമ്മ പറഞ്ഞ് വിട്ടതിന് ചില കാരണങ്ങൾ ഉണ്ട്. ആറ്റിന്റെ കരയിലോ തൊമ്മൻ പുളിച്ചി മാവിന്റെ ചുവ

ട്ടിലോ വയലിലോ ഞങ്ങളെ കണ്ടില്ലെങ്കിൽ നാട്ടുകാർക്ക് പേടിയാകും. അവർ ചിലത് സംശയിക്കും.

"ഇന്ന് കടവത്തിന്റെ പിള്ളാരെ കാണാനില്ലല്ലോ. ആ വിജയമ്മപ്പെണ്ണ് വല്ല കടുംകൈയും കാണിച്ചാന്താരി" അപ്പൻ ഞങ്ങളെ ഉപേക്ഷിച്ച് പോയതിൽ പിന്നെ അമ്മയ്ക്ക് മനസ്സിനൊരല്പം പ്രശ്നമുണ്ടായിരുന്നു. വീട്ടുകാരെ ധിക്കരിച്ച് അപ്പന്റെയൊപ്പം ഇറങ്ങിപ്പോയതുകൊണ്ട് അമ്മയുടെ സഹോദരങ്ങളും തീരെ സഹകരിക്കുന്നില്ല.

ഒരു ദിവസം വിശന്ന് കരഞ്ഞ ഞങ്ങളെ ഐസ്ക്രീം വാങ്ങിത്തരാമെന്നു പറഞ്ഞ് നെയ്യാർഡാമിലേക്ക് കൊണ്ടുപോയി. പോകുന്ന വഴിയിൽ പൊരിയും വാങ്ങിത്തന്നു. അതും തിന്ന് നെയ്യാർഡാമിന്റെ മുകളിൽ ചെന്നിരുന്നിട്ടും അമ്മ ഐസ്ക്രീം വാങ്ങിത്തരുന്നില്ല. കരഞ്ഞപ്പോൾ ഒരു കവർ പൊരികൂടി വാങ്ങിത്തന്നു. അതും തിന്നിരിക്കുന്ന ഞങ്ങൾ അറിയുന്നോ മൂന്ന് മക്കളെയും പാലത്തിൽ നിന്ന് വലിച്ചെറിഞ്ഞ് ആത്മഹത്യ ചെയ്യാൻ ആളൊഴിയുന്നതും കാത്താണ് അമ്മയിരിക്കുന്നതെന്ന്.

കൈയിലെ പൊരി തീർന്നപ്പോൾ എന്നെ വിളിക്കുംവിധം മണികിലുക്കുന്ന ഐസ്ക്രീംകാരനെ നോക്കി ഞാൻ കരയാൻ തുടങ്ങി. എന്റെ കരച്ചിലും അമ്മയുടെ ഇരിപ്പിന്റെ പന്തികേടും കണ്ടിട്ടാണ് ആരോ ഒരാൾ വന്ന് കാര്യങ്ങൾ തിരക്കിയത്. ഞങ്ങൾക്ക് ഐസ്ക്രീമും വാങ്ങിത്തന്ന് അയാളുടെ കൈയിലിരുന്ന കറുത്ത് തടിച്ച പുസ്തകത്തിൽനിന്ന് കുട്ടികളെ അനാഥാലയത്തിൽ ചേർക്കാനുള്ള അപേക്ഷയുടെ ഫോറം പൂരിപ്പിച്ച് ഏല്പിച്ചിട്ട് പോയി.

എന്റെ ഓർമ്മയിൽനിന്ന് യഥാർത്ഥ കഥപറച്ചിലിന്റെ ബാറ്റൺ അമ്മ പിടിച്ചുവാങ്ങി.

"നിന്നാണേ മോളെ അന്ന് അയാള് വരാൻ ഇത്തിരിപ്പോരം താമസിച്ചെങ്കിൽ ഇന്ന് നീ ഇവിടെ ഇരിക്കുവായിരുന്നോ? നിന്റെ കെട്ടിയവൻ കാണുമായിരുന്നോ? ഈ ഞാനാ...? അയാളെ പേരോ സ്ഥലോ ഞാൻ ചോയിച്ചില്ല. പോകാൻ നേരം കൈയില് ഒരു നൂറ് രൂപയും തന്ന്. മിനിപ്പെണ്ണിന് ആറ്റിങ്ങലെ ഹോമില് കിട്ടി. രണ്ട് മാസം കഴിഞ്ഞ് കൊല്ലത്തെ ഹോമീന്ന് നിന്റെ കെട്ടിയോനുള്ള കത്ത് വന്ന്... നില്ല്, ഞാനതിപ്പം കാണിക്കാം."

ഇപ്പോൾ കഥപറച്ചിൽ അമ്മയും മരുമകളും തമ്മിലാണ്. 'ഇതൊക്കെയെന്ത്' എന്ന ഭാവത്തിൽ ഞാൻ ആകാശം നോക്കിയിരുന്നു. അമ്മ തെളിവ് പ്രദർശിപ്പിക്കാൻ അലമാരയിൽ പരതുന്ന ശബ്ദം കേൾക്കാം. ഈ നോവലിന് പദ്ധതിയിട്ടപ്പോൾ അത്തരം ആധികാരിക രേഖകളൊക്കെ മോഷ്ടിച്ച് എന്റെ എഴുത്തുമുറിയിലേക്ക് മാറ്റിയിരുന്നു. പോസ്റ്റ് കാർഡ് തെരഞ്ഞ് നിരാശയോടെ അമ്മ അവളുടെ മുന്നിൽ വന്നിരിക്കുമ്പോൾ ഞാൻ ആ കാർഡിലെഴുതിയത് ഓർത്തു.

പ്രിയ രക്ഷകർത്താവിന്,

താങ്കളുടെ മകന് സി എസ് ഐ ബാലഭവനിൽ പ്രവേശനം കിട്ടിയ വിവരം അറിയിക്കുന്നു.

എന്ന്

വാർഡൻ

എത്തിച്ചേരാനുള്ള വഴി; തിരുവനന്തപുരം – കൊല്ലം ബസിൽ കയറി ചിന്നക്കട ഇറങ്ങുക. അവിടന്ന് ഓട്ടോയിൽ കയറി പഞ്ചാബ് നാഷണൽ ബാങ്കിന് സമീപം ഇറങ്ങുക. ഫോൺ.0474–743106

ഉജാല കുപ്പിയിലുണ്ടാക്കിയ വണ്ടിയും ഉരുട്ടി ഞാൻ പന്ത മുഴുവൻ വിളിച്ച്കൂവി പറഞ്ഞു

"മാമീ ഞാൻ ഹോമീ പോണ്"

"ഇനി എന്ന് വരും മക്കളെ"

"ക്രിസ്മസിന്"

"ഓ പോയി വാ മക്കളെ"

"ശരി മാമി"

"ഇത്തിരി തൂരെ എങ്കിലും വിജയമ്മേലെ പിള്ളകള് വയറ് വീക്കെ വല്ലതും തിന്നുവല്ല. ഇവിടെങ്കിൽ ആറ്റിൽ വീണ് ചാവേ ഒള്ളു" റബ്ബറിന്റെ പാലെടുക്കുന്നതിനിടയിൽ സുശീലയാന്റി ഇത് പറഞ്ഞതിനും കാരണമുണ്ട്.

ചുവപ്പ് തുമ്പിയെ പിടിക്കാൻ ആറ്റിന്റെ കരയിലെ കല്ലുകെട്ടിലൂടെ ഓടിയ ഞാൻ ആറ്റിലേക്ക് വീണു. അമ്മ വീണ്ടും കഥയുടെ ബാറ്റൺ പിടിച്ചുവാങ്ങി.

"നിന്നാണെ മക്കളെ ഞാൻ നോക്കുമ്പ മിനിപ്പെണ്ണേ ആറ്റിൽ നോക്കി കരയണ്. മമ്മീ ചൂ ചൂ ആറ്റി ചൂ ചൂ. നിന്റെ കെട്ടിയോൻ ഈ കരിമൻ ആറ്റിലെ ചെളിവെള്ളത്തിൽ മുങ്ങിപ്പോണ്. നിന്ന നില്പിൽ ഞാൻ ആറ്റിലോട്ട് ചാടി. പിടികിട്ടിയത് ഈ കരിമന്റെ കാലിൽ. കരയിൽ കൊണ്ടിട്ട് ഞെക്കിയപ്പോ ഇവൻ പറഞ്ഞതെന്തരെന്നോ. മമ്മീ ഞാൻ വായും മൂക്കും ഇറുക്കി അടച്ചല്ലെ കെടന്നത്, വെള്ളോന്നും കുടിച്ചില്ല."

അമ്മയുടെ അഭിനയിച്ചുള്ള പറച്ചിലിൽ അവൾക്ക് ചിരിവന്നു. ഇവരുടെ ഇടയിൽ ഉരുണ്ടുകൂടിയ വഴക്കിന്റെ മഴമേഘങ്ങളെവിടെയെന്ന് ഞാനോർത്തു. അവൾ എന്നെ പതിയെ കാലിലുരസി. ഇരുട്ടിലും ആ കണ്ണിലെ നനവ് ഞാൻ കണ്ടു.

എന്റെ മനസ്സിലപ്പോൾ കൊല്ലത്തേക്കുള്ള ആദ്യ യാത്രയായിരുന്നു. പന്ത കാട്ടാക്കട ബസിൽ കയറിയതു മുതൽ ചിന്നക്കടവരെ ഞാൻ ഛർദ്ദിച്ചു. ചിന്നക്കടയിൽനിന്ന് ഓട്ടോയ്ക്കുള്ള ദൂരമുണ്ടായിരുന്നില്ല. എന്നിട്ടും അമ്മ ഓട്ടോയിൽ കയറി. വാർഡന്റെ കത്ത് യാത്രയിൽ മുഴുവൻ അമ്മ മുറുകെ പിടിച്ചിട്ടുണ്ടായിരുന്നു.

എന്റെ ഛർദ്ദിയിൽ കുളിച്ച് നീട്ടിപ്പിടിച്ച കത്തുമായി നില്ക്കുന്ന അമ്മയെ കണ്ട് വാർഡന്മാർക്ക് വല്ലാതെ തോന്നി. അടുക്കളയിൽ ചെന്ന് ഭക്ഷണം കഴിച്ചു വരുന്നതിനിടയിൽ കുട്ടിയെ ചേർക്കാനുള്ള പേപ്പറുകൾ പൂർത്തിയാക്കിയിരുന്നു. ഒരു വലിയ മുറിയിൽ പല പ്രായത്തിലെ കുറേ കുട്ടികൾ ഒന്നിച്ചിരുന്ന് ടി വി കാണുന്നു. ആദ്യമായി കളർ ടി വി കാണുന്നതിന്റെ കൗതുകത്തിൽ ഞാനും അവർക്കൊപ്പം കൂടി. ശക്തിയുള്ള ഇരുമ്പ് മനുഷ്യന്റെ അത്ഭുതകഥ. അയാളുടെ പറക്കലും ഇടിയും കണ്ട് ഞങ്ങൾ കൈയടിച്ചു. ഇടയ്ക്ക് വാഷിങ് പൗഡർ നിർമ്മയുടെ പരസ്യം വന്നപ്പോൾ എനിക്ക് മിനിപ്പെണ്ണിനെ ഓർമ്മ വന്നു. അവളും ഇതുപോലെ ആറ്റിന്റെ കരയിൽനിന്ന് പാവാടയിൽപ്പിടിച്ച് കറങ്ങാറുണ്ടായിരുന്നു. എനിക്ക് കരച്ചിൽ വന്നു. അമ്മയെ വിളിച്ച് കരഞ്ഞ് പുറത്തേക്ക് ഓടി. പുറത്തേക്കുള്ള വാതിലുകളെല്ലാം അടച്ചിരിക്കുന്നു. റോഡിലേക്ക് തുറക്കുന്ന ജനാലകളിൽ എന്നെപ്പോലെ കരയാൻ നാലഞ്ച് പേരുണ്ട്. ഒന്നുരണ്ട് ദിവസം കോറസ് പോലെ ഞങ്ങൾ കരഞ്ഞു. കരച്ചിലിൽ ഏങ്ങാൻ തുടങ്ങിയാൽ പിന്നെ എനിക്ക് സംസാരിക്കാൻ കഴിയുമായിരുന്നില്ല.

അമ്മ ഓർമ്മയിൽ വന്ന് ആശ്വസിപ്പിച്ചു. പിന്നെ കഥയുടെ ബാക്കി പറഞ്ഞു.

"എടീ അന്ന് ഞാൻ നോക്കുമ്പ എന്റെ പിള്ള ടീവില് നോക്കി ചിരിക്കണ്. ഒരുമ്മ കൊടുക്കാൻ പോയ എന്നോട് വാർഡൻ പൊയ്ക്കോളാൻ രഹസ്യമായി പറഞ്ഞു. ഞാനന്ന് എങ്ങനെ പന്തവരെ എത്തിയെന്ന് ദൈവത്തിന് തന്നെ അറിയാം. ബസിലിരുന്ന് തിരിച്ച് ചെന്ന് വിളിച്ചോണ്ട് വന്നാലോന്ന് ചിന്തിച്ച് അതിനും കൈയി പൈസ വേണ്ടേ. നാലഞ്ച് ദെവസം എനിക്കൊരു വക കഴിക്കാൻ തോന്നീല്ല" ഇതുകേട്ട് അമ്മാമ്മ കണ്ണു തുടച്ച് ഇരുട്ടിലേക്ക് ഇറങ്ങി നടന്നു.

"നിങ്ങളിതെവിടെ പോണമ്മാ. ഇത്തിരിക്കൂടെ ഇരിക്കീൻ" എന്നിട്ടും അമ്മാമ്മ പോയി. ഉറക്കം തുടങ്ങിയ മകനെയും എടുത്ത് കിടപ്പു മുറിയിലേക്ക് അവളും പോയിരുന്നു. ഒടുവിൽ കഥയിൽ ഞാനും അമ്മയും ബാക്കിയായി. കൊല്ലത്തെ കഥകൾ ഞാൻ പറഞ്ഞു. നാട്ടിലെ കാര്യങ്ങൾ അമ്മയും ചേർത്തുവച്ചു.

"എന്തരായാലും ഒരു കാര്യത്തിൽ എനിക്ക് സന്തോഷമായിരുന്നു. ഞാനും വാവയും ചത്താലും നീയും മിനിപ്പെണ്ണും ഒരു നിലയിൽ ആവുമല്ല. അതിന്റെ എടയില് എറണാകുളത്തെ മിഷൻ ആശുപത്രിയിലെ ഒരു മോളി ഡോക്ടറുടെ വീട്ടിൽ ഞാൻ ജോലിക്ക് പോയി. വാവയ്ക്ക് അന്ന് രണ്ട്പോലും തികഞ്ഞില്ല. നല്ല ജോലിയെങ്കിൽ നിങ്ങളെ തിരിച്ച് കൊണ്ട് വരാന്ന് ചിന്തിച്ചാണ് പോയത്. വീട് തുടയ്ക്കണം, കാറ് കഴുകണം, പിന്നെ മരുന്നും പിടിച്ച് ആ ഡോക്ടറിന്റെ പിറകെ നടക്കണം. ആ ആശുപത്രി കൊച്ചുങ്ങളെ കാണിക്കണെതായിരുന്നു. പിള്ളരെ കാണുമ്പോൾ എനിക്ക് നിങ്ങളെ ഓർമ്മ വരും. ഒരു ദിവസം എന്റെ നിയന്ത്രണം പോയി മരുന്നും വലിച്ചെറിഞ്ഞ് നിലത്ത് കിടന്നുരുണ്ടു. മൂന്ന് മാസത്തെ ചികിത്സയും

കഴിഞ്ഞ് വന്നപ്പോൾ വാവയ്ക്ക് ഏതോ സംഘടനക്കാരുടെ മാസ സഹായം കിട്ടി. അന്ന് ഈ നാട്ടിലുള്ളവർ പറഞ്ഞത് എന്തരെന്നോ ഞാൻ സിനിമാ ഷൂട്ടിങ്ങിന് പോയി കഞ്ചാവ് കുടിച്ചെന്ന്. എന്റെ അനിയത്തി എനിക്ക് പ്രാന്തെന്ന് നാട് മുഴുവൻ പറഞ്ഞു നടന്നു. എന്നാലും ആ ഹോമിലെ പേപ്പറൊക്കെ എവിടെപ്പോയെന്താരി. അതുകൊണ്ടാണ് നിന്റെ പിള്ളേരെപ്പോലും ആ അലമാരയിൽ തൊടിയിക്കാത്തത്."

അമ്മ കത്ത് തെരയാൻ മുറിയിലേക്ക് പോയി. എഴുത്ത് മുറിയിൽ വന്നിരുന്ന് ആ കത്തുകളിൽ ചിലതെടുത്തു. ഒരു ക്രിസ്തുമസ്കാലത്ത് വന്ന കത്ത് ഇങ്ങനെയായിരുന്നു.

പ്രിയ രക്ഷാകർത്താവേ

താങ്കളുടെ മകൻ കെ എൻ എച്ച് നമ്പർ 0326 നെ ക്രിസ്തുമസിന്റെ അവധിക്ക് വീട്ടിൽ കൊണ്ടുപോകാൻ 14.12.1991 ൽ പകൽ പത്ത് മണിക്ക് എത്തിച്ചേരേണ്ടതാണ്.

എന്ന്

വാർഡൻ

കുറിപ്പ്:- ഓരോ കുട്ടിക്കും ക്രിസ്തുമസ് ഗിഫ്റ്റായി 365 രൂപ വീതം നല്കുന്നതായിരിക്കും.

നോവലിന്റെ മൂന്നാം അദ്ധ്യായത്തിൽ ചേർക്കാനുള്ളതൊക്കെ കുറിച്ച് വച്ച് കട്ടിലിൽ എത്തുമ്പോൾ സമയം പന്ത്രണ്ട് കഴിഞ്ഞിരുന്നു. ഫോണിന്റെ നീല വെളിച്ചം അവളുടെ മുഖത്ത് വീഴുന്നു. തിരിഞ്ഞ് കിടക്കാൻ ശ്രമിച്ച എന്നെ അവൾ പിന്നിലൂടെ കെട്ടിപ്പിടിച്ചു. കഴുത്തിന്റെ പിറകിൽ നിറയെ ഉമ്മ തന്നു. തിരിഞ്ഞ് കിടന്ന എന്റെ നെറ്റിയിൽ വീണ്ടും ഉമ്മ തന്നിട്ട് അവൾ ചോദിച്ചു

"മാഷേ കെ എൻ എച്ച് എന്നാൽ എന്താ?"

"കിന്റർ നോട്ട് ഹിൽപ്പെ അതൊരു ജർമ്മൻ വാക്കാ"

"ഓ അതൊക്കെ പോട്ടെ മാഷിന്റെ മൂത്തവൻ വെള്ളത്തിൽ കാണിക്കണ വേലകൾ കണ്ടാൽ ചിരിച്ച് ചാകും. എനിക്കും നീന്തണോന്ന് തോന്നണ്."

ഞങ്ങൾക്കിടയിൽ കുളിരുറഞ്ഞ നെയ്യാർ നിറയാൻ തുടങ്ങി. പച്ചയായ മറുകരയിലേക്ക് പ്രണയാവേശത്തിൽ നീന്താൻ തുടങ്ങി.

പേറുക വന്നീ പന്തങ്ങൾ..!!

ആ തണുപ്പ് ഉള്ളിലേക്ക് കയറാതിരിക്കാൻ അയാൾ ജനാലകൾ ഇറുക്കിയടച്ചു.

മതിലിൽ ചാരിയിരുന്ന് മാമൻ പാടുന്നുണ്ട്. 'ഇനിം കറണ്ടടിപ്പിച്ചാ എന്റെ സുമാരൻ ചത്തു പോവേള്ളു' ഉള്ളിലിരുന്ന് അമ്മാമ്മയുടെ കരച്ചിൽ. പലതവണയെതിർത്തിട്ടും നാളത്തന്നെ മാമനെ ആശുപത്രിയിലാക്കണമെന്ന് അയാളുറപ്പിച്ചിട്ട് പോയകാലത്തേക്ക് ഉറങ്ങാൻ കിടന്നു.

ഒന്ന്

"ദോക്ക് നെന്റെ മാമൻ പന്തേല് നിന്ന് പാടണ്. ഒന്ന് വിളിച്ചോണ്ട് വാടാ, നീ വിളിച്ചാലേ വരൂ. നെന്നെയിത്തിരി പേടിയൊണ്ട്." വാക്കിന്റെ ചുണ്ടയിൽ ചിരികൊരുത്ത് അമ്മാമ്മയിതു പറയുമ്പോൾ അവൻ പെട്ടെന്നങ്ങ് വളരും. കുടുംബത്തിന്റെ ഭാരം മുഴുവൻ തോളിലേറ്റി, ബട്ടൻസ് പൊട്ടിപ്പോയ ഒരുടുപ്പും, ചൂരലുമായി പന്തയിലേക്ക് ഒറ്റ നടത്തം. ദൂരെ നിന്നേ അവന് മാമന്റെ ഈണത്തിൽ 'കിഴക്ക് പുലരിയിൽ ചെങ്കൊടി പാറി' വരുന്നത് കേൾക്കാം.

'എന്റെ സുമാരനെന്ന്' അമ്മാമ്മയും 'നിങ്ങളെ മാരനെന്ന്' അവന്റെ അമ്മയും 'അലമ്പൻ കുറുപ്പെന്ന്' പന്ത നിവാസികളും, എ സുകുമാരനെന്ന് ആധികാരിക രേഖകളിലും അടയാളപ്പെടുത്തുന്നയാളെയാണ് പന്തയിൽനിന്ന് അവൻ കൂട്ടിക്കൊണ്ടു വരാൻ പുറപ്പെടുന്നത്.

ചൂരലുമായി മുന്നിൽ നില്ക്കുന്ന അവനുനേരെ ആ മുപ്പത്തിയാറുകാരൻ ഭ്രാന്തിന്റെ വേലിയിലെ ചിരിപ്പൂവ് നീട്ടും. നുണക്കുഴി തെളിയും. അഴിച്ചെറിഞ്ഞ ഉടുപ്പും ചെരുപ്പുമെടുത്ത് നടക്കുന്ന അവന്റെ പിന്നാലെ

അനുസരണയുള്ള മദയാന പോരും. ആ രംഗങ്ങൾ കണ്ട് ചിരിയടക്കുന്ന പന്തക്കാരെ അവൻ ഇടതു പുരികമുയർത്തി നോക്കും. വീട്ടിൽ കൊണ്ടെത്തിച്ച് കസേരയിൽ ഞെളിഞ്ഞിരിക്കുമ്പോൾ അവന് വല്ലാത്തൊരഭിമാനം വന്നുകേറും. അമ്മാമ്മയുടെ മുന്നിൽ എണ്ണ തേയ്ക്കാനിരിക്കുന്ന മാമനെ കഞ്ചാവ് ബീഡി വലിക്കരുതെന്നുപദേശിക്കും. ഒരു ചിരിയോടെ മാമൻ തലയാട്ടും.

മരങ്ങളിലപൊഴിക്കാൻ തുടങ്ങുമ്പോഴാണ് മാമനിലെ ഉറക്കമില്ലാത്ത വിപ്ലവ ഗായകനുണരുന്നത്. പാട്ടിന്റെ ഉച്ചസ്ഥായിയിൽ മാമനും മരങ്ങളും പൂർണ്ണ നഗ്നരായി നിലാവിൽ കുളിച്ചു നില്ക്കും. പറമ്പിലെ ഏതെങ്കിലുമൊരു മരം മുറിച്ചുവിറ്റ തുകയുമായി അമ്മ, ഊളങ്കുട്ടപ്പന്റെ ജീപ്പ് വിളിക്കും. അവരെല്ലാം ചേർന്ന് വരിഞ്ഞുകെട്ടി കൊണ്ടുപോകുമ്പോഴാണ് ആ പാട്ടോളത്തിന് തിരശ്ശീലയാകുന്നത്. മൊട്ടയടിച്ച് മറ്റൊരു രൂപത്തിൽ മാമൻ വരുന്നതുവരെ അവൻ കാത്തിരിക്കും. പൊഴിഞ്ഞ ഇലകൾക്ക് പച്ചപ്പിന്റെ പുതിയ ഭാവം വരുമ്പോൾ ചിരിമുറ്റിയ മാമനുമെത്തും. നെയ്യാറിലിറങ്ങി കണ്ണുചുവക്കുംവരെ അവരുടെ കുളി. ലൈഫ്ബോയ് സോപ്പിന്റെ നിറകുമിളകൾ അവർക്കിടയിൽ പതഞ്ഞ് പൊട്ടും.

"നിന്റെ പാർട്ടി ഏതാ?"

"കാങ്കർസ്" മാമൻ ആറ്റിൽ ചീങ്കണ്ണിപോലെ പതുങ്ങും. ലൈഫ്ബോയ് പാട്ടിന്റെ താളത്തിൽ പാറക്കല്ലിൽ കാലുരയ്ക്കുന്ന അവനെ ആ ചീങ്കണ്ണി പിടിക്കും. ആഴമുള്ള ഭാഗത്തേക്ക് ഒറ്റ നീന്തൽ. കഴുത്തറ്റം വെള്ളത്തിൽ നിർത്തി അടുത്ത ചോദ്യം.

"ഇപ്പ പറ നീ ഏതാ പാർട്ടി?"

"കമ്യൂണിഷ്ട്"

"ഇങ്കുലാബ് വിളിക്ക്"

"ഇങ്കുലാവ് സിന്താവാ രക്തസാക്ഷികൾ സിന്താവാ, രക്തപതാകാ.."

"ഇനി നീന്തിക്കോ" ചീങ്കണ്ണിയവനെ മോചിപ്പിക്കും. കരയിലേക്ക് നീന്തുന്നതിനിടയിൽ രാഷ്ട്രീയച്ചുവട് മാറും.

"ഞാൻ കങ്കര്സ, സത്യ കങ്കര്സ്" ആറ്റിൽ മലർന്നുകിടന്ന് ആകാശത്തേക്ക് നീട്ടിത്തുപ്പിപ്പോകുന്ന ചീങ്കണ്ണിയുടെ നുണക്കുഴിയിൽ ചിരിയോളംവെട്ടും.

മറുകരയിൽ വെറ്റിലക്കൊടികൾക്കിടയിൽ നില്ക്കുന്ന തുളസി ഇതൊക്കെ കണ്ട് ചിരിക്കുന്നുണ്ടാകും. ഉന്മാദത്തിന്റെ മാമ്പൂവ് മാമനിലിങ്ങനെ വിരിയാതിരുന്നെങ്കിൽ അവരുടെ പ്രണയത്തിന്റെ ഉത്തരമൊന്നാകുമായിരുന്നു. തുളസി വധു വേഷത്തിൽ അംബാസിഡറിൽ കയറിപ്പോയതിന്റെ പായസ സദ്യ അവനും മാമനും ഒന്നിച്ചിരുന്ന് കഴിച്ചു. ആ മീനത്തിലും മാമന് ചൂട് കയറി. തേക്കിന്റെ പോസ്റ്റിൽ ചരിച്ചുകെട്ടിയ കമ്പിയിൽ തൂങ്ങി പൂത്തിരി കത്തിച്ചു. ഭയന്നോടിയവരെ തല്ലി. പത്തോളം ആളുകൾ കാടുമുഴുവൻ ഓടിച്ചിട്ടാണ് മാമനെ കിട്ടിയത്. ജീപ്പിന്റെ പിന്നിൽ കയറിൽ കെട്ടിക്കൊണ്ടുപോകുമ്പോൾ മാമന്റെ പൊട്ടിയൊലിക്കുന്ന നെറ്റി

കണ്ട് അവൻ കരഞ്ഞു. ജീപ്പിലുണ്ടായിരുന്ന പലരോടും അവന് പക പുകഞ്ഞു. കത്തിയുമായി മറഞ്ഞുനിന്ന് അവരിൽ ഒരാളെയെങ്കിലും കുത്തി വീഴ്ത്താൻ പലതവണ ആഗ്രഹിച്ചു.

ഇലമുറ്റിയപ്പോൾ മടങ്ങി വന്ന മാമന്റെ മുഖത്ത് ചിരി വറ്റിയിരുന്നു. കൈയിലിരുന്ന ചായ ഒപ്പംകൂടിയ വിറയലിൽ തൂവിപ്പോയി. ആറ്റിലിറങ്ങി നുണക്കുഴി മറച്ച് മൊട്ടക്കുന്നുപോലെ മുങ്ങിക്കിടന്നു. സോപ്പ് തീർന്നിട്ടും മാമന്റെ മണം മാറുന്നില്ല. അവനന്നുമുതലാണ് അല്പം മാറി നടക്കാൻ തുടങ്ങിയത്.

രണ്ട്

“ഡേയ് അലമ്പൻ പന്തേല് നിന്ന് സർക്കസ് കാണിക്കണ്. മേലില് തുണിയും നൂലൊന്നും ഇല്ലാ, ആരെങ്കിലും കൈവയ്ക്കും മുമ്പേ ചെന്ന് വിളിയെടാ.” അരക്ക് സായിപ്പിന്റെ മോൻ വിളിച്ചു പറഞ്ഞിട്ട് പോകുമ്പോൾ അമ്മാമ്മ അവനെ നോക്കും.

“മക്കളേ, മാമനെ ഇത്തിരിച്ചെന്ന് വിളിച്ച് നോക്കട..” ഇതുകേട്ടാൽ അവന്റെ അമ്മയ്ക്ക് തീരെ സഹിക്കില്ല.

“എന്തരെന്നെ നിങ്ങളീ പറയണത്? നിങ്ങളെ മാരൻ കഞ്ചാവ് ബീഡിയും വലിച്ച് കേറ്റി പൊളക്കണടത്ത് എന്റെ പിള്ളേ വിടാനാ? പത്ത് പസ്സ് ക്ലാസില് ജയിച്ച കൊച്ചിന് ഒരു പെൻസിലിന്റെ തുണ്ടെങ്കിലും വാങ്ങിക്കൊടുത്താ..” അമ്മാമ്മയും വിട്ടുകൊടുക്കില്ല.

“നീ കണ്ടാടി എന്റെ സുമാരൻ കഞ്ചാവ് വീഡി കുടിക്കണത്. നിന്റെ കള്ള മാപ്പളയാണാ കഞ്ചാവ് കൊടുത്തത്? എന്റെ പിള്ളയ്ക്ക് തലേലെ മൊകളിൽ ആ കൊറത്തിപ്പെണ്ണിന്റെ പ്രാക്ക് നിക്കണ്.” അവന്റെ സൈക്കിൾ പന്തയിലേക്ക് പോകും വരെ അമ്മാമ്മ കൊറത്തിപ്പെണ്ണിന്റെ കഥ പറയും.

“ഡാമ് കെട്ടിയതിന്റെ പിറ്റേത്ത വർഷം ഒരു ഒന്നാം തീയതി, ക്ലാസ് നെറയെ ചായേങ്കൊണ്ട് ഞാഞ്ചെന്നു നിന്റെ അപ്പൂപ്പനെ വിളിച്ചൊണർത്തി. ഏക്കറ് കണക്കിന് വയലിൽ വെള്ളം കേറി നിക്കണ സമയം. ‘ചെല്ലാ ഏങ്ങാതെ എണീറ്റ് വരീന്ന്’ ഞാൻ പറഞ്ഞ് ഏറ്റവും ഒയരമുള്ള കമുവിന്റെ മണ്ട ദാ ഇത്തരീം കാണാം. (അമ്മാമ്മ ചെറുവിരലിന്റെ അറ്റമുയർത്തി കാണിക്കും.) അതും നോക്കി നിന്റെ അപ്പൂപ്പൻ ഒരു നിപ്പ് നിന്ന് മക്കളേ. അതീപ്പിന്നെ നിന്റെ അപ്പൂപ്പൻ വീട്ടില് കേറിട്ടില്ല. സുമാരനെപ്പോലെ എവിടെന്നോ കിട്ടിയ ഒരു പച്ച പാവാടയും ഉടുത്ത് പാട്ടും പാടി ആറ്റിന്റെ കരേക്കൂടെ നടക്കും. ഒടുക്കം വരിക്കപ്ലാവില് കെട്ടിത്തൂങ്ങി ചാവണത് വരെ ആ പാട്ടായിരുന്നു.”

‘വയ്യേ സഹിക്കുവാൻ
മെയ്യും തളരുന്നു
നെയ്യാറണയും വന്നേ
ഓമനക്കുഞ്ഞിനെയും തൂക്കി ഞങ്ങ

ളെങ്ങോട്ട് പോയിടട്ടെ?
ഈ വിധമായല്ലോ
പകവാനേ ജീവിതം പാഴായല്ലോ
കാട്ടാന കൂട്ടത്തോടും പോരാടി നമ്മളല്ലേ.' അമ്മാമ്മ പാടുമ്പോൾ

തൊണ്ടയിലെ ഞരമ്പുകൾ വല്ലാതെ മുറുകി കണ്ണുകൾ നിറയും. എങ്കിലും പാട്ടിന്റെ ഒറ്റവരിപോലും ഒഴിവാക്കില്ല. കഥയങ്ങനെ തുടരും.

"അങ്ങനെയൊരു ദിവസം നിന്റെ അപ്പൂപ്പനെപ്പോലെ പൂമിപോയ ചിന്നപ്രമാടിയെന്നെ കാണാംവന്ന്. ഞാൻ ചോയിച്ച് 'എന്തര് പ്രമാടി ഈ കാലത്ത് തന്നെ.' (അമ്മാമ്മ തികച്ചും നാടകീയമായാണ് ഈ രംഗം അവതരിപ്പിക്കുന്നത്).

'ഒന്നൂല്ല തങ്ക.'

'നിന്റെ സുമാരന് എന്റെ ജഗദപ്പെണ്ണിനെ വേണോന്ന് തോന്നണ്.'

'ആവട്ട് പ്രമാടി, പിള്ളകള് സ്നേഹിച്ചെങ്കി പിന്നെന്തര് ജാതി. നീ സുമാരന് ജഗദത്തിനെ കൊട്. എന്റെ സരസനെ നിന്റെ വിശ്വമ്പരൻ കെട്ടട്ട്.'

'അത് നടക്കൂല തങ്ക.'

'അതെന്തര് പ്രമാടി ഞാനെന്റെ പെണ്ണിനെ ഉപ്പിലിട്ട് വയ്ക്കോ?' ഓ അതോടെ കഴിഞ്ഞ് പ്രമാടി, ആ പെണ്ണിനെ ഇടുക്കിയില് വേറാർക്കോ കെട്ടിക്കൊടുത്ത്. അന്ന് മൊതലാണ് സുമാരന് ഈ എളക്കം.

'അമ്മാ നിങ്ങള് മാറ്റക്കല്യാണം ചോയിച്ചെന്നും' പറഞ്ഞ് വീട്ടിലെ കലവും പാത്രങ്ങളും അടിച്ചൊടച്ച്. ചോയിക്കാൻ ചെന്ന എന്റെ ഇളിക്കൂട്ടിൽ ഒരു ചവിട്ടും ചവിട്ടീട്ട് സുമാരൻ എറങ്ങിപ്പോയി. എട്ടാ പത്താമാസം ഇടുക്കി മുഴുവൻ കൊറത്തിപ്പെണ്ണിനെ തെരഞ്ഞ് നടന്ന്. തിരിച്ച് വന്നപ്പം കാലീല് ഒരു വെരലൂല്ലാ മേലില് തുണിയുല്ലാ. അത് കഴിഞ്ഞാണ് കാട് തീവച്ചതും, പോറസ്റ്റ് കേസും, അതും കഴിഞ്ഞ് കൊറച്ച് കാലം തൊളസി പെണ്ണിന്റെ പിന്നാലെ നടന്ന് അന്ന് അതെങ്കിലും നടത്ത്യാതിയാര്ന്ന്...." കഥ ഇവിടെയാകുമ്പോൾ അവനിറങ്ങിപ്പോരുമെങ്കിലും അമ്മാമ്മയുടെ പറച്ചിൽ തീരില്ല.

"വരി വരിക സഹജരേ
സഹന സമര സമയമായ്"

അവന്റെ സൈക്കിളിന് മാമന്റെ താളം വരും. രക്തസാക്ഷി മണ്ഡപത്തിന്റെ മുന്നിൽ സല്യൂട്ട് ചെയ്ത് നില്ക്കുന്ന വിപ്ലവത്തിന്റെ കവിളിൽ നുണക്കുഴി തെളിയും. ഹാൻഡിലിൽ ഉടുപ്പും ചെരുപ്പും തൂക്കിയിട്ട് മാമനെയും പിന്നിലിരുത്തി ചവിട്ടിപ്പോരും. ആ തവണ സെല്ലിലാക്കാൻ അവനും കൂട്ടുപോയി. മടങ്ങാൻ നേരം സെല്ലിന്റെ കമ്പിക്കിടയിലൂടെ അവന്റെ കവിളിൽ തൊട്ടു.

"പത്തില് ഫസ്റ്റ് ക്ലാസുണ്ടല്ലേ?"

"ഉം."

"ആരാവാൻ പോണ്?."

"പൊലീസ്."

"കൃഷിയാപ്പീസറാവുമോ?"

"ഉം." സെല്ലിൽ മണ്ണേനമ്പീ പാട്ടിനൊപ്പം മാമൻ ഉറക്കെ ചിരിക്കുന്നുണ്ടായിരുന്നു.

മൂന്ന്

"ടാ മക്കളെ നിന്റെ പാർട്ടിക്കാര് മുഴുവൻ വന്ന് നിക്കണ് എന്തരെന്നെണീറ്റ് ചോയ്ക്ക്" അമ്മ വിളിച്ച് പറഞ്ഞതുകേട്ട് അവൻ പുറത്തിറങ്ങുമ്പോൾ വീടിനു മുന്നിൽ പന്തയിലെ രാഷ്ട്രീയ സർവ്വ കക്ഷി യോഗം. സകലരുടെയും കൊടിമരങ്ങൾ മുറ്റത്തെ തൈമാവിൽ ചാരി വച്ചിട്ടുണ്ട്. പാർട്ടിയുടെ ലോക്കൽക്കമ്മെറ്റിയംഗം പ്രമേയമവതരിപ്പിച്ചു.

"സഖാവേ ഇത് ശരിയാവൂല. നമ്മുടെ മാത്രമല്ല സകലതും കുറുപ്പ് എളക്കിയെടുത്തിട്ടുണ്ട്. രക്തസാക്ഷി മണ്ഡപത്തിൽ 'വിപ്ലവം തുലയട്ടെ'ന്ന് എഴുതിയും വച്ചു. അത് ഇത്തിരി പെയിന്റിട്ടാൽ തീരും. ഇതൊന്നുമല്ല കേസ്. പോസ്റ്റോഫീസിലെ പെട്ടിയെടുത്ത് നെയ്യാറിലെറിഞ്ഞ്. അത് മുങ്ങിയെടുക്കാൻ ഏതെങ്കിലും പിള്ളാരെ ഏർപ്പാടാക്കണം. ഇല്ലെങ്കിൽ കേസ് വേറെ വഴിക്കാകും. കൊടിമരങ്ങള് നിർത്താൻ മണിയൻ മേസ്തിരി ഇപ്പ വരും. അതിന്റെ കൂലിയങ്ങ് കൊടുത്താ മതി." പാർട്ടിക്കാർ അവരവരുടെ കൊടിമരങ്ങളുമായി പന്തയിലേക്ക് മാർച്ച് ചെയ്തു. അവന്റെ ബൈക്ക് കവലയിലേക്ക് ചീറിപ്പാഞ്ഞ് പോയി.

"ഇങ്കുലാവിൻ മക്കൾ നമ്മൾ
വാക്കിലും തോക്കിലും തോറ്റിട്ടില്ല.." മന്തി സുനിയുടെ സർബ്ബത്ത് കടയ്ക്ക് പിന്നിൽ പിഴിഞ്ഞെറിഞ്ഞ നാരങ്ങാത്തോടുകൾ ഉപ്പിൽ മുക്കി പാട്ടിനൊപ്പം തിന്നുന്നു. 'വീട്ടിപ്പോ സുമാരാ' എന്നാവർത്തിച്ച് അമ്മാമ്മയും അടുത്തുണ്ട്. വേലിയിൽ നിന്ന് ഒരു പത്തല് കമ്പും ഒടിച്ച് അടിക്കാൻ ഓടിയ അവനെ മാമന്റെ ഒരു ചങ്ങാതി തടഞ്ഞു.

"അതെന്തര് വേലകളപ്പി, കുറുപ്പിനെ അടിക്കാനാണെങ്കി ഞങ്ങൾക്കൊക്കെ എന്നേ ആവാര്ന്ന്. ഇന്ന് കൊടി പിഴുതത് സഖാവിന്റെ പാർട്ടീരെ മാത്രല്ലല്ലാ, എന്റെ വീട്ടിന്റെ ഗേറ്റും വരെ സുമാരണ്ണൻ എളക്കിയിട്ടിരിക്കണ്. നീയൊരു വണ്ടിവിളി, കുറുപ്പിനെ പിടിച്ച് കേറ്റിത്തരണ കാര്യം ഞങ്ങളേറ്റ്. നിങ്ങള് മാമനും മരുമോനൊക്കെ ശരി തന്നെ. അടിയുമ്പിടിയൊന്നും നടക്കൂല." ആംബുലൻസിൽ അവന്റെ മടിയിൽ കൈയും കാലും കെട്ടി കിടക്കുമ്പോഴും മാമന് നുണക്കുഴി നിറയെ ചിരിയായിരുന്നു.

മാമന്റെ ജീവിതത്തിലേക്ക് അഭയയിൽ നിന്ന് മേരി വന്നതും, സുഗതകുമാരിയുടെ സാന്നിദ്ധ്യത്തിലുള്ള വിവാഹ കരാറും, ജിജി മോള് ജനിച്ചതും കുടിച്ച് കൂത്താടി ജീവിതം മടുത്തെന്ന പരിഭവവും പറഞ്ഞ് ഒരു രാത്രിയിൽ മേരിയാന്റി പോയതും, ഒട്ടും ചോരാതെ അമ്മാമ്മ പറയുന്നു. അവന് എത്രയും വേഗം മാമനെ സെല്ലിലടച്ചാൽ മതിയായിരുന്നു.

നാല്

മറ്റൊരിലകൊഴിയലിന്റെ ആദ്യദിനങ്ങളിലായിരുന്നു അവന്റെ വിവാഹവും. കതിർമണ്ഡപത്തിലിരിക്കുമ്പോഴും അവന്റെ നോട്ടം വിവാഹവേഷക്കാർക്കിടയിൽ പാട്ടോളമൊരുക്കുന്ന ഉടുപ്പില്ലാത്ത മാമനിലായിരുന്നു. ആ പാട്ടിനെ ഭാര്യവീട്ടുകാരിൽ നിന്നെത്ര ഒളിപ്പിക്കാൻ ശ്രമിച്ചിട്ടും അസൂയക്കാരുടെ അശ്രാന്ത പരിശ്രമത്താൽ എല്ലാവരികളും അവരറിഞ്ഞു. പാരമ്പര്യമായി കൈമാറിയ ആ താളത്തിന്റെ അടുത്ത അവകാശി മരുമകനാണെന്നാരോ പറഞ്ഞു കൊടുത്തതിന്റെ ഭയം വിരുന്നിന് ചെന്നപ്പോഴുള്ള അമ്മായിയുടെ ചോദ്യത്തിലുണ്ടായിരുന്നു.

"ആ അമ്മാവന് മക്കളൊക്കെ?" അമ്മായിയപ്പനും മകളുടെ ഭാവിയെക്കുറിച്ചുള്ള ഭയം സൂചിപ്പിച്ചു. അളിയൻ വന്നുപോകുമ്പോഴെല്ലാം ഒരു ചിരിയോടെ മാമനെക്കുറിച്ച് ചോദിക്കും. എല്ലാത്തിനും അവനൊന്ന് തലയാട്ടുക മാത്രം ചെയ്യും.

അയാൾ ജനാലകൾ തുറന്നിട്ടു. തണുപ്പുപുതച്ചൊരു പാട്ട് പതിയെ ഇഴഞ്ഞ് വരുന്നുണ്ട്.

"ചോര തുടിക്കും ചെറു കൈയുകളേ
പേറുക വന്നീ പന്തങ്ങൾ
ഏറിയ തലമുറ ഏന്തിയ പാരിൻ
വാരൊളി മംഗള കന്തങ്ങൾ.." അയാളുടെ ഭാര്യ അലക്കിയിട്ട പാവാടയാണ് മാമനുടുത്തിരിക്കുന്നത്. വരികളിലെ ചൂടേറ്റെടുക്കാനുള്ള വിളിയും, 'മോനിത്തിരി ഹൈപ്പറാട്ടോ ഉടനെ ഒരു കൗൺസലറെ കാണിക്കണം' മൂന്ന് സിയിലെ ക്ലാസ് ടീച്ചറിന്റെ നിർദ്ദേശവുമോർത്ത് അയാൾക്ക് നിയന്ത്രണം വിട്ടു.

"നെനക്കൊന്നും ചാക്കാലയില്ലല്ലാ"പാട്ട് നിന്നു. അയാൾ മൊബൈൽ വെട്ടത്തിൽ ജനാലയിലൂടെ നോക്കി. മതിലിൽ ചാരിനില്ക്കുന്ന മാമന്റെ മുഖത്ത് ചിരിയുണ്ട്. എന്നിട്ടും നുണക്കുഴിയിൽ ഒരു പുഴ വന്ന് നിറയുന്നു.

"എനിക്ക് തണുക്കണ് നീ ഒരു പുതപ്പ് താ....."

ശബ്ദത്തിന് മരവിച്ച പതർച്ച. പഴയൊരു പുതപ്പെടുത്ത് വന്നപ്പോൾ ജനലിനോട് ചേർന്ന് വന്ന് കവിളിൽ തൊട്ടു. എന്തോ പറയാൻ തുടങ്ങിയിട്ട് അപ്പൂപ്പന്റെ പാട്ടും പാടി ദൂരേക്ക് ഓടിപ്പോയി.

'വയ്യേ സഹിക്കുവാൻ
മെയ്യും തളരുന്നു....

ആ തണുപ്പ് അകത്ത് കയറി പതുങ്ങി നില്ക്കുന്നു. സ്വപ്നത്തിലെന്തോ കണ്ട് ചിരിപൊട്ടിയൊലിക്കുന്ന മകന്റെ കവിളിൽ നുണക്കുഴിയുടെ ചെറുപതിപ്പ്. അയാൾ മകനെ തന്നിലേക്ക് ചേർത്തു. മാമന്റെ പാട്ടിലേക്ക് അയാൾ ഓർമ്മകളുടെ സൈക്കിളോടിച്ചു.

ദൂരെ ഇലപൊഴിഞ്ഞൊരു മരത്തിന്റെ ചില്ലയിൽ കൂമന്റെ പാട്ടുയർന്നു!!

ചൊടക്ക്

ദാവൂദ് ഇബ്രാഹിം
7 മാർച്ച് 2019 at 8:25pm

"കുറിച്ചി ദളം, ചൊടക്ക് ദളം എന്നിവ നിങ്ങളുടെ ഭരണകൂടത്തിന്റെ ഭാവനാ സൃഷ്ടികളാണ്.
കുറിച്ചിയിലെ നരവേട്ട തികച്ചും മനുഷ്യാവകാശലംഘനമാണ്."
പ്രതികരിക്കുക."

ചൊടക്ക് സംരക്ഷണ സമിതി, കുറിച്ചി.

ലൈക്ക് 125 കമന്റ്സ് 55 ഷെയർ 13

ദാവൂദ് ഇബ്രാഹിം
8 MARCH 2019 AT 1:36AM

ഇലമുളച്ചിയെന്നോ, ബ്രയോഫില്ലമെന്നോ, തക്കാളിപ്പുവെന്നോ ഇതിനെ നിങ്ങൾ എന്തൊക്കെ വിളിച്ചാലും ഞങ്ങൾ കുറിച്ചിക്കാർക്ക് ഇത് ചൊടക്കാണ് ചൊടക്ക്. നെറ്റിയിലും കവിളിലും കീഴ്ത്താടിയിലും ഞങ്ങളുടെ വിരലിലിരുന്ന് പൊട്ടിത്തെറിച്ച ചൊടക്കിനെ സംരക്ഷിക്കാൻ ഇറങ്ങിയതിന്റെയും ആ പോരാട്ടങ്ങളെ ഭരണകൂടം ഇല്ലായ്മ ചെയ്യാൻ ശ്രമിക്കുന്നതിന്റെയും വ്യക്തമായ കാരണങ്ങൾ നിങ്ങൾ അറിയണം. അതിനു മാത്രമാണ് ഈ കുറിപ്പുകൾ.

പെട്ടിപ്പാറയിൽ റഷ്യൻ വർഗ്ഗീസിന്റെ സങ്കരയിനത്തിൽപ്പെട്ട കുഞ്ഞൻ തെങ്ങിലെ കരിക്ക് കുടിച്ച് നവോത്ഥാന ആശയങ്ങൾ ചർച്ച ചെയ്യുകയായിരുന്ന ഞങ്ങളുടെ മുന്നിലേക്ക് മകളെയും തോളിലിരുത്തി

മിസ്റ്റർ ബാലൻ കാറ്റ് പോലെ പാഞ്ഞു വന്നു. ഒരു കരിക്ക് ഒറ്റ വലിക്ക് കുടിച്ചിട്ടാണ് ബാലൻ ഞങ്ങളോട് ആ ഭീകര പ്രശ്നം അവതരിപ്പിച്ചത്. ചൊടക്ക് പാറയിൽ ആയുധങ്ങളുമായി തൊഴിലുറപ്പ് സംഘം തമ്പടിച്ചിരിക്കുന്നു. കുറിച്ചിയുടെ പൈതൃകമായ ചൊടക്ക് ഇല്ലായ്മ ചെയ്യാൻ കേന്ദ്ര സംസ്ഥാന സർക്കാരുകൾ പണമൊഴുക്കുന്നുണ്ടത്രേ. അതു കേട്ട് മേലു തരിച്ചു നിന്ന ഞാനുൾപ്പെട്ട ഐവർ സംഘത്തിന് ചൊടക്ക് സംരക്ഷണ സമിതി രൂപീകരിക്കാൻ വെറും മൂന്ന് മിനിറ്റ് മതിയായിരുന്നു. കുറിച്ചിയിൽ ബാല്യത്തിന്റെ വേരുള്ള ഞങ്ങൾക്ക് ചൊടക്കില്ലാത്ത കുറിച്ചിയെ കുറിച്ച് ചിന്തിക്കാൻ തന്നെ ആകുമായിരുന്നില്ല. ഞങ്ങളുടെ ബാല്യത്തിന്റെ പൊട്ടിത്തെറിയായിരുന്നു ചൊടക്ക്.

വാഴിച്ചൽ വില്ലേജിൽ മുകുന്ദറ ദേശത്ത് പന്ത കുട്ടപ്പു റോഡിന്റെ വടക്കുകിഴക്ക് ഭാഗത്ത് അഞ്ചര ഏക്കർ പതിനാലു സെന്റിൽ പരന്നുകിടക്കുന്ന കുറിച്ചിപ്പാറയാണ് ഈ നാടിന്റെ ഐശ്വര്യം. ഇതിന്റെ താഴ്വശത്ത് സ്ഥിതിചെയ്യുന്ന അങ്കണവാടിയും പ്രാഥമിക ആരോഗ്യ കേന്ദ്രവും ഇ എം എസ് വായനശാലയും അതിനു മുന്നിലെ വിശാലമായ മൈതാനവും ഞങ്ങൾക്ക് എന്നല്ല ഈ നാട്ടിലെ ആർക്കും തിരസ്കരിക്കാൻ കഴിയില്ല. പ്രത്യേകിച്ച് വായനശാലയുടെ സെക്രട്ടറിയും, നാട്ടിലെ പുരോഗമന പ്രസ്ഥാനത്തിന്റെ അനുഭാവിയുമായ മിസ്റ്റർ ബാലന്. ബാലന്റെ നേതൃത്വത്തിൽ കുറിച്ചിപ്പാറയിൽ ഇറങ്ങിയ സ്ത്രീ സായുധ സംഘത്തെ ഓലപ്പടക്കം എറിഞ്ഞ് തുരത്തിയവരിൽ ഞാനുമുണ്ടായിരുന്നു.

സർക്കാർ സർവ്വീസിലായതിനാൽ ഞാനും മറ്റൊരാളും മാത്രമേ അന്ന് മുഖം മറച്ചിരുന്നുള്ളു. പടക്കംപൊട്ടി ചിതറിയോടിയ സംഘം പഞ്ചായത്ത് പ്രസിഡന്റ് ഉൽപ്പൻപിള്ളയുടെ നേതൃത്വത്തിൽ വർദ്ധിത വീര്യത്തോടെ മടങ്ങിയെത്തി. ആ സമയം അവിടെ തിങ്ങിക്കൂടിയ നാട്ടുകാരോട് ഞാൻ “ഇലമുളച്ചിയും പാരിസ്ഥിതിക മാനങ്ങളും” എന്ന വിഷയം സംസാരിക്കുകയായിരുന്നു. സംസാരിച്ചതിന്റെ ചുരുക്കം നിങ്ങളോട് പറയാം അതിലെന്തെങ്കിലും രാജ്യദ്രോഹമുണ്ടോയെന്ന് നിങ്ങൾ തന്നെ വിലയിരുത്തൂ.

ബ്രയോഫില്ലം, എയർപ്ലാന്റ് കത്തീട്രൽ ബെൽ, മിറക്കിൾ ലീഫ്, ഇലമുളച്ചിയുടെ ഗൂഗിൾ പര്യായ വിജ്ഞാനീയം കേട്ട് എന്റെ നാട്ടുകാർ അന്തം വിട്ടു കുന്തം വിഴുങ്ങി നിന്നു. കുറിച്ചിപ്പാറയിൽ പടർന്നുകിടക്കുന്നത് അങ്ങ് ദൂരെ മഡഗാസ്കറിലെ വിശേഷപ്പെട്ട സസ്യവർഗ്ഗമാണെന്ന് കേട്ട് മിസ്റ്റർ ബാലൻപോലും മൂക്കത്ത് വിരൽ വച്ചു. മൂത്രാശയക്കല്ലിനും വൃക്കയിലെ കല്ലിനും, സന്ധിവേദനയ്ക്കും ഇലമുളച്ചി ഔഷധമാണെന്ന് പറഞ്ഞപ്പോൾ അങ്കണവാടിയുടെ പിന്നിൽ മൂത്രം പോകാൻ കാറ്റേറ്റ് കുന്തിച്ചിരിക്കുന്ന എതിർ കക്ഷി ഉൽപ്പൻപിള്ളയും അതിശയത്തോടെ തല കുലുക്കി സമ്മതിച്ചു.

തല്ക്കാലം ഇതിവിടെ നിർത്തട്ടെ.

എനിക്ക് അടുത്ത താവളത്തിലേക്ക് തിരിക്കാനുള്ള വാഹനം വന്നു.

കുറിച്ചിയിലെ നരവേട്ടയ്ക്ക് പിന്നാലെ ഓപ്പറേഷൻ ബ്രയോഫില്ലം എന്റെ തലയ്ക്കും വിലയിട്ടിരിക്കുന്നു. ഉൽപ്പൻ പിള്ളയുടെ അനന്തരവൻ എസ് ഐയുടെ നേതൃത്വത്തിൽ ഞാൻ വീട്ടിൽ സൂക്ഷിച്ചിരുന്ന നൂറു ചൊടക്ക് തൈകൾ നശിപ്പിച്ചിരിക്കുന്നു. പോസ്റ്ററുകളും അതൊട്ടിക്കാൻ സൂക്ഷിച്ചിരുന്ന മൈദയും അവർ നശിപ്പിച്ചു. രാജ്യദ്രോഹക്കുറ്റമാണ് ചുമത്തിയിരിക്കുന്നത്. തോക്ക് നിർമ്മിക്കുന്നതിന്റെ വിവരങ്ങൾ അടങ്ങിയ രേഖകളും കണ്ടെത്തിയത്രേ. ഓപ്പറേഷൻ ബ്രയോഫില്ലത്തിന്റെ തോക്കെത്താത്തയിടത്ത് എനിക്കെത്താൻ കഴിഞ്ഞാൽ ബാക്കി കുറിക്കാം.

കാത്തിരിക്കുക.

ലൈക്ക് 85 കമന്റ്സ് 18 ഷെയർ 8

ദാവൂദ് ഇബ്രാഹിം
9 March 2019 at 4:36 am

വനത്തിലൂടെ വളരെ നീണ്ട യാത്രയായിരുന്നു. നല്ല ക്ഷീണമുണ്ട്. എങ്കിലും 'കാത്തിരിക്കുക അഞ്ച് മണിക്കൂർ കഴിഞ്ഞ് നിങ്ങളുടെ വാഹനം വരും' എന്നാണ് എനിക്ക് കിട്ടിയ നിർദ്ദേശം. ഈ ഇടവേളയിൽ നമുക്ക് കുറിച്ചിയെപ്പറ്റി സംസാരിക്കാം.

കഴിഞ്ഞ ഇരുപത് കൊല്ലങ്ങളായി കുറിച്ചി പഞ്ചായത്തിന്റെ പിതൃത്വം ശ്രീമാൻ ഉൽപ്പൻ പിള്ളയ്ക്ക് തന്നെ. അവിവാഹിതനും പൂർവ്വികരിൽ നിന്ന് ലഭിച്ച കണക്കറ്റ സ്വത്തിന് ഉടമയുമാണദ്ദേഹം. വാഗ്മിയും രാഷ്ട്രീയ മാന്യത സൂക്ഷിക്കുന്നവനുമായ ഉൽപ്പൻപിള്ളയുടെ ജീവിതം കുറിച്ചിക്കുവേണ്ടി ഉഴിഞ്ഞുവച്ചതാണെന്ന വാദത്തെ അംഗീകരിക്കാമെങ്കിലും സ്ഥിരമായി ആറാം വാർഡിൽ മത്സരിക്കുന്ന അദ്ദേഹത്തിന്റെ സഹപാഠിയായിരുന്ന ദേവകിയും അവിവാഹിതയായി തുടരുന്നത് ഇന്നും ഈ പഞ്ചായത്തിൽ വലിയ ചോദ്യമായി നില്ക്കുന്നു. നാൾക്കുനാൾ ഉൽപ്പൻപിള്ളയുടെയും ദേവകിയുടെയും ബന്ധുമിത്രാദികളുടെ സാമ്പത്തിക വളർച്ചയും മറ്റൊരു ചോദ്യമാണ്. അതു കൂടാതെ പഞ്ചായത്തിന്റെ ഭാഗമായ കുറിച്ചി വനപ്രദേശത്ത് പ്രസിഡന്റിന്റെ സഹോദരീ പുത്രൻ കൈയേറി നിർമ്മിച്ച വാട്ടർ തീം പാർക്കിന്റെ അനുമതിയുടെ പേരിൽ മിസ്റ്റർ ബാലൻ വേഴ്സസ് കുറിച്ചി പഞ്ചായത്ത് റവന്യൂ വ്യവഹാരം ജില്ലാ കോടതിയിൽ നില്ക്കുന്നുണ്ട്.

ഇതൊക്കെ ചൊടക്ക് സംരക്ഷണ സമിതിയുടെയോ എന്റെയോ അഭിപ്രായങ്ങളായി തള്ളിക്കളയാം. ഉൽപ്പൻപിള്ളയുടെ "മാറുന്ന കുറിച്ചി മാറാത്ത ചൊടക്ക്" എന്ന മാർക്കാന്റണിയൻ പ്രഭാഷണം കേട്ട് നാട് മുഴുവൻ ഞങ്ങൾക്കെതിരെ തിരിഞ്ഞു. അയാളുടെ പ്രസംഗത്തിന്റെ രത്നച്ചുരുക്കം ഇതാണ്.

കുറിച്ചിയുടെ വികസനത്തിന് ഏക തടസ്സം ആ പാറയും ചൊടക്ക് ദളത്തിന്റെ അനങ്ങാപ്പാറ നയവുമാണ്. ചൊടക്ക് നീക്കം ചെയ്യാൻ കേന്ദ്രം

വലിയ തുകയാണ് നീക്കിവച്ചിട്ടുള്ളത്. ഏകദേശം അറുപത് തൊഴിലാളികൾക്ക് അറുപത് പ്രവൃത്തിദിനങ്ങളാണ് കേന്ദ്രവും പഞ്ചായത്തും ചേർന്നൊരുക്കുന്നത്. ഇരുന്നൂറ്റി എഴുപത്തിമൂന്നേ ഗുണം അറുപതേ ഗുണം അറുപത് ഓർത്തു നോക്കൂ, പഞ്ചായത്തിന് സ്വപ്നം കാണാൻ കഴിയുന്ന തുകയാണോ? ചൊടക്ക് പൂർണ്ണമായും ഈ പാറയിൽനിന്നും മാറിയാൽ വൻ വികസന പദ്ധതികളാണ് പഞ്ചായത്ത് വിഭാവനം ചെയ്യുന്നത്. പതിനേഴ് നിലകളിൽ പൂർത്തിയാക്കുന്ന കുറിച്ചി ഡെവലപ്പമെന്റ് അതോറിറ്റിയുടെ ആ കെട്ടിടത്തിൽ മൾട്ടി സ്പെഷ്യാലിറ്റി വൃദ്ധസദനം ഉൾപ്പെടെ ഇരുപത് പുതിയ സ്ഥാപനങ്ങളാണ് തുറക്കാൻ പോകുന്നത്. മിസ്റ്റർ ബാലന്റെ കൂട്ടാളികൾ പറഞ്ഞതുപോലെ ചൊടക്കിന് മൂത്രതടസ്സം പോലെ മാരകമായ രോഗങ്ങൾക്ക് ശാശ്വത പരിഹാരമാകാൻ കഴിയുമെങ്കിൽ ഒരു ചൊടക്ക് ഗവേഷണ യൂണിറ്റും പഞ്ചായത്ത് അതോടൊപ്പം തുടങ്ങും. അതുപോലെ ഓരോ വീട്ടിലും പത്ത് ചൊടക്ക് വീതം വച്ചു പിടിപ്പിക്കുന്ന പദ്ധതിയും സംഘടിപ്പിക്കും.

പഞ്ചായത്തിനും സർക്കാരിനും വികസനകാര്യങ്ങളിൽ വളരെ വിശാലമായ കാഴ്ചപ്പാടാണുള്ളത്. അതിനെ തകർക്കാൻ മുടന്തൻ ന്യായങ്ങൾ നിരത്തുന്ന ഇവരാണ് നാടിന്റെ ശത്രുക്കൾ, ഇവരെയാണ് നാം ഒറ്റപ്പെടുത്തേണ്ടത്. ജനങ്ങളുടെ കൈയടി നിലയ്ക്കാൻ ഇരുപത് മിനിട്ട് വേണ്ടി വന്നു. തൊഴിലുറപ്പ് സംഘം ആയുധങ്ങളുമായി ഞങ്ങളെ നേരിട്ടു. കൂട്ടം റഷ്യൻ വർഗ്ഗീസിന്റെ തോട്ടത്തിലേക്ക് പലായനം ചെയ്തു. ജനങ്ങളിലെ വിശ്വാസ്യത നേടിയെടുക്കും വരെ ആ പറമ്പിന്റെ ഉൾഭാഗങ്ങൾ സങ്കേതമാക്കാൻ ഞങ്ങൾ തീരുമാനിച്ചു. സോഷ്യൽ മീഡിയയുടെ സഹായത്തോടെ പഞ്ചായത്തിന്റെ ഭ്രാന്തൻ നയങ്ങളെ ചെറുക്കാൻ തുടങ്ങിയതാണ് ഇത്തരം പ്രൊഫൈലുകൾ. വികസന സ്വപ്നങ്ങളുടെ നിറം പൂശി കുറിച്ചി ജനതയെ പഞ്ചായത്ത് ചതിക്കുകയാണെന്ന സത്യം ബോദ്ധ്യപ്പെടുത്താൻ ഞങ്ങൾ പദ്ധതികൾ തയ്യാറാക്കി. പക്ഷേ, ഞങ്ങളെ കാത്തിരുന്നത്........

എനിക്ക് ഇവിടെനിന്നും അടിയന്തരമായി മാറാനുള്ള സന്ദേശം കിട്ടിയിരിക്കുന്നു. ഇനി എന്റെ ഫോൺ ചിലപ്പോൾ നിശ്ചലമായിരിക്കും. ബ്രയോഫില്ലത്തിന്റെ സാറ്റലൈറ്റ് സംവിധാനം എന്നെ വളരെ വേഗം കണ്ടെത്തിയേക്കാം. കാത്തിരിക്കുക. അടുത്ത സുരക്ഷിതയിടത്തുനിന്നും കുറിക്കാം.

ലൈക്ക് 12 കമന്റ്സ് 10 ഷെയർ 2

ദാവൂദ് ഇബ്രാഹിം
Yesterday 3:36pm

പ്രിയ സുഹൃത്തേ,
ഇന്ന് പകൽ ഞാനിവിടെയെത്തി. ഈ തണുപ്പിനെ ഞാനും

ചൊടക്കും അതിജീവിക്കുമെന്ന് തോന്നുന്നില്ല. എങ്കിലും നമ്മുടെ കുറിച്ചിയിലെ ചൊടക്ക് രാജ്യത്തിന്റെ പല കോണുകളിലും എത്താൻ ഞാൻ കാരണമായിരിക്കുന്നു.

ഉൽപ്പൻപിള്ളയുടെ ഒറ്റ പ്രസംഗത്തിൽ കുറിച്ചിയിൽ ഞങ്ങൾ പിന്തള്ളപ്പെട്ടുവെങ്കിലും കുറിച്ചിയിൽ ക്രിയാത്മകമായ ഇടപെടൽ നടത്താൻ തന്നെ ഞങ്ങൾ തീരുമാനിച്ചു. കിട്ടിയ അവസരങ്ങളിൽ എല്ലാം ഞങ്ങൾ നാട്ടിലിറങ്ങി. ഡാമിലെ വെള്ളമെടുത്ത് കാളിപ്പാറ കുടിവെള്ള പദ്ധതിക്കായി പൈപ്പ് ലൈൻ ഇടുന്നതിനെതിരെ നടന്ന സമരത്തിലും, ലോൺ മുടങ്ങി സുഷമയുടെ പശുവിനെ ജപ്തി ചെയ്യാനെത്തിയ ബാങ്കുകാരെ തടയുന്നതിലും, ചവറ് സംസ്കരണ യൂണിറ്റിനെതിരെ നടന്ന ജനകീയ സമരത്തിലും, മൊബൈൽ ടവറിന് എതിരെയും നടന്ന പ്രക്ഷോഭങ്ങൾക്ക് ഞങ്ങൾ ജനങ്ങൾക്ക് പിന്തുണ നല്കി. ടവറിന് എതിരായി നടന്ന സമരത്തിൽ ആദ്യമായി ഞങ്ങൾക്കിടയിൽ ഭിന്നസ്വരമുയർന്നു. സംഘത്തിൽ ഒരാൾ "അപ്രായോഗികം" എന്ന് മുദ്രാവാക്യം മുഴക്കി പുറത്ത് പോയി. എങ്കിലും സിനിമാ ഫെസ്റ്റുകൾ, ആർട്ട് ഗ്യാലറികൾ, പുസ്തക പ്രദർശനങ്ങൾ എന്നിവയിൽ ഞങ്ങൾ സജീവ സാന്നിദ്ധ്യമായി.

ഇതിനിടയിൽ മിസ്റ്റർ ബാലന്റെ കുട്ടിയെ അങ്കണവാടിയിൽനിന്ന് പുറത്താക്കി. അത് ചോദിക്കാൻ ചെന്ന ബാലൻ ചൊടക്ക് ചെടികൾക്കിടയിൽ വെടിയേറ്റ് കിടക്കുന്നതാണ് ഞങ്ങൾ കണ്ടത്. മുഖംമൂടി ധരിച്ചെത്തിയ ഞങ്ങളെ മിസ്റ്റർ ബാലന്റെ ശരീരം കാണിക്കാൻ ദൗത്യസംഘം ആദ്യം തയ്യാറായില്ല. മുഖംമൂടി മാറ്റി ഞാൻ കയർത്തപ്പോൾ അവർ സമ്മതിച്ചു. അങ്കണവാടിയിൽ ചെന്ന് പണവും അഞ്ചുപേർക്കുള്ള അരിയും പയറുവർഗ്ഗങ്ങളും ചോദിച്ചുവെന്നും കവണചൂണ്ടി ഭീഷണി മുഴക്കി എന്ന ദൗത്യസംഘത്തിന്റെ പക്ഷം തികച്ചും കളവാണ്. മിസ്റ്റർ ബാലന്റെ സഞ്ചിയിൽനിന്ന് മൂന്ന് ഗോലി, ഒരു കവണ, നാല് കിലോ അരി, ഒന്നരക്കിലോ പയർ, നാല് മുട്ട, ചുവപ്പ് മാർക്കർ, ഫെവിക്കോൾ, ചാർട്ട് എന്നിവയും കണ്ടെത്തിയത്രേ. മിസ്റ്റർ ബാലന്റെ കവണയേറിൽ അതീവഗുരുതരമായി പരിക്കേറ്റ അങ്കണവാടി ടീച്ചറും ദൗത്യസംഘത്തിലെ ഒൻപത് പേരും കോമയിലാണെന്നും അവരിറക്കിയ പത്രകുറിപ്പിൽ പറയുന്നു.

ഫോണിൽ ബാറ്ററി കഴിയുന്നു. ഒന്നോ രണ്ടോ മണിക്കൂറിൽ ഞാൻ മടങ്ങി വരും.

കാത്തിരിക്കുക.

ലൈക്ക് 7 കമന്റ്സ് 1 ഷെയർ 0

ദാവൂദ് ഇബ്രാഹിം

2hrs ago

ഇന്നലെ എനിക്ക് കുറിക്കാൻ കഴിഞ്ഞില്ല. ഒന്ന് വ്യക്തമായി, ബ്രയോഫില്ലത്തിന്റെ വെടിയുണ്ടകൾ എന്റെ അടുത്ത് എത്തിയിരിക്കുന്നു.

ഇനി ഒരു കുറിപ്പ് വായിക്കാൻ നിങ്ങൾക്കോ എഴുതാൻ എനിക്കോ കഴിയുമെന്ന് തോന്നുന്നില്ല. കുറിച്ചിയിലെ ഒടുവിലെ ദിനങ്ങളെക്കുറിച്ച് നിങ്ങൾ അറിഞ്ഞേ മതിയാകൂ എന്നെനിക്ക് നിർബ്ബന്ധമുള്ളതുകൊണ്ടാണ് ഞാനിപ്പോൾ വന്നതു തന്നെ.

മിസ്റ്റർ ബാലന്റെ രക്തസാക്ഷിത്വം ഞങ്ങളെയേറെ പ്രകോപിപ്പിച്ചിരുന്നു. അമ്പതിൽ കുറയാത്ത ആളുകളെ നിരത്തി അനുശോചന യോഗം നടത്തി. അതിൽ ഉൽപ്പൻപിള്ളയുടെ അനന്തരവൻ വേഷം മാറി പങ്കെടുത്തത് ഞങ്ങൾ മനസ്സിലാക്കിയിരുന്നു. പഞ്ചായത്തിനും അതിലൂടെ ഭരണകൂടത്തിനും വലിയൊരു മറുപടി കൊടുക്കാൻ ഞങ്ങൾ തീരുമാനിച്ചു. സാമ്പത്തിക തിരിമറികളിൽ ആരോപിതയായ മിസ് ദേവകി രാജിവച്ചതോടെ അഞ്ചാം വാർഡിൽ ഉപതിരഞ്ഞെടുപ്പ് പ്രഖ്യാപിച്ചു. വാർഡിന്റെ ചുവരുകളിൽ ഈ തിരഞ്ഞെടുപ്പ് ബഹിഷ്കരിക്കാനുള്ള പോസ്റ്ററുകൾ പതിച്ചു. “ജനാധിപത്യം വലിയ നുണ” എന്ന വിഷയത്തിൽ സെമിനാർ നടത്തി. മിസ്റ്റർ ബാലന്റെ രക്തത്തിന് പ്രതികാരം ചെയ്യുമെന്ന് പോസ്റ്ററുകൾ എഴുതി.

നിങ്ങൾ വിശ്വസിച്ചാലും ഇല്ലെങ്കിലും പറയട്ടെ ശ്രീമാൻ ഉൽപ്പൻപിള്ളയുടെ വധത്തിന് പിന്നിൽ ഞങ്ങളല്ല. അദ്ദേഹത്തെ കിഡ്നാപ്പ് ചെയ്യുമെന്നുള്ള പ്രചരണംപോലും വ്യാജമായിരുന്നു. മിസ് ദേവകിയുടെ സഹോദരൻ പ്രതിപക്ഷ സ്ഥാനാർത്ഥിയായതും ഉൽപ്പൻപിള്ള വേഴ്സസ് ദേവകി വാക്കേറ്റവും വിശകലനം ചെയ്താൽ കൊലപാതക കാരണം നിങ്ങൾക്ക് വ്യക്തമാകും.

ലൈക്ക് 1 കമന്റ്സ് 1 ഷെയർ 0

ദാവൂദ് ഇബ്രാഹിം
1minute ago

ചൊടക്ക് സംരക്ഷണ സമിതിയുടെ എല്ലാ പ്രൊഫൈലുകളും നിരീക്ഷണത്തിലാണെന്ന് എനിക്ക് നല്ല ബോദ്ധ്യമുണ്ട്. അല്ലെങ്കിൽ ഉൽപ്പൻ പിള്ളയുടെ അനന്തരവൻ എനിക്ക് സൗഹൃദാഭ്യർത്ഥന നടത്തുമോ? ചൊടക്ക് ദളത്തിന്റെ അവസാന കണ്ണിയെയും അവർക്ക് ഇല്ലായ്മ ചെയ്യണം.

ഒരു പക്ഷേ, പ്രിയ സുഹൃത്തേ, ഇത് വായിച്ച താങ്കളും ഇപ്പോൾ അവരുടെ നിരീക്ഷണത്തിലാണ്. അവർ നിങ്ങളെയും.......

ലൈക്ക് 0 കമന്റ്സ് 0 ഷെയർ 0

പകർപ്പ്

നഗരങ്ങളുടെ തിരക്കുകളിൽ ബാല്യയൗവനങ്ങൾ പിന്നിട്ട് ഗ്രാമത്തിന്റെ തിരക്കില്ലാ വഴികളിലേക്ക് ഇറങ്ങിവന്ന ഒരു ബസിലാണ് ഞങ്ങളിപ്പോൾ യാത്ര ചെയ്യുന്നത്. ഞങ്ങൾ എന്നാൽ ഞാനും നെയ്യാറിലെ കനാൽ ഓപ്പറേറ്റർ പമ്പയ്യപ്പനും. നാടിന് മുഴുവൻ ഡാമിലെ വെള്ളം പമ്പ് ചെയ്ത് അയാൾ പമ്പയ്യപ്പനായി. കാലാന്തരത്തിൽ അയ്യപ്പനും പോയി പമ്പ് മാത്രമായി. പമ്പിന്റെ കെട്ട്യോൾ, പമ്പിന്റെ കുട്ടികൾ, പമ്പിന്റെ വീട് അങ്ങനെ നാട്ടുകാർ അവർക്കു മുന്നിൽ പമ്പ് ചേർത്തുവച്ചു. ഈ സ്വത്വ നിർമ്മാണ പ്രക്രിയയെ മറ്റാരും എതിർത്തില്ലെങ്കിലും 'പമ്പിന്റെ മോനെന്ന്' വിളിച്ചവരോട് ആ ചെക്കൻ 'എ വി മോഹനൻ' എന്നു തിരുത്തിയെങ്കിലും അതാരും അത്ര പരിഗണിച്ചില്ല.

കിതപ്പിക്കുന്ന കയറ്റങ്ങളിൽ ബസിന്റെ മുറുമുറുപ്പും അയാളുടെ ഒറ്റയ്ക്കുള്ള വർത്തമാനങ്ങളും ഞാൻ സ്ഥിരമായി ശ്രദ്ധിക്കാറുണ്ട്. ലോകത്തോട് മുഴുവൻ അയാൾക്ക് എന്തൊക്കെയോ പറയാനുണ്ടെങ്കിലും ബസിനെപ്പോലെ പിറുപിറുക്കാനാണ് താല്പര്യം. ബസ് ഒരു കയറ്റത്തിൽ 'ഇനി കഴിയില്ലെന്ന' എന്ന താളത്തിൽ പിറുപിറുക്കുന്നു. ഇപ്പോൾ പമ്പിനും ബസിനും ഒരേ താളം. പതിവ് പോലെ വൈകിവന്ന ബസിന്റെ അവസാന ട്രിപ്പിൽ ഞങ്ങൾ ഇന്നും ഒരേ സീറ്റിലാണ്. ഏതോ സർവ്വീസ് യൂണിയന്റെ സമ്മേളനത്തിന് സൗജന്യമായി കിട്ടിയ അയാളുടെ നിറം മങ്ങിയ ബാഗ് ഞങ്ങൾക്കിടയിൽ 'അതിക്രമിച്ച് കടക്കരുത്' എന്ന കർശന വിലക്കിന്റെ ബോർഡ് പോലെ വച്ചിട്ടുണ്ട്.

നെയ്യാർ ജലവിതരണ പദ്ധതിയുടെ ഭാഗമായ കനാലിലേക്ക് വെള്ളം തുറന്നുവിടുന്ന പമ്പും, ഒഴുക്കിവിട്ട വെള്ളത്തിന്റെയും ശമ്പളത്തിന്റെയും കണക്കുകൂട്ടൽ നടത്തുന്ന ഞാനും തമ്മിൽ ഒരു ഓഫീസിന്റെ രണ്ട് ഇരി

പ്പിടങ്ങളുടെ ദൂരം. അയാൾക്ക് ആ കനാലിനോട് ചേർത്ത് കെട്ടിയ പുരയാണെങ്കിൽ എനിക്ക് ഡാമിന്റെ ഏറ്റവും ഉയർന്നിടത്തെ നിറം മങ്ങിയ കെട്ടിടത്തിലെ ഒരു മുറി. എന്നും ഒരേ വഴിയിലൂടെ വരികയും പോകുകയും ചെയ്യുന്ന ഞങ്ങൾ തമ്മിൽ ഒരു തവണ പോലും ഓഫീസ് സമയത്ത് കണ്ടിട്ടില്ല, മിണ്ടിയിട്ടില്ല എന്നു പറയുമ്പോൾ നിങ്ങൾക്ക് അത്ഭുതം തോന്നുന്നുണ്ടോ? എങ്കിൽ വിശ്വസിക്കുക, അതൊരു ചരിത്ര സത്യമാണ്.

ആ പഴകിയ ബാഗിന്റെ പുറത്തെ അമർത്തിയുള്ള പിടിത്തം ശ്രദ്ധിക്കൂ. എന്നും അടുത്തിരുന്ന് യാത്ര ചെയ്യുന്ന ഞാൻ അതിലെ വിലപ്പെട്ടതെന്തോ മോഷ്ടിക്കാൻ സാദ്ധ്യതയുള്ളതായി അയാൾ സംശയിക്കുന്നുണ്ടാകാം. അകത്തേക്ക് തെറിച്ചുവീഴുന്ന മഴയിലും ബസിന്റെ ഷട്ടറുകൾ താഴ്ത്തിവയ്ക്കാതെ ഇപ്പോൾ പമ്പ് സംസാരിച്ചുകൊണ്ടിരിക്കുന്നത് അയാളുടെ ഭാര്യയായ വിജയമ്മയോടാണ്.

പമ്പിന്റെ ആത്മഭാഷണങ്ങളുടെ മനഃശാസ്ത്രതലങ്ങളെക്കുറിച്ച് എല്ലാ യാത്രകളിലും ഞാൻ ചിന്തിക്കാറുണ്ട്. മറ്റുള്ളവരോട് പറയാൻ

കഴിയാതെ പോയതോ, ആഗ്രഹിക്കുന്നതോ ആയിരിക്കാം. ഈ ആത്മ ഭാഷണത്തിന്റെ അടിസ്ഥാനം എന്നതാണ് എന്റെ യാത്രാന്തരഗവേഷണ കണ്ടെത്തൽ. എന്തൊക്കെ ആയാലും ആ സാധു സ്ത്രീ ഈ മനുഷ്യനെ എങ്ങനെ സഹിക്കുന്നുവെന്നോർത്ത് എനിക്ക് സഹതാപം തോന്നിയിട്ടുണ്ട്. ഇന്നത്തെ വിഷയം ശ്രദ്ധിക്കൂ. വീടിനോട് ചേർന്ന മുപ്പത് സെന്റിലെ കൃഷിക്ക് വിജയമ്മയും മക്കളും വെള്ളമൊഴിച്ചിട്ടില്ലെങ്കിൽ ദേഷ്യത്തോടെ പറയാനുള്ളവ പ്രാക്ടീസ് ചെയ്യുകയാണ്.

"എനിക്കറിയാടീ മാനം ഇത്തിരിയൊന്ന് കറുത്തപ്പം തന്നെ നീയും നിന്റെ മക്കളും വെള്ളം കോരണ്ടാന്നങ്ങ് ഒറപ്പിച്ച് കാണും. കേറി ഇരുന്ന് ടീ വി കണ്ട് കാണും. ഈ ചാറ്റലിൽ ആ പയറിന്റെ തടമെങ്കിലും നനയോടീ?"

അരമണിക്കൂറിനുള്ളിൽ നമ്മുടെ പമ്പ് സ്ഥിരമായി ഇറങ്ങാറുള്ള വഴിമുക്കിൽ ബസെത്തും. ഇനിയവിടെ ഒന്നുരണ്ട് മണിക്കൂർ കനത്ത രാഷ്ട്രീയ ചർച്ചകളായിരിക്കും. കടുത്ത ഇടതുപക്ഷ അനുഭാവിയായ പമ്പിന് നെയ്യാറിന്റെ ജലസംഭരണിയിലെ ഭാഗങ്ങൾ വറ്റുമ്പോൾ ഉയർന്നുവരുന്ന കുന്നുകൾ പോലെ കഷണ്ടി കയറിയ ഒരു തലയുണ്ട്. പക്ഷേ, അതും വച്ച് ഈ നാട്ടിലെ ലെനിനാകാനാണ് അയാളുടെ ഭാവം. ഇത്തരത്തിൽ ഏറെ വൈകുന്ന രാഷ്ട്രീയ ചർച്ചകൾക്ക് പിന്നിലെ കാരണങ്ങളെക്കുറിച്ച് എന്റെ ചില ഊഹങ്ങൾ പറയാം.

ഒന്ന്, വിജയമ്മ അയാളോട് മൂന്നാമത്തെ കുട്ടിയെക്കുറിച്ച് ചോദിച്ചിട്ടുണ്ടാകും. പരമ ബോറനായ പമ്പ് വിളർച്ച ബാധിച്ച ഇളയക്കുട്ടിയെ ഒന്നിരുത്തി നോക്കിയിട്ട് പുറത്തിറങ്ങി പോന്നിരിക്കും. അബദ്ധത്തിൽ പോലും ഇനിയൊരുകുട്ടി അരുതെന്ന് അയാൾ ആഗ്രഹിക്കുന്നുണ്ടാകും. എന്നും വൈകിവന്നാൽ വിജയമ്മ ഉറങ്ങുമല്ലോ? എങ്കിൽ വരാന്തയിലെ കിടപ്പും സൗകര്യമായി. മൂന്നാമത്തെകുട്ടി എന്ന വിയജയമ്മയുടെ പേറ്റവകാശം നിരോധിക്കുകയും ചെയ്യാം. എന്റെ വീട്ടിലും ഇതേ അവസ്ഥതന്നെയാണ്. പക്ഷേ, അയാളെപ്പോലെ ഇതുവരെ മാറിക്കിടക്കേണ്ടി വന്നിട്ടില്ല. അവളെ പാട്ടിലാക്കി കാര്യം സാധിച്ച് പാതിവഴിക്ക് യാത്ര നിർത്താനുള്ള കഴിവ് എനിക്കുണ്ട്. അവള് രണ്ടാമത്തെ കുട്ടിക്ക് വാ തുറക്കുമ്പോൾ ഞാനാ ചുണ്ടത്ത് വിരലുവയ്ക്കും. "നിന്റെ വയറ് കീറിയല്ലേ കുട്ടാ ആദ്യത്തേത്...!" സംഗതി ക്ലീൻ. ആദ്യ കീറ്റ് നോവിന്റെ വേദനയിൽ അവള് കിടന്നുറങ്ങും. അല്ല പിന്നെ, എന്നോടാണ് കളി. മിനിമം സീനിയർ ക്ലർക്കെങ്കിലുമാകാതെ ഇനിയൊരു കുട്ടിയെക്കുറിച്ച് എനിക്ക് ചിന്തിക്കാൻപോലും ആകില്ല. നിങ്ങളുടെ കാര്യങ്ങളൊക്കെ എങ്ങനെ?

രണ്ട്, ഏതൊരു സാധാരണക്കാരന്റെ വീട്ടിലേക്കും അച്ഛന്റെ വരവ് വളരെ പ്രതീക്ഷയോടെ കുട്ടികൾ കാത്തിരിക്കുന്നതിന്റെ കാരണം പലഹാരപ്പൊതികളാണ്. നിങ്ങൾക്കതറിയില്ലെങ്കിൽ അതിനെക്കുറിച്ച് ഞാനെന്ത് പറയാനാണ്. എന്റെ അറിവിൽ പമ്പ് കുട്ടികൾക്കായി ആകെ വാങ്ങുന്ന പലഹാരം അഞ്ച് രൂപയുടെ കടലമിഠായി ആയിരിക്കും. വൈകി

വന്നാൽ കുട്ടികൾ ഉറങ്ങുമല്ലോ. വാങ്ങിയമിഠായി അതേ ബാഗിൽ സുരക്ഷിതമായി അടുത്ത ദിവസത്തേക്ക് കരുതുകയും ചെയ്യാം. എത്ര ലാഭകരമായ ബിസിനസ് അല്ലേ? ഞാനോ അവളോ കുട്ടിക്ക് കടകളിൽനിന്നും ഒന്നും വാങ്ങിക്കൊടുക്കാറില്ല. പരസ്യങ്ങളിൽ ഓരോന്ന് കാണുമ്പോൾ കുട്ടി അത് വേണമെന്നൊക്കെ ചോദിക്കും. ഞാനതിന്റെ ദൂഷ്യങ്ങൾ പറഞ്ഞുകൊടുക്കും. ശരിയല്ലേ? അതല്ലേ വേണ്ടത്? ഇപ്പോൾ എന്റെ കുട്ടിക്ക് സകലതുമറിയാം അവൻ ഒന്നും ചോദിക്കാറില്ല.

വെളുത്ത് കോലുപോലുള്ള പമ്പിന്റെ മകൾക്കും നരന്ത് ചെക്കനും അയാളോട് ഒന്നും ചോദിച്ച് വാങ്ങിക്കാനുള്ള ധൈര്യമില്ല. മാസാവസാനമടുക്കുമ്പോൾ അയാളിൽ ഒരു ദുരാത്മാവ് പിടിപെടും. ആ വീട് വലിയ ബഹളത്തിൽ മുങ്ങും. ആ മാസത്തെ ബജറ്റ് അവതരണം കഴിയുമ്പോൾ അടുക്കളയുടെ പുറത്തിട്ടിരിക്കുന്ന അമ്മിക്കല്ലിന്റെ അരികിൽ വന്നിരുന്ന് വിജയമ്മ കരയുന്നത് കാണാം. ഇനി ആരെങ്കിലും എന്തെങ്കിലും ആവശ്യപ്പെട്ടാൽ കഴിഞ്ഞു. ഒരിക്കൽ പെൻസിൽ വയ്ക്കുന്ന നടരാജപ്പെട്ടി കളഞ്ഞുപോയതിന് ആ പെൺകുട്ടിയെ രാത്രിയിൽ പുരയ്ക്ക് ചുറ്റും തല്ലാനോടിച്ചതിന് ഞാൻ സാക്ഷിയാണ്.

“ഈ കാക്കിയിൽ ഒരു ബട്ടൺസ് വച്ചുതരാൻ പോലും നിനക്കൊന്നും നേരമില്ല. ഞാനിങ്ങനെ കഷ്ടപ്പെട്ടുണ്ടാക്കണതുകൊണ്ട് നിന്നെയൊക്കെ തീറ്റിക്കാൻ തന്നെ തെകയുന്നില്ല.” നോക്കൂ പമ്പ് ഈ മാസത്തെ ബജറ്റവതരണത്തിന് പരിശീലനം തുടങ്ങി. എനിക്കയാളോട് അല്പം സഹതാപം തോന്നിയിട്ടുള്ളത് ഈ ഒറ്റകാര്യത്തിലാണ്. കാക്കി യൂണിഫോമിനും ടോർച്ചിനും ടൂളിനുമുള്ള ബാറ്ററയൊക്കെ ചേർത്താലും അയാളുടെ മാസവരുമാനം എന്റേതിൽ നിന്ന് എത്രയോപടി താഴെയാണ്. എന്നിട്ടും എങ്ങനെ അയാൾ മാസത്തിന്റെ രണ്ടറ്റം കൂട്ടിമുട്ടിക്കുന്നു. നാല് വയർ നിറയ്ക്കുന്നു. എനിക്ക് അത്ഭുതം തോന്നിയിട്ടുണ്ട്. നാൽപ്പത് പവനൊക്കെ കൊടുത്ത് ആ പെൺകുട്ടിയെ അയാൾക്ക് എങ്ങനെ കെട്ടിച്ചയയ്ക്കാൻ കഴിഞ്ഞു? ആ ചെക്കനെ ബിരുദം വരെ എങ്ങനെ പഠിപ്പിച്ചു? ഇവയെ കുറിച്ചുള്ള എന്റെ ചില നിരീക്ഷണങ്ങൾ പറയട്ടെ?

പമ്പ് രാത്രിയിൽ ഏറെ വൈകിയല്ലേ വരാറുള്ളത്, രാത്രി ആഹാരം സ്ഥിരമായി കഴിക്കാറില്ലല്ലോ? അതിനനുസരിച്ച് വിജയമ്മ അരിയിടുന്നത് കുറയ്ക്കും. പകലാണെങ്കിൽ പഴങ്കഞ്ഞിയല്ലേ അയാളുടെ ബ്രേക്ക് ഫാസ്റ്റ് അപ്പോൾ അതും ലാഭം. ഒരു വീട്ടിനാവശ്യമായ പച്ചക്കറികൾ ആ മുപ്പത് സെന്റിൽ കൃഷി ചെയ്തിട്ടുണ്ട്. സ്ഥിരമായി കായകിട്ടുന്ന വഴുതന ചെടി നശിപ്പിക്കാൻ നോക്കിയ അയാളുടെ മകനെ തല്ലിയതിന്റെ വേദന ശരിക്കും ഞാനാണ് അനുഭവിച്ചത്. എന്നും വഴുതന തീയ്യൽ തിന്നിട്ട് ആ ചെക്കന് മടുത്ത് കാണില്ലേ. ഡാമിൽ വീണു ചത്തുപോകാൻ ഞാനന്ന് നടത്തിയ പ്രാർത്ഥന വർഷങ്ങൾക്കു ശേഷമാണ് ദൈവം കേട്ടത്. കനാലിൽ കാൽ വഴുതി വീണാണ് അയാൾ മരിച്ചത്. അത് എന്തായാലും നന്നായി. സർവ്വീസിൽ ഇരിക്കേ മരിച്ചതുകൊണ്ട് അയാളുടെ ചെക്കന് ഇവിടെതന്നെ

ആശ്രിത നിയമനം കിട്ടി.

മുപ്പത് സെന്റിന്റെ അതിരിൽ നട്ടിരിക്കുന്ന തെങ്ങുകളിൽ അയാൾക്ക് കാര്യമായ വരുമാനമുണ്ട്. പഞ്ചായത്ത് റോഡിലേക്ക് തെങ്ങ് ചരിഞ്ഞ് നില്ക്കുന്നതിന്റെ പേരിൽ പല പരാതികൾ വന്നിട്ടും അയാൾക്ക് ഒരു കുലുക്കവുമില്ല. ആ കുട്ടികളെക്കൊണ്ട് തെങ്ങിനിടിയിക്കാൻ ചാണകം വാരിക്കുമ്പോൾ പമ്പിന്റെ മോന്തയ്ക്കിട്ട് ഒന്നുകൊടുത്താലോ എന്നൊക്കെ എനിക്ക് തോന്നിയിട്ടുണ്ട്. പക്ഷേ, തേങ്ങ ഇടുന്ന ദിവസം ഒരു കുല കരിക്ക് എനിക്ക് മാത്രമായി മാറ്റിവയ്ക്കും. കരിക്കും കരിപ്പട്ടിയും ചേർത്ത മിശ്രിതം കഴിച്ചിട്ടാണ് എന്റെ വിളർച്ച മാറിയത്. അയാൾ വളർത്തുന്ന പശുവിന്റെ പാല് കാച്ചിക്കുടിച്ചാണ് എനിക്കിത്തിരി ശരീരപുഷ്ടിയുണ്ടായത്. ഇതൊക്കെ എന്റെ അമ്മ ഇപ്പോഴും എന്നെ ഓർമ്മിപ്പിക്കാറുണ്ട്.

ആഴ്ചയിൽ രണ്ട് തവണ മീൻ, മാസത്തിൽ ഒന്നോ രണ്ടോ തവണ ഇറച്ചി ഇതായിരുന്നു അയാളുടെ മെനു ലിസ്റ്റ്. മീൻകാരൻ വീട്ടുപടിക്കൽ നിന്ന് കൂകിയതിന് പലതവണ വഴക്കുണ്ടായിട്ടുണ്ട്. അയാളുടെ കോഴികളിൽ മൂന്ന് നാലെണ്ണത്തിന്റെ കാലു ഞാനെറിഞ്ഞൊടിച്ചിട്ടുണ്ട്. കോഴി കാഷ്ഠത്തിന്റെ നാറ്റം സഹിക്കാനാവില്ലെങ്കിലും അയാൾ തരുന്ന മുട്ടകളോട് എനിക്ക് വല്ലാത്തൊരാർത്തിയുണ്ടായിരുന്നു. പമ്പിനെപ്പോലൊന്നുമായില്ലെങ്കിലും നാലഞ്ച് ചുവട് ചീരയും പയറും ഞാനും വച്ചു നോക്കി. മാസത്തിന്റെ അവസാന ദിവസങ്ങളിലെ മീൻകാരന്റെ കൂകൽ എന്നെ കളിയാക്കാനുള്ളതാണോയെന്ന് തോന്നിയിട്ടുണ്ടെങ്കിലും പമ്പിനെപ്പോലെ വഴക്കിനൊന്നും പോയിട്ടില്ല.

പമ്പിന്റെ മകൾക്ക് മാത്രമാണ് അല്പം നിറമുള്ള വേഷങ്ങളുള്ളത്. വിജയമ്മയുടെ തുണിയുടെ നിറമെന്തെന്ന് വ്യക്തമായി പറയാൻ കഴിയില്ല. ആ ചെക്കനെ സ്കൂളിന്റെ യൂണിഫോമിലാണ് മിക്കവാറും കാണുക. അയാൾ ഒരേ കാക്കി എത്രയോ കാലമായി ഉപയോഗിക്കുന്നു. നെരിയാണിക്ക് മുകളിൽ നില്ക്കുന്ന പാന്റ്, മുട്ടോളം വരുന്ന ഉടുപ്പ്, അതാണ് പമ്പ്. കല്യാണ വീട്ടിൽപ്പോലും അയാൾ ആ കാക്കിയിലാകും. ആരെങ്കിലും അതിനെക്കുറിച്ച് ചോദിച്ചാലോ..

"ദേ, ഞാനിപ്പം പമ്പീന്ന് ഓടിവന്നതല്ലേ, വേഷം മാറാനൊക്കെ എനിക്കെവിടേന്ന് നേരം? പമ്പീന്ന് മാറിനിക്കാൻ പറ്റോ? ഒരു തുള്ളി വെള്ളം കൂടുതൽ വിട്ടാൽ സർക്കാര് കണക്ക് ചോദിക്കും." യഥാർത്ഥ സംഗതി എനിക്കും ആ ചെക്കനും ശരിക്ക് അറിയാം. ഈ കാക്കിയല്ലാതെ വേറെ അയാൾ വാങ്ങിക്കില്ല. പമ്പ് വിജയമ്മയെ എവിടെയെങ്കിലും കൊണ്ടുപോയിട്ടുള്ളതായി എനിക്കറിയില്ല. അതുപോലെയല്ല എന്റെ ഭാര്യ, ഇതുവരെ എവിടെയെങ്കിലും കൊണ്ട് പോകണമെന്ന് പറഞ്ഞിട്ടില്ല. ഒരു യാത്രയൊക്കെ പോകാൻ എന്താ ചെലവ് അല്ലേ. അവൾ കാര്യങ്ങൾ നന്നായി മനസ്സിലാക്കുന്നു. നിങ്ങള് ഭാര്യയുമായി യാത്രയൊക്കെ പോയി വരുമ്പോൾ ഏകദേശം എത്രയൊക്കെ തുകയാകും? പ്രൊമോഷൻ ശരിയായാൽ എനിക്കും അവളെയും കൊണ്ട് മൈസൂർക്ക് ഒന്ന് പോകണമെ

ന്നുണ്ട്.

വിജയമ്മ ഇടയ്ക്കിടെ പല അസുഖങ്ങളും പറയാറുണ്ട് അതൊന്നും പമ്പത്ര മൈന്റ് ചെയ്യാറില്ല. മൂത്രത്തിൽ പഴുപ്പ് വന്നപ്പോൾ സമയത്തിന് വെള്ളം കുടിക്കാത്ത കാരണം പറഞ്ഞ് ബഹളമുണ്ടാക്കി. രക്തം കുറഞ്ഞ് തല ചുറ്റലിന്റെ കാര്യം പറഞ്ഞപ്പോൾ ചീര മുറിച്ച് കൊടുത്ത കക്ഷിയാണ് നമ്മുടെ പമ്പ്. അവര് അതിനുശേഷം രോഗങ്ങളൊന്നും പറയാനും പോയില്ല. അല്ല എനിക്കൊരു സംശയം ഈ ചീര തിന്നാൽ രക്തമുണ്ടാകുമോ? എന്റെ ഭാര്യക്കും ഈ തല ചുറ്റലുണ്ടല്ലോ.

ഒരു ദിവസം തല ചുറ്റിവീണ വിജയമ്മ പശുവിനെ കറന്നില്ല, പുല്ലും അരിഞ്ഞില്ല. അതിന് അവരെ തല്ലാൻ ചെന്ന പമ്പിനെ ചെക്കൻ കേറി തടഞ്ഞു. ചെക്കൻ അന്ന് പത്തിലാണെന്നാ തോന്നണത്. അയാൾക്ക് നേരെ ചീറി കൈയും ഓങ്ങി നിന്ന ചെക്കനെ പമ്പ് പൈപ്പ്റെയ്ഞ്ച് കൊണ്ട് അടിച്ചു. നെറ്റിയുടെ ഇടത് ഭാഗത്ത് പറ്റിയ ചാലുപോലുള്ള മുറിവിന്റെ പാട് ഇന്നും ആ പയ്യന്റെ മുഖത്തുനോക്കിയാൽ കാണാം. അതിനുശേഷം ഞാനും ആ ചെക്കനും അയാളുടെ പശുവിന്റെ പാല് കുടിച്ചിട്ടില്ല. ഇന്നും എനിക്ക് ശീലം കട്ടൻചായയാണ്. അങ്ങനെയിരിക്കെയാണ് ഞാനൊരു കാര്യം ശ്രദ്ധിച്ചത്. പാല് ലാഭിക്കാൻ വേണ്ടി അയാളും കട്ടൻ ചായയേ കുടിക്കൂ. എന്തൊരു മനുഷ്യൻ അല്ലേ?

വഴിമുക്കെത്താറായി, നമ്മുടെ പമ്പ് ഇപ്പോഴിറങ്ങും. നിങ്ങൾക്ക് അയാളെ കാണാൻ വേണ്ടി ഞാനൊരു കുഞ്ഞ് വീഡിയോ എടുക്കട്ടെ. അയാളിപ്പോഴും എന്തൊക്കെയോ സംസാരിക്കുകയാണ്. ക്ലിക്ക്ചെയ്യാൻ പറ്റിയ അവസരം.

“ഇത്രയും കാലം നിന്നെ തീറ്റിപ്പോറ്റിയതിന് നീ എനിക്ക് തെകച്ച് തന്നല്ലെ മക്കളെ?, വിജയമ്മേ, നിനക്ക് ഞാൻ ശരിയാക്കിത്തരാടീ. നീ എന്നെ അടിക്കാൻ കൈയോങ്ങി അല്ലേ മോഹനാ..”

ഞാനെന്റെ ഫോണിൽ പമ്പിന്റെ ചിത്രം പകർത്തുമ്പോൾ കണ്ടക്ടറുടെ ഒരു മാതിരിയുള്ള ചോദ്യം.

“മോഹനൻ സാറെന്തിനാ ഇരുട്ടിന്റെ ഫോട്ടോ എടുക്കണത്? സാറിരുന്നിങ്ങനെ ഒറ്റയ്ക്ക് വാർത്താനം പറയണത് ആ പിള്ളേര് മൊബൈലിൽ പിടിച്ചത് കണ്ടില്ലേ? ഇന്നെന്ത് വഴിമുക്കിൽ എറങ്ങിയില്ലേ? ആഹാ ആ തലയൊക്കെ നല്ലപോലെ തെളിഞ്ഞല്ലാ സാറേ.”

എന്റെ നെറ്റിയിലെ ഇടതു ഭാഗത്തെ ചാലുപോലുള്ള മുറിവിൽനിന്ന് രക്തം നെയ്യാറിലെ കനാലിലേക്ക് ഒഴുകാൻ തുടങ്ങി. അതിൽ നമ്മുടെ പമ്പ് കാൽവഴുതി വീണിട്ടുണ്ടോയെന്ന് നിങ്ങളൊന്ന് നോക്കാമോ?

പെണ്ണു ചത്തവന്റെ പതിനേഴാം ദിവസം...!

ആ പെണ്ണ് ചാകുംവരെ വീടിന് ജീവനുണ്ടായിരുന്നു. ഹൃദയം പൊട്ടി മരിച്ച പെണ്ണിന്റെ കഥ പറയാൻ കൂടിയവർ പിരിഞ്ഞു പോയതോടെ അയാളും മക്കളും വീടും മാത്രമായി. "ഇനിയും ലീവ് നീട്ടാനാകില്ല, കുട്ടികളെ സ്കൂളിലയയ്ക്കണം." അതുകേട്ട് പെണ്ണിന്റെയമ്മ വീടിന്റെ കവിളിലൊന്ന് തൊട്ടിട്ട് ഇറങ്ങിപ്പോയി. കുട്ടികളെ തനിക്കൊപ്പം കൂട്ടട്ടെയെന്ന് അവർ ചോദിക്കാൻ തുടങ്ങി. മങ്ങിയ ചിരിയിൽ അയാൾ വിസമ്മതം കാണിച്ചു. മക്കളും പെണ്ണും വീടുമാറി നില്ക്കാൻ അയാൾ സമ്മതിച്ചിരുന്നില്ല.

അലാറം പല തവണ വിളിച്ചിട്ടും പതിനേഴാം ദിവസം അയാളുണരാൻ വൈകി. പതിവ് പോലെ അടുക്കളയിൽ പാത്രങ്ങൾക്കൊന്നും മിണ്ടാട്ടമില്ല. പെണ്ണെത്ര സ്നേഹത്തോടെ വിളിച്ചാലും എഴുന്നേറ്റ് വരാൻ മടിക്കുന്ന പാത്രങ്ങളുടെ മുക്കലിലും മൂളലിലും അസ്വസ്ഥനായാണ് മിക്ക ദിവസവും അയാൾ എഴുന്നേല്ക്കുക. അതിന്റെ പേരിൽ പെണ്ണിനെ പതിവായി നാല് പറയും. പെണ്ണ് ചത്ത ദിവസം മുതൽ പാത്രങ്ങൾ മൗനവ്രതത്തിലായിരുന്നു.

എട്ടു കഴിഞ്ഞിട്ടും ഉണരാതെ പാതിയുടലിൽ കിടന്ന പെണ്ണിനെ ചവിട്ടിയുണർത്താൻ തുടങ്ങിയപ്പോഴാണ് മരണത്തിന്റെ തണുപ്പിൽ അയാൾ തൊട്ടത്. ഇന്നലെ രാത്രി അയാൾ തന്നെയാണ് പൊക്കിളിനു മുകളിൽ വരെ മാക്സി ഉയർത്തിവച്ചത്. ഒരു ചൂടുമില്ലാതെ മരവിച്ച ആ കിടപ്പ് കണ്ട് പെണ്ണിന്റെ കവിളിൽ ആഞ്ഞൊന്ന് പൊട്ടിച്ച് ഇറങ്ങിപ്പോന്നതാണ്. കവിളിലെ തണുപ്പ് മരണത്തിന്റേതായിരുന്നോ?. അലമാരയിൽ നിന്നൊരു പാവാടയെടുത്തുടുപ്പിച്ച്, മാക്സിയും താഴ്ത്തിയ ശേഷമാണ് കരച്ചിലിന്റെ നിഴലുപോലും അയാളുടെ മുഖത്ത് വന്നത്. കിടപ്പുമുറിക്ക്

പുറത്ത് പെണ്ണ് പാവാട ഇടാതെ നടക്കുന്നതിനെ എതിർക്കാൻ അയാൾക്കിതുവരെ മതിയായൊരു കാരണം കിട്ടിയിട്ടില്ല.

കുട്ടികളിനിയും ഉണർന്നിട്ടില്ല. ഒരു ചായ ഇട്ടിട്ട് അവരെ ഉണർത്താമെന്ന് ചിന്തിച്ച് അയാൾ അടുക്കളയിലേക്ക് കയറി. പുറത്തേക്കുള്ള വാതിൽ ചാരിയിട്ടേയുള്ളു. പെണ്ണാണ് പതിവായി വാതിലുകൾ പൂട്ടി, ലൈറ്റുകൾ കെടുത്താറുള്ളത്. അയാൾ ജാനകി മോളോട് ലൈറ്റ് കെടുത്താൻ പറഞ്ഞിരുന്നു. അവൾക്ക് വാതിൽ കുറ്റിയിടാനുള്ള ഉയരമില്ലല്ലോ. ഫ്രിഡ്ജ് തുറന്നപ്പോൾ പുളിച്ച് നാറിയ ഒരു ഗന്ധം. ലൈറ്റുകൾ കെടുത്തിയപ്പോൾ ജാനകിമോൾ അത് ശ്രദ്ധിച്ചിട്ടുണ്ടാകില്ല. എന്നും രാവിലെ പെണ്ണും അയൽക്കാരിയുമായി പാലുവാങ്ങാനുള്ള ഒരു പോക്ക് പതിവാണ്. ആ അരക്കിലോമീറ്റർ പോകാൻ ശ്രമിച്ചാൽ അയാളും കുട്ടികളും വൈകും.

അയാൾ കട്ടനിടാൻ ശ്രമിച്ചപ്പോൾ, എല്ലാം കൈവാക്കിനുതന്നെയുണ്ട്. അത് പെണ്ണിന്റെ താളമായിരിക്കും. അവളൊന്ന് കൈ നീട്ടിയാൽ ഉപ്പ് ഭരണിവരെ മുന്നിൽ ചെന്നു തലകുനിച്ച് നില്ക്കും. ഉരുളൻ കിഴങ്ങുപോലും ഇരുത്തിയിടത്തുനിന്ന് ഒരിഞ്ചനങ്ങില്ല. അഹങ്കാരത്തോടെ മീശ മുളപ്പിച്ച ചോപ്പനുള്ളി നിലവിളിച്ചോണ്ട് തൊടിയിൽ ചെന്നുവീഴും. പെണ്ണൊരു ദുർമന്ത്രവാദിയായിരുന്നു. വീടിനും പെണ്ണിനെ പേടിയായിരുന്നു.

ജാനകിയെ ഉണർത്തി, നകുലനെ ഒരുക്കാൻ ആവശ്യപ്പെടണമെന്ന് ചിന്തിച്ച് മുറിയിൽ കയറുമ്പോൾ മൂത്രത്തിൽ കുഴഞ്ഞുകിടക്കുന്ന സഹോദരങ്ങൾ. നാലാം തരത്തിലും കിടക്ക നനയ്ക്കുന്ന ശീലം നകുലന് വിട്ടുപോന്നില്ല. ഏഴാം തരത്തിലും കിടക്ക നനച്ചിരുന്ന അയാളുടെ അതേ ശീലമാണ് കുട്ടിക്കും. എന്നും പുതപ്പുകൾ കൂട്ടിയിട്ടിരിക്കുന്നത് കാണുമ്പോൾ അയാൾക്ക് ദേഷ്യം വരും. ചില ദിവസങ്ങളിൽ കുട്ടികളെയുണർത്തി മൂത്രമൊഴിപ്പിച്ച് പെണ്ണ് അവർക്കൊപ്പം കിടക്കുന്നതും അയാൾ ശ്രദ്ധിച്ചിട്ടുണ്ട്. പിറ്റേന്ന് കഴുകിയിട്ട പുതപ്പിനൊപ്പം പെണ്ണിന്റെ മാക്സിയും തൂങ്ങുന്നത് കാണാം. പെണ്ണിനന്ന് മൂത്രമണമായിരിക്കും. നകുലനെ കുട്ടികളുടെ ഡോക്ടറെ കാണിക്കുന്ന കാര്യം അയാൾ ചിന്തിക്കും. ഇതുവരെ അതിന് കഴിഞ്ഞിട്ടില്ല. ഇന്ന് സ്കൂൾ വിട്ടു കാണിച്ചാലോ?

നകുലനെ വേഗം ഉണർത്തി. ജാനകി മണ്ണിരപോലെ പുതപ്പിനുള്ളിലേക്ക് നൂണുപോവുകയാണ്. ചെരുപ്പൂരി ജാനകിയുടെ ചന്തിയിൽ ഒരടി കൊടുത്തു. പിടഞ്ഞെഴുന്നേറ്റ കുട്ടിയുടെ കണ്ണിൽ കരച്ചിലും അത്ഭുതവും ഒന്നിച്ച് കണ്ടിട്ട് അയാൾ പുറത്തേക്ക് പോയി. “നകുമോനെ, സ്കൂളിൽ വൈകും, ജാനീ, നീയിതെന്താ കാണിക്കുന്നത്” പെണ്ണ് പതിവായി കുട്ടികളെ കുലുക്കി വിളിക്കുമ്പോൾ ഇതുപോലൊരടി കൊടുക്കാൻ അയാൾ പറയുമായിരുന്നു. അടുക്കളയുടെ പരിസരത്ത് പതുങ്ങി നില്ക്കുന്ന കുട്ടികൾക്ക് മേശയിൽ പകർന്ന് വച്ചിരിക്കുന്ന കട്ടൻ ചായയിലേക്ക് അയാൾ വിരല് ചൂണ്ടി. നകുലന്റെ മുഖത്തും അത്ഭുതം. മടിച്ച് നില്ക്കുന്ന കുട്ടി

കളുടെ മുന്നിൽ ഗ്ലാസിൽ ആറ്റിത്തണുപ്പിച്ച ചായ വച്ചിട്ട് അയാൾ മാറി നിന്നു. ഒരിറക്ക് കുടിച്ചിട്ട് നകുലൻ ജാനകിയുടെ മുഖത്തേക്ക് നോക്കി. അവൾ പഞ്ചസാരപ്പാത്രത്തിന്റെ അടുത്തേക്ക് നടക്കാൻ തുടങ്ങി. അയാൾക്ക് ഒന്നിലും മധുരം ചേർക്കാൻ അറിയില്ലായിരുന്നു.

വെള്ളം നിറഞ്ഞൊഴുകുന്നതു കേട്ട് അയാൾ പുറത്തേക്കിറങ്ങി. ഷീറ്റിൽ ചേർക്കാനുള്ള വെള്ളം കിണറ്റിൽ നിന്ന് കോരുന്നതിന് പകരം പണിക്കാരൻ പൈപ്പ് തുറന്ന് വിട്ടിരിക്കുന്നു. പൈപ്പിൽ നിന്നെടുക്കാൻ പെണ്ണ് സമ്മതിക്കില്ല. വെള്ളം ഉപയോഗിക്കുന്ന കാര്യം വെട്ടുകാരനോട് പറയണമെന്ന് അയാൾ ചിന്തിച്ചു. കുറേ ദിവസത്തെ ഷീറ്റുകൾ വെയിലിലും മഞ്ഞിലും അയയിൽ കിടക്കുന്നുണ്ട്. പെണ്ണിന്റെ സ്വർണ്ണവും പി എഫ് ലോണും ചേർത്താണ് പറമ്പ് വാങ്ങിയത്. വെയിലും പുകയും കൊള്ളിച്ച് വില്ക്കാൻ പെണ്ണ് പാകമാക്കും. തട്ടിന്റെ മുകളിൽ ഏണി ചാരി അവിടെയും വാരി നിരത്തും. പെണ്ണിന്റെ തലയിൽ ചിലന്തിപ്പൂവ് വിരിയുന്നതപ്പോഴാണ്. അതിനെപ്പേടിച്ച് അയാൾ അലറിവിളിക്കും. “പിന്നെ വരാടി പെണ്ണേന്നും” പറഞ്ഞ് ചിലന്തി അയാളെ തുറിച്ച് നോക്കിയിട്ട് തട്ടിലേക്കോടും. അതുകണ്ട് പെണ്ണ് ചിരിക്കും. നീണ്ടൊരു വടിയുമായി അയാളന്ന് ചിലന്തികളുടെ സാമ്രാജ്യം ആക്രമിക്കും.

“സാറേ ഇപ്പോ കോഴികളെ അടയ്ക്കാറില്ലേ?” പണിക്കാരൻ അയാളോട് കുശലം ചോദിച്ചു. അയാളൊന്നും മിണ്ടിയില്ല. അങ്ങനെ ആരോടും മിണ്ടാറുമില്ല. പെണ്ണ് കൊലുസ് പോലെ മിണ്ടുമായിരുന്നു. അയാൾക്ക് അതിഷ്ടമായിരുന്നില്ല. വീട്ടിൽ പെണ്ണിനെപ്പോലെ ചിലയ്ക്കുന്ന ഒരു കോഴിപ്പടയുണ്ട്. അസമയത്ത് ‘എഴുന്നേല്ക്കെടൊന്ന്’ കോഴി കൂവിയതിന്റെ പേരിലും അയാൾ പെണ്ണിനോട് ദേഷ്യപ്പെട്ടിട്ടുണ്ട്. അയാൾ ഓഫീസിലേക്ക് ഇറങ്ങിക്കഴിഞ്ഞാൽ പെണ്ണും കോഴികളും തമ്മിലാകെ കലപിലയാകും. അപ്പോൾ വീടിന്റെ ചിരി കാണണം. മുട്ടയിടാത്ത കോഴിയെ പെണ്ണ് തുറിച്ച് നോക്കും. പെണ്ണിന്റെ പിന്നാലെ പായുന്ന പൂവനെ കളിയാക്കും. മുട്ടയിട്ടവർ ‘വന്നെടുക്കെടി പെണ്ണേന്നും’ പറഞ്ഞ് ചിരിച്ചോണ്ടോടും. ഫ്രിഡ്ജിൽ നിറയെ മുട്ടയുണ്ടാകും. പെണ്ണിന്റെ നാത്തൂൻ വരുമ്പോൾ അയാൾ സ്നേഹത്തോടെ അതൊക്കെ എടുത്ത് കൊടുക്കാറുണ്ട്.

തുറന്നു കിടക്കുന്ന കൂടിന്റെ ചുറ്റും ചിതറി നില്ക്കുന്നവരും അടയിരിക്കുന്നവരും ചേർത്ത് എത്രയെണ്ണം ഉണ്ടാകുമെന്ന് അയാൾ എണ്ണി നോക്കി. “ചേച്ചിയെനിക്ക് സ്ഥിരം മുട്ട തരും. മാസാവസാനം എന്റെ വെട്ട് കൂലീന്ന് അതങ്ങ് കുറയ്ക്കും.” അയാൾ അതിനും മറുപടി നല്കിയില്ല. ഇനി മുതൽ കോഴിക്കൂട് അടച്ചാൽ മാത്രം പോരാ കോഴിയുടെ, മുട്ടയുടെ കൂലിയുടെ കണക്കെല്ലാമെഴുതി വയ്ക്കണമെന്ന് അയാൾ ഉറപ്പിച്ചു.

ഷവറിൽ നൂലുപോലെ വെള്ളം കണ്ട് അയാൾ പുറത്തിറങ്ങി. മോട്ടോർ ഓണാക്കി. ടാങ്ക് നിറയുമ്പോഴേക്കും കുളി കഴിഞ്ഞിറങ്ങാമെന്ന് കരുതിയാണ് അയാൾ വീട്ടിനുള്ളിലേക്ക് കയറിയത്. കുട്ടികളുടെ മുഖത്ത്

മറ്റൊരു പ്രശ്നം. യൂണിഫോമിലല്ലാതെ ഗേറ്റ് കടക്കാൻ അനുവദിക്കാത്ത സ്കൂളിലായിരുന്നു അവർ. പെണ്ണുള്ളപ്പോൾ ഒരിക്കലും ഈ പ്രശ്നമുണ്ടായിട്ടില്ല. കുന കൂട്ടിയ തുണികൾക്കിടയിൽ കാലുറ മുതൽ ചോറു കഴിക്കാനുള്ള വിരിവരെ ഉണ്ടായിരിക്കും. ഇന്നുമുതൽ അയാൾക്ക് അവരെ സ്കൂളിൽ കൊണ്ട് പേകേണ്ടി വരും. അതെല്ലാം അലക്കി ഫാനിന്റെ ചുവട്ടിലിട്ട് ഉണക്കേണ്ടി വരും. വീട്ടിന്റെ ഉള്ളിലൊരു അയകെട്ടിയെന്നും പറഞ്ഞ് പെണ്ണിനെ അതിൽ തൂക്കി കൊന്നില്ലേന്നേയുള്ളു. കുട്ടികളോട് ഏതെങ്കിലും ഉടുപ്പിടാൻ പറഞ്ഞിട്ട് അയാൾ കുളിക്കാൻ തുടങ്ങി. ടാങ്ക് നിറഞ്ഞൊഴുകി. ജാനകിയുടെ വിളികേട്ട് അയൽക്കാരി വന്ന് അണച്ചു പോയി.

അയൽക്കാരിയായ ആ മുസ്ലീം സ്ത്രീയെ അയാൾക്ക് ഒട്ടും ഇഷ്ടമല്ല. അയാളില്ലാത്തപ്പോൾ അവരും പെണ്ണും തമ്മിൽ എന്തൊക്കെയോ സംസാരിക്കാറുണ്ട്. അതൊഴിവാക്കാനാണ് മതിലിൽ നാലഞ്ച് കല്ലുയർത്തി വച്ചത്. പെണ്ണൊരു മടലിനെ കുനിച്ചു നിർത്തി പുറത്തുകയറി നിന്ന് വർത്താനിച്ചു. അയാളെക്കാണുമ്പോൾ മടലും പെണ്ണും വീണെണീറ്റോടും.

കുട്ടികൾക്ക് ഹോട്ടലിൽ നിന്നെന്തെങ്കിലും വാങ്ങിച്ച് കൊടുത്തിട്ട് ഓഫീസിലേക്ക് പോകാമെന്നുറപ്പിച്ചാണ് അയാൾ കുളിമുറി വിട്ടിറങ്ങിയത്. ടേബിളിൽ അരിപ്പത്തിരിയും മുട്ടക്കറിയും. നകുലൻ ആർത്തിയോടെ തിന്നുന്നു. പെണ്ണ് വാരിക്കൊടുത്തില്ലെങ്കിൽ കഴിക്കില്ലെന്ന് വാശി പിടിക്കുന്ന കുട്ടിയായിരുന്നു. ടേബിളിൽ പൊതിഞ്ഞ് വച്ചിരിക്കുന്നത് ഉച്ചയ്ക്ക് കഴിക്കാനുള്ളതായിരിക്കുമെന്ന് അയാൾ ഊഹിച്ചു. ഒരിക്കലും മുഖത്ത് നോക്കാത്ത സ്ത്രീയോട് അയാൾക്ക് ഇഷ്ടമുണ്ടായി. നകുലനെ മുടി ചീകാൻ വിളിച്ചപ്പോൾ അവൻ വിറയലോടെ മാറി നിന്നു. ടി വിയുടെ മുന്നിലിരുന്നതിന് അയാൾ ദേഷ്യപ്പെട്ടിരുന്നു. ജാനകിയെ തല്ലിയതും കണ്ടിരുന്നല്ലോ? ഇനി മുതൽ കുട്ടികളോട് ദേഷ്യപ്പെടില്ലെന്നും തല്ലില്ലെന്നും അയാൾ ഉള്ളിൽ ആഗ്രഹിച്ചു. ജാനകിയുടെ പൊട്ടാസുപോലുള്ള ചിരി കേൾക്കാൻ അയാൾക്ക് കൊതി തോന്നി.

അടുക്കളയിൽനിന്ന് കരിഞ്ഞ മണം വന്ന് അയാളുടെ നെറ്റിയിൽ ചുളിവ് വീഴ്ത്തി. കുടിക്കാൻ വെള്ളം തിളപ്പിക്കാൻ വച്ചത് മറന്നുപോയി. പാത്രത്തിന്റെ ഉള്ളുവരെ പൊള്ളിയടർന്നു. പെണ്ണ് കുറെ വർഷമായി ഉപയോഗിക്കുന്ന പാത്രമാണത്. വൈകിട്ട് അതുപോലൊന്ന് വാങ്ങിക്കണം. അയാൾ ഒരു ചെറിയ പേപ്പറിൽ എഴുതി വച്ചു. ഇനിയെന്തൊക്കെ വാങ്ങാനുണ്ടാകുമെന്നറിയാൻ അയാൾ അവിടെ എല്ലാം പരതി. ചെറിയ പേപ്പറിന്റെ അതിര് കടന്ന പട്ടിക. എന്തൊക്കെ വിട്ടുപോയിട്ടുണ്ടാകും? ഉള്ളി മുളച്ച് ചോദ്യംപോലെ വളഞ്ഞു നിന്നു. കൃത്യമായി ലിസ്റ്റ് തരാത്തതിന് പലതവണ അയാൾ പെണ്ണിനെ ചീത്ത പറഞ്ഞിട്ടുണ്ട്. ഇടയ്ക്കിടയ്ക്ക് ഫോണിൽ വിളിക്കുന്നത് അയാൾക്ക് ഇഷ്ടമല്ല. വാങ്ങാനുള്ളതിന്റെ പട്ടിക പേപ്പറിലെഴുതി ഫോട്ടോയെടുത്ത് വാട്സ് ആപ്പ് ചെയ്യാൻ പെണ്ണിനെ പഠിപ്പിച്ചത് അയൽക്കാരിയാണ്. അയാൾക്കും അത് സൗകര്യ

മായിരുന്നു. പെണ്ണുമായി അയാൾക്ക് ആകെയുണ്ടായിരുന്ന മിണ്ടിപ്പറയലുമതായിരുന്നു. മതിലിൽ വന്നില്ലെങ്കിലും അയൽക്കാരികൾ തമ്മിൽ വാട്സ് ആപ്പ് വഴി മിണ്ടുന്നത് അയാൾക്ക് അജ്ഞാതമായിരുന്നു.

ഓഫീസിൽ നിന്ന് നേരത്തേയിറങ്ങാൻ സൂപ്രണ്ട് ഒരിക്കലും അനുവദിക്കാറില്ല. അയാൾ വാതിലിൽ എത്തുമ്പോൾ സൂപ്രണ്ട് എഴുന്നേറ്റു നിന്നു. "ദേവി പോയതല്ലേ വീടൊക്കെ ഒരു താളത്തിലാകും വരെ മോഹനൻ സാറിത്തിരി നേരത്തെ പോകുന്നതിൽ എനിക്കൊരു വിരോധവുമില്ല." തന്റെ സീറ്റിൽ കണ്ണ് തുടച്ചിരിക്കുന്ന സൂപ്രണ്ടിനെ അയാളും കൂട്ടുകാരും പൂതനയെന്നായിരുന്നു പേരിട്ടത്.

മൂന്നരയ്ക്ക് ഓഫീസിൽ നിന്നിറങ്ങിയിട്ടും വീട്ടിലെത്താൻ അയാൾ ഏറെ വൈകി. പട്ടികപ്പെടുത്തിയതിൽ പലതും വാങ്ങാൻ മറന്നു. കുട്ടികൾക്ക് കഴിക്കാൻ വാങ്ങിയതിന്റെ തുക അല്പം കൂടിപ്പോയതായി അയാൾക്ക് തോന്നി. വീട്ടിലേക്ക് കയറുമ്പോൾ വണ്ടി തട്ടി പെണ്ണിന്റെ

പൂച്ചട്ടിയിൽ ഒന്ന് പൊട്ടി. പെണ്ണിന് ഏറ്റവും ഇഷ്ടമുള്ള മഞ്ഞപ്പൂവായിരുന്നു. എത്ര വെയിലത്തും വാടാത്ത പൂവ്.

നിലത്ത് മുട്ടു കുത്തി സിറ്റൗട്ടിലെ ഇരുപ്പിൽ വച്ച് ജാനകി ഗൃഹപാഠം പൂർത്തിയാക്കുന്നു. നകുലൻ മറ്റൊരു കസേരയിൽ സുഖമായി ഉറങ്ങുന്നു. അടുത്ത ദിവസം മുതൽ വാതിൽ പൂട്ടി താക്കോൽ അയൽക്കാരിയെ ഏല്പിക്കാൻ തന്നെ ഓർമ്മിപ്പിക്കണമെന്ന് അയാൾ ജാനകിയോട് പറഞ്ഞു. നകുലനെ തന്റെ മുറിയിൽ കിടത്താൻ ശ്രമിക്കുമ്പോൾ കിടക്കയുടെ മുഷിഞ്ഞ ഗന്ധം. ചുളിവ് വീണ കിടക്ക കണ്ടാൽ അയാൾക്ക് ഭ്രാന്തിളകും. അയാൾ വിളിച്ചാലേ പെണ്ണു പോലും അവിടെ വരു. അതു കഴിഞ്ഞാൽ നിലത്ത് വിരിച്ച് കിടക്കും. തുവർത്തിയിട്ട ടൗവൽ വീണ് തലയിണയിൽ നനവ് പറ്റിയിരിക്കുന്നു. പെണ്ണേറ്റവും വെറുത്തിരുന്ന ശീലമിതായിരുന്നു.

“നകുമോന് നല്ല വിശപ്പായിരുന്നു” മടിച്ചാണെങ്കിലും ജാനകി അയാളോട് മിണ്ടി. “ഉറക്കും മുമ്പ് അമ്മ അവനെ പാല് കുടിപ്പിക്കും.” “നാളെ യൂണിഫോം വേണമെന്ന് മിസ് പറഞ്ഞു.” എല്ലാം മൂളിക്കേട്ട് വേഷം മാറി വന്ന അയാൾ ടി വിയുടെ മുന്നിലിരുന്നു. തുറന്ന് വന്നത് കാർട്ടൂൺ ചാനൽ. റിമോട്ട് എത്ര തിരഞ്ഞിട്ടും അയാൾക്ക് കിട്ടിയില്ല. സാധാരണയായി ടി വിയുടെ മുന്നിൽ തന്നെ അതുണ്ടാകും. അങ്ങനെ കണ്ടില്ലെങ്കിൽ അയാൾ കൈയിൽ കിട്ടിയത് വലിച്ചെറിയും. റിമോട്ടുമായി മുന്നിൽ നില്ക്കുന്ന ജാനകിയിൽ അയാൾ പെണ്ണിന്റെ പകർപ്പു കണ്ടു.

കാർട്ടൂണിന്റെ ശബ്ദം കേട്ടു വന്ന നകുലൻ അയാളുടെ മടിയിലിഴഞ്ഞു കയറി. കഴിക്കാൻ വാങ്ങിയ പൊതിയഴിച്ച് പാത്രത്തിലാക്കി വന്ന ജാനകിയെ അയാൾ ചേർത്തു നിർത്തി. ചേച്ചിയും അനിയനും കാർട്ടൂണിൽ ലയിച്ചിരുന്ന് കഴിക്കുന്നതുകണ്ട് അയാൾ തുണികളും വാരി അലക്കു കല്ലിലേക്ക് നടന്നു. ആകെ അടിവസ്ത്രവും കുട്ടികളുടെ യൂണിഫോമും അലക്കി വിരിച്ചു. ‘ഞാനിപ്പോ നനയ്ക്കുമെന്ന’ ഭീഷണി കാണിച്ച് കരിമ്പുലി ആകാശത്ത് വന്നു. പെണ്ണ് തുണിയും വാരിയോടുന്നതും, പുലിയെ പ്രാകുന്നതും പല തവണ അയാൾ കണ്ടിട്ടുണ്ട്. ‘നിന്റെ പുറത്ത് വിരിച്ചോട്ടെയെന്ന്’ അയാൾ മേശയെ നനവോടെ തടവി. പൊടിക്കുള്ളിലിരുന്ന് മേശ ചിരിച്ചു തൂവി. ജാലകങ്ങളെ ചേർത്തു കെട്ടിയ അയയിൽ അയാൾ അടിവസ്ത്രത്തിൽ തൂങ്ങി നിന്നു.

പാലുപാത്രവുമായി ഇറങ്ങിയ അയാൾ, പറമ്പിന്റെ തെക്കേ മൂലയിലെ പെണ്ണിന്റെ ചിതയൊരുക്കിയ ഭാഗത്തേക്ക് എന്തോ ഉറപ്പിച്ചായിരുന്നു ചെന്നത്. ചിതയുടെ വലതുവശത്തെ മുളങ്കൂട്ടത്തിന്റെ അരികിൽ അയാളിരുന്നു.

“ഒന്നും ശരിയാകുന്നില്ല ദേവീ, നമ്മുടെ മക്കൾക്ക് വേണ്ടി ഞാനൊരു പെണ്ണു കെട്ടിയാലോന്ന്....” അപ്പോഴും അയാൾ പെണ്ണിനോട് വാക്കുകൾ പിശുക്കി. മുളങ്കൂട്ടത്തിൽ ഭ്രാന്തു പിടിച്ച ഒരു കാറ്റ് പടർന്ന് പെണ്ണിന്റെ പല്ലിറുമ്മൽപോലൊരു ശബ്ദമുണ്ടായി.

ത്രെഡ്

"**സാ**ഹിത്യലോകത്ത് പേരോ വേരോയില്ലാത്ത നിങ്ങളെഴുതിയ ഒരു കഥ രൂപം മാറി മറ്റൊരിടത്ത് അച്ചടിച്ചു വരുന്നതിന് പിന്നിൽ, സൂത്രക്കാരനായ ഒരു എഡിറ്ററും ക്രൂരനായ ഒരു കഥാകൃത്തും തമ്മിലുള്ള സൗഹൃദത്തിന്റെ കഥയുണ്ട്."

(മെയ് 21, 2019 ൽ കൊലചെയ്യപ്പെട്ട കഥാകൃത്തിന്റെ ആരോപണം)

നിനക്ക് പരേതാത്മാവിലൊന്നും വിശ്വാസമുണ്ടാകാനിടയില്ല. എനിക്കും അങ്ങനെ തന്നെയായിരുന്നു. എന്നിട്ടും ഞാനിപ്പോൾ അതിലൊക്കെ വിശ്വസിക്കുന്നുണ്ട്. 'ഒരു തെറ്റ്' എന്ന പേരിൽ എഴുതിയ കുറിപ്പ് ഇപ്പോൾ 'ത്രെഡ്' എന്ന് മാറ്റിയെഴുതാൻ സംഗതി വന്നല്ലോ? ഇതിന്റെ പിന്നിൽ കൊലചെയ്യപ്പെട്ട കഥാകൃത്തിന്റെ ആത്മാവ് തന്നെയാണല്ലോ? കാര്യങ്ങൾ വെളിപ്പെടുത്തുന്നതിനു മുമ്പ് ഇതു വായിക്കുന്ന നിന്നോട് പ്രധാനപ്പെട്ട ചില സംഗതികൾ സൂചിപ്പിക്കുന്നത് നന്നായിരിക്കുമെന്ന് തോന്നുന്നു.

1. കഴിഞ്ഞ മെയ് 21 ന് ഞാനൊരു കഥാകൃത്തിനെ കൊന്നു.

2. ഞാനുൾപ്പെടെ നാലുപേർക്ക് പരമാവധി ശിക്ഷ കിട്ടുന്ന വിധം ഒരു കേസ് നടത്താൻ നീ തയ്യാറാകണം.

3. *അധോലോകം* വാരിക ഉൾപ്പെടെ സകല പത്രാധിപർക്കും ഞാൻ ഈ കുറിപ്പ് അയച്ചിട്ടുണ്ട്. അവർ ചിലപ്പോൾ ഇതിനെയൊരു കഥയായി അച്ചടിക്കാൻ സാദ്ധ്യതയുണ്ട്. സൂചനകൾ ഇനിയുമുണ്ട്.

പക്ഷേ, ബോറൻ ആഖ്യാനമുള്ള ഒരു കഥയുടെ ആദ്യ ഭാഗത്തു നിന്നും നല്ല വായനക്കാരൻ എന്ന പോലെ നീ ഇറങ്ങിപ്പോയാൽ കഥാകൃത്തിന്റെ അന്ത്യത്തിന് കാരണക്കാരായവർ രക്ഷപ്പെടും. നോക്കൂ വെറു

മൊരു ഗുണ്ടയായ എനിക്ക് എഴുത്തിൽ ഇത്രയൊക്കെ സൂക്ഷ്മത പുലർത്താൻ സാധിക്കുന്നുണ്ടല്ലോ? ഇതൊക്കെകൊണ്ടാണ് ഗതികിട്ടാത്ത കഥാകൃത്തിന്റെ ആത്മാവ് എന്നെക്കൊണ്ട് ഇതൊക്കെ ചെയ്യിക്കുന്നതാണെന്ന് വിശ്വസിക്കുന്നത്.

അന്ന് രാത്രി അധോലോകത്തിന്റെ ഗോഡൗണിൽ വച്ച് കഥാകൃത്തിന്റെ വയറ്റിൽ കത്തിയിറക്കുമ്പോൾ അയാളിൽനിന്ന് ഒരു തുള്ളി കണ്ണീരോ നിലവിളിയോ ഉണ്ടായിട്ടില്ല. എന്റെ മുഖത്ത് ആ കണ്ണുകൾ ഉറച്ചു നിന്നു. “സുഹൃത്തെ, മലയാളത്തിലെ നീതിമാനായ ഒരു കഥാകൃത്തിനു നിങ്ങളുടെ പേരായിരുന്നു.” അയാളുടെ ഒടുവിലത്തെ ഈ വാക്കുകളിൽ ഞാനാകെ തളർന്നുപോയി. ആദ്യമായിട്ടാകും മരണപ്പെട്ടവന്റെ മുന്നിൽ കൊല്ലുന്നവൻ തോറ്റുപോകുന്നത്. രണ്ട് ദിവസം കഴിഞ്ഞാണ് എനിക്ക് ആ ശരീരം ദഹിപ്പിക്കാൻ കഴിഞ്ഞത്. എന്താണെന്നറിയില്ല അയാളുടെ ചിതാഭസ്മം പോലും ഞാനിപ്പോഴും സൂക്ഷിക്കുന്നുണ്ട്, ഷെർലക്ക്. ബുദ്ധിയുള്ള നൂറ് പൊലീസുകാർ വന്നാലും ഒരു തെളിവും കിട്ടാതെ കാര്യങ്ങൾ നിസ്സാരമായി കൈകാര്യം ചെയ്തിട്ടുള്ള എനിക്കാണ് ഇത്തരമൊരനുഭവമെന്ന് ഓർക്കണം.

നിന്റെ മുന്നിൽ എനിക്കിങ്ങനെ ഏറെക്കാലം മറഞ്ഞു നില്ക്കാൻ കഴിയുമെന്ന് തോന്നുന്നില്ല. ഞാൻ, അക്ഷര നഗരിയിലെ തിരക്കുള്ള ഗുണ്ടാ നേതാവായിരുന്നു. സാംസ്കാരിക ക്വട്ടേഷനുകളിൽ പ്രത്യേക വാസനയുള്ള എന്നെ വക്കീൽ വിളിപ്പിച്ചു. എഴുത്തുകാർ, ചിത്രകാരന്മാർ, ശില്പികൾ ഇവരെ കൈകാര്യം ചെയ്യാൻ എനിക്കെന്തോ പ്രത്യേക കൗതുകമാണ്. ഒരു ഗുണ്ടയ്ക്കുവേണ്ട രൂപമൊന്നുമില്ല. ഒന്നു രണ്ടു സീരിയലുകളിലും നായകനായി മുഖം കാണിച്ചിട്ടുണ്ട്. നഗരത്തിലെ സാംസ്കാരിക സദസ്സുകളിലും നീയെന്നെ കണ്ടിരിക്കാം. ഇനിയും കൂടുതൽ വ്യക്തമാകാൻ മറ്റു ചില കാര്യങ്ങൾ ഓർമ്മിപ്പിക്കാം.

അടുത്തിടെ ഒരു പരിസ്ഥിതി വാദിയായ ചിത്രകാരനെ കൈകാര്യം ചെയ്ത കേസിൽ ഞാൻ പ്രതിയായിരുന്നു. വയൽ നികത്തി റിസോർട്ട് പണിത ഒരു വ്യവസായിക്കുവേണ്ടി ആ ക്വട്ടേഷൻ എന്നെ ഏല്പിച്ചത് ഇതേ വക്കീലുതന്നെ. സമരം ചെയ്ത മറ്റു പ്രകൃതിവാദികൾ ഒന്നര ലക്ഷവും വാങ്ങി സമാധാനത്തോടെ പിരിഞ്ഞുപോയിട്ടും ഇയാൾക്ക് കുലുക്കമില്ല. അഞ്ച് ലക്ഷത്തിൽ കുറഞ്ഞ് ഒരു വിട്ടുവീഴ്ചയ്ക്കും തയ്യാറല്ലത്രേ. എന്റെ ഇടപെടലിലൂടെ ഒറ്റ ലക്ഷത്തിന് വഴങ്ങേണ്ടി വന്നു. രൂപ അമ്പതിനായിരം എന്റെ പോക്കറ്റിൽ. സമരപ്പന്തലിന്റെ പിന്നിലെ കണ്ടൽക്കാട്ടിൽ വച്ച് പ്രകൃതിവാദി വാങ്ങിയ ഇടിവച്ച് നോക്കിയാൽ ആ ഒരു ലക്ഷവും ഏതെങ്കിലും ആയുർവേദ കേന്ദ്രത്തിലെത്തും.

വേറൊന്നുകൂടി പറയാം. നിനക്കും എനിക്കും അതിത്തിരി കൗതുകമുള്ള സംഗതിയാണ്. അടുത്തിടെ വിവാദമായ ഒരു പുസ്തകമോർക്കുന്നുണ്ടോ? ദൈവങ്ങളെയൊക്കെ തെറി പറഞ്ഞ ഒരു ഐറ്റം. ആ എഴുത്തുകാരനെ തെരുവിലിട്ട് അജ്ഞാത മതതീവ്രവാദികൾ കൈയേറ്റം ചെയ്

തെന്ന വാർത്ത വന്നിരുന്നു. ശ്രദ്ധിച്ചിട്ടുണ്ടോ? വാസ്തവത്തിൽ ആ അജ്ഞാത മതതീവ്രവാദി ഞാനാണ്. ഒറ്റ മാസത്തിൽ ഇരുപത് പതിപ്പെങ്കിലും വിറ്റുപോയ ആ പുസ്തകം ഈ നാട്ടിലെ ശരാശരി വായനക്കാരനുപോലും ഓർമ്മ വരാതിരിക്കില്ല. ഈ കുറിപ്പിന്റെ ഇത്രയും ഭാഗം വരെ എത്തിയിട്ടുണ്ടെങ്കിൽ നീ പോലും ആ പുസ്തകം വായിച്ചിട്ടുണ്ട് തീർച്ച. ഇനി ഇതിലെ കൗതുകം പറയട്ടെ? തന്നെ തല്ലാൻ വക്കീൽ വഴി മതതീവ്രവാദികളെ ഏർപ്പാടാക്കിയത് ആ എഴുത്തുകാരന്റെയും പ്രസാധകന്റെയും പദ്ധതിയായിരുന്നു. തെരുവിൽ നാലഞ്ച് അടി വാങ്ങിയെങ്കിലെന്ത് അക്കാദമി അവാർഡിനുവരെ ആ പുസ്തകം പരിഗണിക്കപ്പെട്ടില്ലേ?

എത്ര ചർച്ചകൾ, പ്രതിരോധ സദസ്സുകൾ. നീയും ഏതെങ്കിലും സദസ്സിൽ പോയിട്ടുണ്ടാകുമല്ലോ? അഞ്ചാറ് അറബി വാക്കുകൾ പഠിച്ച് തല്ലിനിടയിൽ ആളുകൾ കേൾക്കെ വിളിച്ചു പറഞ്ഞതും, നീളൻ കുപ്പായവും തൊപ്പിയുമൊക്കെയായി സ്റ്റണ്ട് അഭിനയിച്ചതും എനിക്ക് പുതിയ അനുഭവമായിരുന്നു. ഞങ്ങൾ ക്വട്ടേഷൻ പണിക്കാരുടെ പ്ലാനുകളൊക്കെ അവരുടെ മാസ്റ്റർ പ്ലാനിന്റെ മുന്നിൽ നിസ്സാരം.

ഏല്പിച്ച പണികളെല്ലാം കൃത്യമായി ചെയ്തതുകൊണ്ടാണ് ഈ കേസിലും വക്കീലെന്നെ വിളിപ്പിച്ചത്. ഞാൻ അവരുടെ ഫ്ളാറ്റിലെത്തുമ്പോൾ അധോലോക പത്രാധിപരും കഥാകൃത്തും ഏതോ വിഷയത്തിൽ കാര്യമായ തർക്കം നടക്കുന്നുണ്ടായിരുന്നു. വക്കീൽ എന്നോട് ഇരിക്കാൻ ആംഗ്യം കാണിച്ചു. പത്രാധിപരുടെ സുഹൃത്ത് എനിക്ക് നീല നിറത്തിലുള്ള വിസ്കി ഒഴിച്ചുതന്നു. പക്ഷേ, അയാളുടെ ശ്രദ്ധ മുഴുവൻ വക്കീലിന്റെ അനുനയിപ്പിക്കൽ ശ്രമത്തിലായിരുന്നു. അഞ്ചു മിനിറ്റായിക്കാണും. വക്കീൽ ഞങ്ങളിരിക്കുന്ന ഭാഗത്തേക്ക് വന്നു. അവർ മൂന്നാളും കുറച്ച് മാറി നിന്ന് എന്തൊക്കെയോ സംസാരിച്ചു. വിസ്കിയിലേക്ക് വീഴുന്ന എന്റെ നോട്ടം കണ്ടിട്ട് പത്രാധിപർ, എടുക്കുക, കുടിക്കുക, സന്തോഷിക്കുക എന്നൊക്കെ അർത്ഥമുള്ള ഒരു ചിരി അച്ചടിച്ചു കാണിച്ചു.

ഞാൻ കഥാകൃത്തിനെ നോക്കി, അയാൾ ആകെ അസ്വസ്ഥനാണ്. മടിയിലെ തുണിസഞ്ചിയിൽനിന്നും ഒരു ബീഡിയെടുത്ത് വലിക്കുന്നു. വക്കീലും കൂട്ടരും എന്റെ അടുത്തു വന്നു. "മറ്റുവഴിയില്ല ഭായ് ഇവരൊക്കെ പത്തിരുപതു വർഷം കൊണ്ടുണ്ടാക്കിയ ഇമേജിനാണ് ആ ചെറ്റ വില പറയുന്നത്." വക്കീലെനിക്ക് അത്യാവശ്യം നല്ലൊരു തുക ഉറപ്പിച്ചു. ഒരാഴ്ചത്തെ സമയവും. ഫ്ളാറ്റിൽ നിന്ന് ഞാനും കഥാകൃത്തും ഒരുമിച്ചാണിറങ്ങിയത്. അയാളെയൊന്ന് അടുത്തു കാണാൻ ഞാൻ കൈ കൊടുക്കാൻ ശ്രമിച്ചു. ആ സമയത്ത് അയാളെന്റെ പേരു ചോദിച്ചു. ഞാൻ പറഞ്ഞതു കേട്ട് അയാൾ ചിരിച്ചു. നല്ല നിലാവുപോലുള്ള ചിരി.

എറ്റെടുക്കുന്ന കേസുകളുടെ ഭൂതമോ ഭാവിയോ ഇതുവരെ തിരഞ്ഞ് പോയിട്ടില്ല. എന്നിട്ടും ഫൈനൽ തുക സെറ്റിൽ ചെയ്യുന്ന ദിവസം വക്കീലിന്റെ വീട്ടിൽവച്ച് കഥാകൃത്തിനെക്കുറിച്ച് എനിക്ക് ചോദിക്കാൻ തോന്നി. വക്കീലെന്നെ സംശയ രൂപത്തിൽ നോക്കി. പിന്നീട് അയാളുടെ കണ്ണുകൾ

നനഞ്ഞു. അയാളും ആകെ അസ്വസ്ഥനായിരുന്നു. നീലനിറത്തിലുള്ള വിസ്കിയുമായി വക്കീൽ ജാലകത്തിലൂടെ പുറത്തേക്ക് നോക്കി നിന്നു. അരമണിക്കൂറോളം കഴിഞ്ഞിട്ടും ഒന്നും മിണ്ടുന്നില്ല. ഒന്നുരണ്ടു തവണ ഞാനും ഗ്ലാസ് നിറച്ചു. എഴുന്നേല്ക്കാൻ തുടങ്ങിയപ്പോൾ തിരിഞ്ഞു പോലും നോക്കാതെ എന്നോട് ഇരിക്കാൻ ആംഗ്യം കാണിച്ചു. വീണ്ടും അതേ നില്പാണ്. എനിക്ക് മാത്രമല്ല വക്കീലിനും കാര്യമായിട്ടെന്തോ സംഭവിച്ചിട്ടുണ്ട്. പതിവില്ലാതെ വക്കീലിന്റെ വീട്ടിൽ ആളനക്കമില്ലാതായിരിക്കുന്നു. അതേക്കുറിച്ചെന്തെങ്കിലും ചോദിക്കാൻ ഞാൻ മനസ്സിൽ വാക്യങ്ങൾ ഒരുക്കിയെടുത്തു. ചോദ്യത്തിന്റെ ഔചിത്യം ഉറപ്പിക്കാൻ അകത്തേക്ക് ഞാനയച്ച നോട്ടം വക്കീലിന്റെ കണ്ണിൽപ്പെട്ടു.

"മോൾക്ക് എഴുത്തിലൊക്കെ ഇത്തിരി താല്പര്യമുണ്ട്. അവളും ഭാര്യയും ഇടുക്കിയിൽ ഒരു ക്യാമ്പിന് പോയതാ." എന്റെ ഉള്ളിൽ കഥാകൃത്തിന്റെ ചിരി തെളിഞ്ഞു. അപ്പോഴാണ് മേശപ്പുറത്ത് വായിച്ച് കമിഴ്ത്തിവച്ചിരിക്കുന്ന 'പണയം വച്ച വീടുകളിൽ' എന്റെ ശ്രദ്ധ വീണത്. അത് ആ കഥാകൃത്തിന്റെ തുണിസഞ്ചിയിലുണ്ടായിരുന്ന പുസ്തകമാണ്. അതിന്റെ പിന്നിലെ ചിരിച്ച മുഖം എനിക്ക് നല്ല ഓർമ്മയുണ്ട്. ഞങ്ങളുടെ ഓപ്പറേഷനുകളിലെ രീതിയാണത്. പണികൊടുക്കുന്ന ആളുകളുടെ ഏന്തെങ്കിലും ചിലത് തെളിവായി സൂക്ഷിക്കും. സംഗതി നടന്നുവെന്നതിന് തെളിവായിട്ടാണ് ഞാനെടുക്കുന്നതെങ്കിലും, വക്കീലിന്റെ താല്പര്യം പണി ഏല്പിച്ചവർക്ക് പിന്നൊരിക്കൽ അതുവച്ച് തന്നെ പണികൊടുക്കാൻ തോന്നിയാലോ എന്നാണ്. ചിലപ്പോഴൊക്കെ അങ്ങനെ ചെയ്യേണ്ടി വന്നിട്ടുണ്ട്.

കോഴിക്കോട് ബീച്ചിലെ സാഹിത്യോത്സവത്തിൽ പുസ്തകം വിറ്റ് നടക്കുന്നതിനിടയിലാണ് കഥാകൃത്തിനെ ഞാൻ പൊക്കിയത്. പഴയ പരിചയം വച്ച് ഞാനൊരു പുസ്തകം വാങ്ങി. 'കുപ്പിക്ക് കമ്പനിയുണ്ടോയെന്ന്' ചോദിച്ചപ്പോൾ കക്ഷി നൈസായിട്ട് വന്ന് വാനിൽ കയറി. ഗോഡൗണിലിട്ട് അടിച്ച് തൂഫാനാക്കി. തുണിസഞ്ചിയിൽ ആകെയുണ്ടയിരുന്നത് *പണിതീരാത്ത വീടി*ന്റെ നാലു കോപ്പി, മുന്നൂറ്റി അറുപത് രൂപ, വക്ക് പൊട്ടിയ ഒരു ഫോൺ, ഏതോ ശില്പശാലയിൽ പങ്കെടുത്ത് കിട്ടിയ ഒരു കുറിപ്പ്, പുസ്തകം ഇത്രയുമായിരുന്നു. *പണിതീരാത്ത വീടി*ന്റെ ചില കഥകൾ ഞാൻ വായിക്കാൻ ശ്രമിച്ചു. വക്കീൽ കമിഴ്ത്തി വച്ചിരിക്കുന്ന പുസ്തകം നോക്കിയിട്ട് ഇനി അതിന്റെ ഏതാനും പേജുകളെ ബാക്കിയുള്ളൂ. കഥയൊന്നും എനിക്കത്ര മനസ്സിലായില്ലെങ്കിലും കുറിപ്പ് പുസ്തകത്തിൽ ഒടുവിൽ അയാൾ എഴുതിയത് നിനക്ക് വേണ്ടി പകർത്താം. ഒരുപക്ഷേ, ഈ കേസിന്റെ നടത്തിപ്പിന് അത് സഹായകമായാലോ?

"അപഹരിക്കപ്പെട്ട കഥകൾക്ക് ഒരു കോടതിയിലും നീതി ലഭിക്കില്ല."

"എഴുതിയവനല്ലാതെ തന്റെ കൃതി മോഷ്ടിക്കപ്പെട്ടെന്ന് മറ്റാർക്കും മനസ്സിലാക്കാനും കഴിയില്ല."

"ഈ കഥാലോകത്തെ സൗഹൃദങ്ങളെ ഒരിക്കലും വിശ്വസിക്കരുത്."

"കഥയാണ് ഏറ്റവും വലിയ സർഗ്ഗാത്മക പ്രതികാരം." അതിനൊക്കെ താഴെ 'അപഹരിക്കപ്പെട്ട കുട്ടികൾ' എന്നൊരു തല വാചകം എഴുതി അടിവരയിട്ട് വച്ചിരുന്നു.

വക്കീലിന്റെ തോളിൽ കൈവെച്ചപ്പോഴാണ് വിസ്കിയും പിടിച്ച് ജനാലയിലൂടെ ഞാനും പുറത്തേക്ക് നോക്കി നില്ക്കുന്നത് ബോദ്ധ്യം വന്നത്. വക്കീലിന്റെ മുഖത്ത് പതിവില്ലാതെ ഒരു ആർദ്രത. *അധോലോക*ത്തിന്റെ വിശേഷാൽ പതിപ്പ് നീ കണ്ടിട്ടുണ്ടോ?" കഥാകൃത്തിനെ കുറിച്ചാണ് വക്കീൽ പറഞ്ഞുതുടങ്ങിയതെന്ന് തിരിച്ചറിയാൻ ഒരിത്തിരി സമയം വേണ്ടി വന്നു. പിന്നെ പറഞ്ഞവയും മനസ്സിലാക്കാൻ കഴിഞ്ഞില്ല.

"*അധോലോക*ത്തിന്റെ പത്രാധിപൻ ഒരു വേന്ദ്രനാ. അയാളുടെ വിശേഷാൽ പതിപ്പിൽ ഏതൊക്കെ കഥ ആരൊക്കെ എഴുതണമെന്ന് വളരെ മുന്നേ അയാൾ തന്നെ തീരുമാനിക്കും. എഴുത്തിലെ കൊമ്പന്മാർക്ക് ഒരു കഥ തരണമെന്നും പറഞ്ഞ് കത്തും അഡ്വാൻസ് തുകയുമായി മുഖചിത്രം ഷൂട്ട് ചെയ്യാനുള്ള ക്യാമറാമാനെ അയയ്ക്കും. പിന്നെ ഏതെങ്കിലും വിവാദ താരത്തിന്റെ അഭിമുഖം. പ്രമുഖ നിരൂപകരുടെ ക്വാട്ടയിൽ ഒന്നോ രണ്ടോ കഥ. അത് കഴിഞ്ഞ് പത്ത് കഥകൾക്കുള്ള ട്രെൻഡിങ്ങിലും അയാൾ വിതരണം ചെയ്യും. എന്തിനും പോന്ന എഴുത്തുവലയം അയാൾക്കുണ്ട്. ഇതിലൊരു സംഗതിയുണ്ട്. ഈ എഴുത്തുകാർക്ക് പോലും അറിയില്ല. *അധോലോക*ത്തിൽ അച്ചടിക്കാൻ ലോകത്തിന്റെ നാനാകോണുകളിൽ നിന്നും പലർ അയച്ചുകൊടുത്ത കഥകളുടെ ജീനുകളാണ് വിതരണം ചെയ്യപ്പെട്ടതെന്ന്. എഴുത്തുകാർക്ക് അയാൾ അന്നും ഇന്നും അന്നദാതാവായ പൊന്നു തമ്പുരാൻ"

വക്കീൽ അന്ന് എന്നോട് പറഞ്ഞതൊക്കെ ഇപ്പോൾ നിനക്കുവേണ്ടി ഓർമ്മിച്ചെഴുതാൻ കഴിഞ്ഞെതുതന്നെ അത്ഭുതമായി തോന്നുന്നു. എന്റെ ഇരുപ്പുകണ്ട് വക്കീൽ അല്പം ലൈറ്റാക്കി. "നമ്മുടെ കഥാകൃത്ത് *അധോലോക*ത്തിൽ അച്ചടിക്കാൻ അയച്ച ഒരു കഥയുടെ ഉള്ളിലെ ഐറ്റം പത്രാധിപർ ചങ്ങാതിയായ ഒരാൾക്ക് കൊടുത്തു. കക്ഷിയെ നീ അറിയും. അന്ന് അവിടെയുണ്ടായിരുന്നു. നിനക്ക് വിസ്കിയൊക്കെ ഒഴിച്ചു തന്ന അയാളൊരു പ്രവാസിയാണ്, സ്വർണ്ണക്കച്ചവടവും എഴുത്തും ഇത്തിരി രാജപാരമ്പര്യവും. നാട്ടിൽ നിലമ്പൂരാണ് സ്ഥലം. വർഷത്തിൽ ഒന്നോ രണ്ടോ തവണ ഇന്ത്യയിലൊക്കെ വന്നാലായി. ബിനാമി വഴി ഒരു ട്രസ്റ്റ് ഉണ്ടാക്കി അതിന്റെ തന്നെ സാഹിത്യ അവാർഡ് ഒപ്പിച്ച ആളാണ് കക്ഷി. അതു മാത്രമല്ല, സാഹിത്യ ലോകത്തെ ഒട്ടുമിക്ക പുംഗവന്മാരും വർഷത്തിൽ ഒരു വിദേശ ടൂറെങ്കിലും ടിയാന്റെ കീശയിൽ നിന്ന് ഒപ്പിച്ചെടുക്കും.

ഇത്തവണത്തെ *അധോലോകം* വിശേഷാൽ പതിപ്പിൽ തന്റെ കഥയുടെ പകർപ്പ് കണ്ടതും കഥാകൃത്തിന് ആകെ കലിപ്പായി. അവ രണ്ടും വായിക്കുന്നവർക്ക് അത്ര സാമ്യം തോന്നില്ല. നമ്മുടെ കഥാകൃത്തിന്റെ കഥയിൽ ഇറച്ചി കഴിക്കുന്ന ഒരു ആട്, കല്യാണപ്പന്തലിന്റെ എച്ചിൽ കൂനയിൽ അത് സ്ഥിരമായി ആഹരിക്കുന്നു. നാട്ടിൽ ഒരു പത്തുവയസ്സു

കാരിയെ കാണാതെയാകുന്നു. അവളുടെ ചുവന്ന പുള്ളിപ്പാവാട ആടിന്റെ സമീപത്തു നിന്നും കിട്ടുന്നു. ഇറച്ചിയുടെ രുചി അറിഞ്ഞ ആട് മനുഷ്യ മാംസം കഴിക്കുമെന്ന് കിംവദന്തി ഉണ്ടാകുന്നു. നാട്ടുകാർ ആടിനെ തല്ലിക്കൊല്ലുന്നു. പ്രവാസിയുടെ കഥയിൽ നോക്കൂ ആടിന് പകരം ഒരു പശു അതും വിദേശ രാജ്യത്തെ ഏതോ നല്ല ബ്രീഡ്. ഹോട്ടലുകാരനായ ഉടമ കൊണ്ടുവരുന്ന എച്ചിലിൽനിന്നും ഇറച്ചി കഴിക്കുന്നു. ഹോട്ടൽക്കാരന്റെ മകനെ കാണാതാകുന്നു. തൊഴുത്തിൽ നിന്ന് കുട്ടിയുടെ ചെരിപ്പ് കിട്ടുന്നു. കിംവദന്തികൾ പ്രചരിക്കുന്നു. ബീഫ് ബീരാന് പശുവിനെ വില്ക്കുന്നു. വളരെ സമർത്ഥമായി പ്രവാസി ആടിനെ പശുവാക്കിയിരിക്കുന്നു. അയാൾ ഇത്തിരി ഫേമസായതുകൊണ്ടും അച്ചടിച്ചു വന്നത് *അധോലോക*ത്തിലായതുകൊണ്ടും ആ കഥയങ്ങ് ഹിറ്റായി.

ഫേസ് ബുക്കിലും വാട്സ് ആപ്പിലും ഇതിനെക്കുറിച്ച് കഥാകൃത്ത് തെളിവ് സഹിതം എഴുതി. *അധോലോക*ത്തിന്റെ എതിർ ടീമും ചില വായനക്കാരും ചെറിയ പിന്തുണയൊക്കെ കൊടുത്തു. പിന്നെയത് പതിയെ ഇല്ലാതെയായി. സ്നേഹത്തോടെ കഥാകൃത്തിനെ വിളിച്ചവരിൽ പലരും പത്രാധിപന്റെ ചാരന്മാരായിരുന്നു. കഥാകൃത്തിന്റെ നീക്കങ്ങൾ അറിയുക മാത്രമായിരുന്നു അവരുടെ ലക്ഷ്യം. ഇത് ചർച്ചയാകും, നാറ്റക്കേസാകും, എന്നൊക്കെ തോന്നിത്തുടങ്ങിയപ്പോൾ നമ്മുടെ പ്രവാസിയും വിശദീകരണവുമായി രംഗത്തു വന്നു. ഇതിനിടയിൽ കഥാകൃത്ത് ഏതോ ഒരു വക്കീലിനെക്കൊണ്ട് എഡിറ്റർക്കും പ്രവാസിക്കും എതിരെ നോട്ടീസ് അയപ്പിച്ചു. കളി കൈവിട്ട് പോകുമെന്നായപ്പോഴാണ് നമ്മളെ വന്നു കണ്ടത്." ഇതു പറയുമ്പോൾ വക്കീലിന്റെ നെറ്റിയിൽ വിയർപ്പ് പൊടിഞ്ഞു. അയാൾ കസേരയിൽ പിന്നിലേക്ക് ചാരി മുകളിലേക്ക് നോക്കിയിരുന്നു. വീണ്ടും നീണ്ടുനിന്ന ഒരു മൗനം.

"കേസ് ഒത്തു തീർക്കാനൊക്കെ നമ്മുടെ പ്രവാസി കാര്യമായി ശ്രമിച്ചു. നല്ല കാശൊക്കെ ഓഫർ ചെയ്തിരുന്നു. പക്ഷേ, കഥാകൃത്ത് അമ്പിനും വില്ലിനും അടുത്തില്ല. അതു മാത്രമല്ല, അവർക്ക് മുന്നിൽ കലക്കനൊരു ഡിമാന്റങ്ങ് വച്ചു. വർഷത്തിൽ തന്റെ മൂന്ന് കഥയെങ്കിലും *അധോലോക*ത്തിൽ അച്ചടിച്ചു വരണം. *അധോലോക*ത്തിന്റെ പ്രസാധക സംരംഭം വഴി ഉടൻ തന്നെ കഥാസമാഹാരം ഇറക്കാനും സഹായിക്കണം. അവന്മാർക്ക് അതങ്ങ് സമ്മതിച്ചാൽ മതിയായിരുന്നല്ലോ? ഇതിപ്പോ നമ്മളെയും പെടുത്തി." വക്കീൽ പെട്ടെന്ന് ടോയ്‌ലറ്റിലേക്ക് പോയി. കരഞ്ഞ് കലങ്ങിയ കണ്ണുകളുമായാണ് തിരികെ വന്നത്. വക്കീലിന്റെ മൗനം എന്നെ വല്ലാതെ ഭയപ്പെടുത്തി. എന്റെ പ്രശ്നങ്ങൾ തുറന്നങ്ങ് പറഞ്ഞാലോ എന്നാലോചിച്ചു. പക്ഷേ, മുഖത്ത് പോലും നോക്കാതെ വക്കീലിന്റെ അടുത്ത ചോദ്യം, ഒരു ഗുണ്ടയോട് ലോകത്തിൽ ഇതുവരെ ഒരാളും ചോദിക്കാത്തത്. "കഥ വായിക്കാറുണ്ടോ?" വക്കീലിന്റെ കണ്ണുകൾ നിറഞ്ഞൊഴുകി. വിശേഷാൽ പതിപ്പും കഥയും അതിന്റെ പിന്നിലെ കാര്യങ്ങളും പറഞ്ഞതു തന്നെ എനിക്ക് ദഹിക്കുന്നില്ല. പിന്നെയാണ്

വായന. വക്കീലിന് നിർത്താൻ കഴിയുന്നില്ല.

"അയാളുടെ 'വിശപ്പിന്റെ വിശുദ്ധ പുസ്തകം' എന്നൊരു കഥയുണ്ട്. അതു വായിച്ച് ഞാനും മകളും ഒന്നിച്ചിരുന്ന് കരഞ്ഞു. മൂന്ന് ദിവസം അവളോ ഞങ്ങളോ ഒന്നും കഴിച്ചില്ല. ഇന്ന് ക്യാമ്പിലേക്ക് പോകാനിറങ്ങിയപ്പോൾ അവൾ പറഞ്ഞ വാക്കുകൾ......" വക്കീലിന് തൊണ്ടയിടറി, കുട്ടികളെപ്പോലെ ഉറക്കെക്കരഞ്ഞു. പിന്നെ എനിക്കവിടെ നില്ക്കാൻ തോന്നിയില്ല. ഞാൻ പുറത്തേക്കിറങ്ങിയപ്പോൾ കഥാകൃത്തിന്റെ സഞ്ചി വക്കീൽ എന്നെ ഏല്പിച്ചു.

"ഇത് എവിടെയെങ്കിലും കൊണ്ട് നശിപ്പിക്കണം" വാതിലിൽ വച്ചു തന്നെ കനമുള്ള സഞ്ചി തുറന്ന് നോക്കി, കുറേ നോട്ടു കെട്ടുകൾ. ഞാൻ വക്കീലിനെ നോക്കി. "അത് ആ കഥാകൃത്തിന്റെ രക്തത്തിന്റെ വിലയാണ്, നിനക്ക് വേണമെങ്കിൽ എടുക്കാം അല്ലെങ്കിൽ അതും ചേർത്ത് നശിപ്പിച്ചുകളയൂ." മിണ്ടാതെ ഞാൻ പുറത്തിറങ്ങി. വക്കീൽ വാതിലോളം വന്നു. ഞാൻ തിരിഞ്ഞ് നിന്ന് ഉള്ളിലടക്കി നിർത്തിയ ആ സംശയം ചോദിച്ചു.

"എന്റെ അതേ പേരുള്ള ഒരു കഥാകൃത്തുണ്ടായിരുന്നതായി വക്കീലിന് അറിയോ?" അതിനും വലിയ കരച്ചിലായിരുന്നു മറുപടി.

പ്രിയ സുഹൃത്തെ, ഒന്നും നശിപ്പിക്കാൻ എനിക്ക് കഴിഞ്ഞിട്ടില്ല. വിഷാദത്തിന്റെ നാളുകൾക്കൊടുവിൽ വക്കീൽ നാടുവിട്ടുപോയി, രണ്ടാഴ്ച മുമ്പ് എന്റെ വിലാസത്തിൽ ഒരു കത്ത് വന്നു. അതിന്റെ വിശദീകരണമൊന്നും എനിക്ക് തരാൻ കഴിയുന്നില്ല. വക്കീൽ എനിക്കെഴുതിയവ അതുപോലെ ഇവിടെ പകർത്താം.

കഥാകൃത്തുക്കൾക്ക് ചില നിയമോപദേശങ്ങൾ

1. 1957–58–ലെ നിയമവും 78 അനുച്ഛേദവും തുടങ്ങിയ വകുപ്പുകളും കോടതിയിൽ വാദിച്ചു ജയിക്കാൻ വളരെ പ്രയാസമാണ്.

2. കഥ അച്ചടിക്കാൻ പത്രാധിപർക്ക് അയയ്ക്കുമ്പോൾ തെളിവ് സൂക്ഷിക്കുക. (മെയിൽവിലാസമാണ് സുരക്ഷിതം.)

3. കഥ അച്ചടിച്ച് വന്നാൽ പ്രതിഫലം കൈപ്പറ്റിയ രസീത്, ബാങ്ക് വിവരങ്ങൾ എന്നിവയോടെപ്പം ആ പതിപ്പിന്റെ രണ്ട് കോപ്പിയും, മുൻപും പിൻപും വരുന്ന രണ്ട് ലക്കങ്ങളും സൂക്ഷിക്കുക.

4. അതേ പതിപ്പിലെ മറ്റു സൃഷ്ടികളുടെ കർത്താക്കളുമായി സൗഹൃദം സ്ഥാപിക്കുക.

5. നവ മാധ്യമങ്ങളിലും മറ്റും പ്രസിദ്ധപ്പെടുത്തി പരമാവധി വായനക്കാരുടെ ശ്രദ്ധ ഉറപ്പിക്കുക.

നമ്മുടെ വക്കീലിന്റെ തിരോധാനം ഒരു മാസത്തോളം വാർത്തയായിരുന്നു. സഞ്ചിയിലെ തുകയുമായി പുസ്തകത്തിലെ വിലാസം നോക്കി പ്രായശ്ചിത്തമെന്നപോലെ കഥാകൃത്തിന്റെ വീട്ടിൽ ഞാൻ പോയിരുന്നു. കമ്യൂണിസ്റ്റ് പച്ച കാടായി മാറിയ വീടിന്റെ അടിസ്ഥാനമല്ലാതെ മറ്റൊന്നും അവിടെയില്ല. അയാളുടെ ഭാര്യ വളരെക്കാലം മുമ്പേ ഉപേക്ഷിച്ചു പോയിരുന്നു. പതിനാലുകാരനായ അയാളുടെ മകനെ പുസ്തകങ്ങളുമായി നഗ

രത്തിലെ ചിലയിടങ്ങളിൽ കണ്ടവരുണ്ട്.

പിന്നീടുള്ള എന്റെ ദിവസങ്ങൾ അതിഭീകരമായിരുന്നു. ഉറങ്ങാനായി കണ്ണടച്ചാൽ ഒരു പേന പാഞ്ഞു വരുന്നതുപോലെ തോന്നും. എവിടെ നോക്കിയാലും കഥാകൃത്തിന്റെ അവസാനത്തെ ആ ചിരി തെളിഞ്ഞു വരും. ഒരു വാരികയിലെ മനഃശാസ്ത്രജ്ഞനോട് ചോദിക്കാം എന്ന പംക്തിയിൽ നിരവധി കത്തുകളെഴുതി. ചിലരെ ഫോണിൽ വിളിച്ച് രഹസ്യമായി ചെന്നു കണ്ടു. ആ ഡോക്ടറാണ് എന്റെ പേരിൽ ഒളിച്ചിരിക്കുന്ന ആ കഥാകൃത്തിനെ എനിക്ക് വെളിപ്പെടുത്തിയത്.

നിനക്കറിയാമോ എട്ടാം തരത്തിൽ പഠിക്കുന്ന എന്റെ കുട്ടിയുടെ മലയാള പാഠാവലിയിലും അയാളുടെ കഥയുണ്ടായിരുന്നു. അച്ഛന്റെ അതേ പേരുള്ള എഴുത്തുകാരന്റെ കഥ. മകൻ എനിക്കു വേണ്ടി ഉറക്കെ വായിച്ചു തന്നു. കുട്ടിയുടെ മുന്നിൽ ധ്യാനത്തിനെന്ന പോലെയിരിക്കുന്ന എന്റെ ചിത്രം ഭാര്യ പകർത്തി. അന്നു രാത്രി ഞാനും അവളും ഒരുപാട് കരഞ്ഞു. വായനശാലയിൽ ചെന്ന് അയാളുടെ കഥകൾ ചോദിച്ച് വാങ്ങി വായിച്ച് തീർത്തു. അതിലെ ഒരു കഥയിൽ നിന്നാണ് എനിക്ക് ഈ ആശയം തോന്നിയത്. എല്ലാം തുറന്നു പറഞ്ഞ് പലർക്കായി കത്തുകളെഴുതുക. നിയമത്തിന് മുന്നിലെ ശിക്ഷ ഏറ്റുവാങ്ങുക.

പ്രിയ സുഹൃത്തെ, എന്റെ പേരും വിലാസവും ഈ കുറിപ്പിന്റെ മറുപുറത്തുണ്ട്. അവിടെ എന്റെ കിടപ്പുമുറിയിൽ കഥാകൃത്തിന്റെ സഞ്ചിയിൽ ചിതാഭസ്മവും ആ തുകയും തെളിവായി വച്ചിട്ടുണ്ട്. നിനക്ക് എല്ലാ വിധ ആശംസകളും.

ഒരു ചോദ്യം കൂടെ ചേർക്കട്ടെ. എന്റെ പേരുള്ള ആ കഥാകൃത്തിന്റെ ഏതെങ്കിലും കഥ നിങ്ങൾ വായിച്ചിട്ടുണ്ടോ?

കൊർണകൾ

കൊർണകൾ എന്താണെന്നൊക്കെ കാഞ്ചിമൂട്ടിലെ സകലർക്കുമറിയാം. അവയെപ്പിടിച്ച് കണ്ണാടി കുപ്പിയിലിടാൻ ഞാനുൾപ്പെടെ പല തലമുറകൾ ശ്രമിച്ചതാണ്. എത്രയങ്ങ് കരപറ്റി നിന്നാലും ഈരിഴത്തോർത്തിന്റെ അരിച്ചെടുക്കലിൽനിന്ന് വളരെ നിസ്സാരമായാണ് അവ രക്ഷപ്പെടുന്നത്. കല്ലിനടിയിൽ ചരിഞ്ഞുകിടന്ന്, തോർത്തിനു മുകളിലൂടെ ചാടി, ചെളിയിൽ പുതഞ്ഞ്, വശങ്ങളിലൂടെ പാഞ്ഞ്, മുള്ള്കൊള്ളിച്ച് അവയങ്ങ് പോകും.

ആകെ ഇരുപത് പൈസാ തുട്ടിന്റെ വലിപ്പത്തിലുള്ള അവ ഇണകളല്ല, വെറും പെണ്ണുങ്ങളാണ്, എന്നിട്ടും മറ്റൊരു മീനിനെയും അവയുടെ പരിസരത്ത് അടുപ്പിക്കുന്നില്ല. മഞ്ഞയിലും വെള്ളയിലും കറുത്ത പുള്ളികളുള്ള ആ സുന്ദരികളെ കണ്ണാടിയിൽ കാഴ്ചയാകാൻ കഴിയാത്തതിന്റെ ദേഷ്യത്തിൽ മുട്ടൻ കല്ലെടുത്ത് ആറ്റിലേക്കിട്ടിട്ട് നീട്ടിയൊന്ന് മൂത്രിച്ചു മടങ്ങിയവരാണ് ഞങ്ങളിൽ ഭൂരിപക്ഷവും. കല്ല് സൃഷ്ടിക്കുന്ന കലക്കം പതിയെ തെളിയുമ്പോൾ പുരുഷ വംശത്തെ മുഴുവൻ പരിഹസിച്ചുകൊണ്ട് കൊർണകൾ വീണ്ടും അവിടെ നീന്തുന്നുണ്ടാകും. നക്ഷത്രങ്ങൾപോലും ഇരുട്ടിനെപ്പേടിച്ച് മറഞ്ഞു നില്ക്കുന്ന ഈ രാത്രിയിൽ യാതൊരു കൂസലുമില്ലാതെ ആറ്റിലിറങ്ങി നീന്തുന്ന ലിസിയും മരുമകളും തനി കൊർണകൾ തന്നെ.

“സൈമൻ സാറെന്ത് വിചാരിച്ചത്, ഞാനന്നേ പറഞ്ഞതല്ലേ, യെവള്കള് ഫെമിനിഷ്ടാ, ഫെമിനിഷ്ടുകളെ രാജ്യത്തെ കോടതിക്കു വരെ പേടിയുണ്ട്” മല്ല് ബിജു വലിച്ചുവിട്ട അരസൻബീഡിയുടെ ആത്മാവ് കുഴിയൻ സജിയെയും എലീശ പാസ്റ്ററിനെയും ചുറ്റിനിന്ന് കടന്നുപോയി. അരസന്റെ ആത്മാവ് തീരെ ശീലമില്ലാത്ത ആത്മമാരി സഭയുടെ എലീശ പാസ്റ്റർ

ചുമയ്ക്കാനാഞ്ഞപ്പോൾ കുഴിയൻ അയാളുടെ വായ പൊത്തിപ്പിടിച്ചു.

“ബീഡി കളയെടാ മല്ലേ-യില്ലെങ്കി യെല്ലാം മൂഞ്ചും” മല്ല് ബീഡി നിലത്ത് കുത്തിയണച്ച് ഉടുപ്പിന്റെ പോക്കറ്റിലിട്ടു. എന്നിട്ട് ചൂണ്ട് വിരലു കൊണ്ട് സജിയുടെ കവിളിലൊന്ന് തോണ്ടി. ലിസിയേയും മരുമോളെയും തീർക്കാനിരിക്കുന്ന സന്ദർഭമല്ലെങ്കിൽ ഉശിരൻ ഒരടിക്ക് ഇത് മതി. മല്ലി നോട് ഒരല്പമെങ്കിലും അടിച്ച് നില്ക്കാനുള്ള പാങ്ങ് ഈ നാട്ടിൽ കുഴി യനേയുള്ളു. അവർ തമ്മിൽ പലതവണ ഏറ്റുമുട്ടിയതുമാണ്. വിജയം മിക്കവാറും മല്ലിന്റെയൊപ്പം നില്ക്കും. കുഴിയന്റെ സ്പെഷ്യൽ ‘മുട്ടപിടി ത്തത്തിൽ’ വീണ് ഒന്നുരണ്ടു തവണ മല്ലിന് തോല്‌വി സമ്മതിക്കേണ്ടി വന്നിട്ടുണ്ട്. ഇത്തരം പ്രതിസന്ധികളിൽ ദൈവവിളിയുള്ള എലീശ പെട്ടെന്ന് അവർക്ക് മദ്ധ്യസ്ഥനായി.

“ബീഡി വെട്ടമോ ഒരു ചുമയോ മതി അവളുമാർക്ക് കാര്യങ്ങളങ് ഊഹിക്കാൻ. രണ്ടിനേയും ഇന്ന് ഇവിടെയിട്ട് തീർക്കണം. ഇതുപോലൊ രവസരം ഇനി കിട്ടിയെന്ന് വരില്ല” ചുങ്കക്കാരോടും പാപികളോടും മാന സാന്തരപ്പെട്ട് കർത്താവിൽ വിശ്വസിക്കാൻ പ്രസംഗിക്കുന്ന എലീശ പാസ്റ്റ റിന്റെ പുത്തൻ സുവിശേഷം കേട്ടിട്ട് എനിക്ക് ചിരി വന്നു. ആത്മമാരി സഭയുടെ പതിനാറാമത് കൺവെൻഷൻ ഗീതങ്ങൾ നാടാകെയിളക്കി മുഴങ്ങുന്നുണ്ട്. അത് എലീശയുടെ ബുദ്ധിപരമായ ഒരു നീക്കമായി എനിക്കു തോന്നി.

“രണ്ടും മുറ്റ് എനങ്ങളാ പാസ്റ്ററേ. നമ്മള് ഒന്നിച്ചങ്ങ് നില്ക്കണം., മരുമോളെ ഒറ്റയ്ക്ക് ഒന്നും ചെയ്യാൻ എന്നെക്കൊണ്ട് പറ്റൂലാ” മല്ലിന്റെ മുഖത്ത് നാണംകെട്ട ഒരു ഭയം പതിയെ വന്നുപോയി. ഞങ്ങൾക്ക് മുക ളിൽ സംശയത്തിന്റെ ചന്ദ്രക്കല തെളിഞ്ഞു.

ഒറ്റ ഒരു യൂണിയനിലും അംഗത്വമില്ലെങ്കിലും എല്ലാ യൂണിയനിലും ലോഡിന് പങ്കുള്ള മല്ലാണോ ഇത് പറയുന്നത്? ‘നാലാള് ഒരു വശത്തും മല്ല് മറുവശത്തും’ അതാണ് ഇവിടത്തെ രീതി. “വലിവിടാൻ കഴിവില്ലാത്ത അശുക്കൾ വെള്ളം കൊടുക്കാനും കയർ എടുക്കാനും നിന്നാമതി. ബാക്കി യെല്ലാം മല്ല് നോക്കിക്കോളും.” മിക്ക ലോറിക്കാരും ഇത് പറയുമ്പോൾ മല്ലൊന്ന് പൊങ്ങും. ചറപറാന്ന് ലോഡ് കേറ്റിക്കഴിയും. അതിന്റെ പേരി ലാണ് ബിജു ‘മല്ല് ബിജു’ വായത്. അയാളാണ് നരന്ത് പോലിരിക്കുന്ന ലിസിയുടെ മരുമോളെ ഭയക്കുന്നത്.എനിക്ക് ചിരിവന്നതാണ്. പക്ഷേ, നട പ്പിലാക്കാൻപോകുന്ന കൃത്യത്തിന്റെ ഗൗരവം അതിനെ തടഞ്ഞു.

എന്റെ അറിവിൽ മല്ലിന് ആകെ പേടിയുള്ളത് കോടതിയെ മാത്ര മാണ്. അതിന് വ്യക്തമായ ഒരനുഭവമുണ്ട്. കാട്ടാക്കട-കൂട്ടപ്പൂ ബസിലി രുന്ന ചിത്തൻ പെലയന്റെ പെണ്ണിനെ നോക്കി പുരുഷായുധം കുലുക്കി കാണിച്ചു എന്ന കേസിൽ ആറുമാസം അകത്ത് കിടക്കേണ്ടിവന്നു. വാസ്ത വത്തിൽ അത് മല്ലിന്റെ സ്വാഭാവിക രീതിയാണ്. തുടയിൽ നല്ല ഉയർ ത്തിയേ ലുങ്കി ഉടുക്കൂ. ഒന്ന് തൊണ്ണൂറ്, രണ്ട് പത്ത് നീളങ്ങളുള്ള സാധാ രണ ലുങ്കികളൊന്നും അയാൾക്ക് തികയുന്നില്ല എന്നു പറയുന്നതാണ്

സത്യം. മൂത്രിക്കുന്ന അവസരത്തിലെങ്കിൽ ചന്തിയുടെ ഇടുക്കിൽ വിരൽ കയറ്റി നാലാളു കാണുന്ന വിധം ഒരു ചൊറിച്ചിൽ പതിവുണ്ട്. ആ സമയം അയാൾക്ക് പിന്നിലൂടെ മായം പള്ളിയിലെ നൂറ്റിയിരുപത് കുടുംബത്തിന്റെ ഭക്തിനിർഭരമായ റാസ പോയാലും മല്ലിന് പുല്ലാണ്. എവിടേലും മറഞ്ഞ് നിന്ന് മൂത്രിച്ച് ശീലമില്ല. ആരെങ്കിലും അതിനെക്കുറിച്ച് ചോദിക്കാൻ ചെന്നാൽ 'അതാണ് അതിന്റെ ഒരിത്' എന്നും പറഞ്ഞ് ചിരിക്കും. ആസ്വദിച്ചുള്ള ചൊറിച്ചിലും കഴിഞ്ഞ് ഒടുവിലെ തുള്ളിയും കല്ലിൽ ഒപ്പിയെടുത്ത് ആകാശത്തേക്ക് എറിയാതെ മല്ല് ലുങ്കി താഴ്ത്തില്ല.

അന്ന് ചിത്തൻ പെലയന്റെ എളേ പെണ്ണ് വക്കീൽ പഠനം പൂർത്തിയാക്കിവരുന്ന ദിവസമായിരുന്നു. ബസ് സ്റ്റോപ്പിലെ എലവ് മരത്തിന്റെ ചുവട്ടിൽ നമ്മുടെ മല്ല് മൂത്രിച്ച് നില്ക്കുന്നു. ചൊറിച്ചിൽ ഇല്ലെങ്കിലും ചന്തിയുടെ ഭൂമദ്ധ്യരേഖ ബസിലെ സകലരും വ്യക്തമായി കാണുന്ന വിധം ലുങ്കി ഉയർത്തിവച്ചിട്ടുണ്ട്. ഇത് കണ്ട് പുതുതായി ആ റൂട്ടിൽ വന്ന കോങ്ങാട്ടിലെ ഡ്രൈവർ നീട്ടിയൊന്ന് ഹോണടിച്ചു. അതിന്റെ അരിശം തീർക്കാനാണ് മല്ല് ബസിന് നേരെ തിരിഞ്ഞ് കുലുക്കി കാണിച്ചത്. അത് വലിയ പ്രശ്നമായി. ചിത്തന്റെ മോള് അത് മൊബൈലിൽ പകർത്തി തെളിവ് സഹിതം പൊലീസിൽ പരാതി കൊടുത്തു. അതിന്റെ വാശിക്ക് ഷാപ്പിലിട്ട് ചിത്തന് രണ്ട് പൊട്ടിച്ച മല്ല് ആറുമാസം കഴിഞ്ഞാണ് കാഞ്ചിമൂട്ടിൽ ലുങ്കി പൊക്കിനിന്ന് മുള്ളിയത്.

കേസിനും പിഴയടയ്ക്കാനും അന്ന് ഞാനാണ് രൂപ പതിനായിരം മല്ലിനുവേണ്ടിയിറക്കിയത്. അതിന്റെ നന്ദിയും ഓർമ്മയും അവനുണ്ടാകും. ജാമ്യമെടുക്കാൻ വന്ന വക്കീലാണ് ഫെമിനിസ്റ്റ് എന്ന വാക്ക് മല്ലിന് സംഭാവന ചെയ്തത്. തുടർന്ന് മല്ലിന്റെ എല്ലാ തർക്കങ്ങളിലും അശ്ലീല പദങ്ങൾക്കൊപ്പം 'ഫെമിനിഷ്ടും' വരാൻ തുടങ്ങി. ചിത്തന്റെ മോള് തുടർപഠനത്തിന് കല്ക്കത്തയ്ക്ക് പോയതിന് ശേഷമാണ് മല്ല് മറവിൽ നിന്ന് മാറി മൂത്രമൊഴിക്കാൻ ധൈര്യം കാണിച്ചത്. എന്നിട്ടും പെലച്ചി പേടിച്ച് ബംഗാളിയുടെ കൂടെ നാട് വിട്ടെന്നും, നാലുപെറ്റെന്നും കഥകളുണ്ടാക്കാൻ മല്ല് ഫാൻസ് ആവുന്നത്ര ശ്രമിച്ചെങ്കിലും അത്രയങ്ങ് എറിച്ചില്ല എന്നുവേണം പറയാൻ.

ഞങ്ങളുടെ നോട്ടത്തിൽ മല്ല് നാണക്കേടിന്റെ ആ കഥയങ്ങ് പറഞ്ഞു.

"യെവളെ വീട്ടിന്റെ പെറകിലെ പുളിമരം വെട്ടിയപ്പം എറച്ചിമുട്ടിക്ക് ഇട്ട പീസ് എടുക്കാൻ ഞാനാണ് ഉച്ചയ്ക്ക് പോയത്. നോക്കുമ്പം അവിടെ യെവളല്ലാതെ വേറാരുല്ല. ലിസി അയല്ക്കൂട്ടത്തിന് പോണത് ഞാൻ കണ്ടതാണ്. തഞ്ചത്തിന് ഞാനിത്തിരി വെള്ളം ചോദിച്ചു. അവൾ അടുക്കളയിൽ കയറിയപ്പോ അണപ്പിൽ ഒന്ന് പിടിക്കാൻ നോക്കി. ന്റെ സൈമൻ സാറേ തുമ്പി തെറിക്കണത് പോലെ ബെറ്റിപ്പെണ്ണ് ഒരുവരക്കം വന്ന്. കൈയിലിരുന്ന എന്തോകൊണ്ട് എന്റെ തലയ്ക്ക് ഒരടി, തറേല് വീണ എന്റെ വർമ്മസ്ഥലത്ത് ഒറ്റച്ചവിട്ട്. അതീപ്പിന്നീട് തൊടയിലൂടെ ഒലിച്ചാണ് മൂത്രം പോണത്. അതോണ്ടാ പൈസ തരാന്ന് പറഞ്ഞിട്ടും വേണ്ടാന്നും

പറഞ്ഞ് കൂടെ വന്നത്. എനിക്ക് തന്ന പോലെ ഒരു ചവിട്ട് അവളെ പെട്ടിക്ക് നോക്കി കൊടുക്കണം, ആ സെക്കന്റിൽ യെവക്കും മൂത്രം പോണം.'' മല്ല് വരാനിരിക്കുന്ന പ്രതികാര സ്വപ്നത്തിൽ ചന്തി ചൊറിഞ്ഞു.

''ടാ മല്ലേ നോക്ക് ആ മൊതലുകള്ടെ മലന്ന് കെടന്നുള്ള നീന്തല് കണ്ടോ? ഇങ്ങനെ കെടക്കാന്ന് കൊതിപ്പിച്ച് എന്റെ പൈസ അമ്മേം മരുമോളും കൊറേ തിന്നതാ, അവരാധിച്ചിമക്കടെ ഒടുക്കത്തെ നീന്തലാണിത്'' കുഴിയൻ സജി കൈയിലിരുന്ന പേനാക്കത്തി മണ്ണിന്റെ നനവ് നോക്കി കുത്തിയിറക്കി. ലിസിയും മരുമോളും ആറ്റിൽ മലർന്ന് നീന്തുന്നു. മുഖവും മുലക്കണ്ണുകളും മാത്രമേ ജലോപരിതലത്തിലുള്ളു. വായിൽ വെള്ളം കയറ്റി മാനത്തേക്ക് തുപ്പുന്നു. ചാറ്റൽ മഴ ചെറുതായി ഞങ്ങളുടെ പുറത്തും വീഴാൻ തുടങ്ങി. ഇനിയൊരു മഴകൂടെചേർന്നാൽ ഇവരുടെ നിലവിളി ആരും കേൾക്കില്ല. കുഴിയന്റെ കത്തി അവരെ തുളച്ച് കയറിപ്പോകുന്നതുൾപ്പെടെ കീഴടക്കലിന്റെ രംഗങ്ങൾ ഭാവന ഞാൻ ചെയ്തു നോക്കി. അതിന്റൊപ്പം കുര്യന്റെ കഥയിലുമൊന്ന് എത്തി നോക്കി.

കാഞ്ചിമുട്ടിലും പരിസര പഞ്ചായത്തിലും കിണറുവെട്ടണമെങ്കിൽ ഒറ്റ പേരെയുള്ളു. കുഴിയൻ സജി എന്ന സാക്ഷാൽ കുഴിയൻ. എന്റെ വീട്ടിലെ നാല്പത് തൊടി കിണറ്റിലോട്ട് നോക്കിയാൽ തന്നെ തല ചുറ്റും. അതിൽ പലതവണ ഇറങ്ങിക്കയറിയ ധീരനായ കുഴിയന് ഇവർ കൊടുത്ത പണിയുടെ ചരിത്രമറിയാത്തവർ ഈ നാട്ടിലുണ്ടാവില്ല.

ലിസിയുടെ മോൻ ലാബാനും ഹൃദയാഘാതം വന്നാണ് മരിച്ചത്. അവളുടെ കെട്ടിയോൻ ശീമോനും അതേ വയസ്സിൽ അതേ രോഗത്തിന് കീഴടങ്ങിയെന്ന കൗതുകവുമുണ്ട്, ആ ചരിത്രത്തിന് ശീമോൻ ദേവമാതാ സ്കൂളിൽ എൽ പി മാഷായിരുന്നുവെങ്കിൽ ലാബാൻ യു പി മാഷ്, ശീമോന് ജനിച്ചത് ആൺകുട്ടിയെങ്കിൽ ലാബാന് പെൺകുട്ടി. ദാമ്പത്യത്തിന്റെ എഴാം വർഷം അവരുടെ മുപ്പത്തിയെട്ടാം വയസ്സിൽ ഈ വിശ്വാസികളും കർത്താവിൽ നിദ്രപ്രാപിച്ചു. ബെറ്റി, ലിസിയുടെ വിധവ വേഷം എടുത്തണിഞ്ഞു. ലാബാനുവേണ്ടി പള്ളിപ്പറമ്പിൽ വെട്ടിയ മനോഹരമായ കുഴികണ്ട് സജിയോട് ലിസി ഗൂഢമായ ഒരു രഹസ്യം പറഞ്ഞു. അതു കേട്ട് അത്ഭുതത്തോടെ നോക്കി നിന്ന കുഴിയന്റെ കണ്ണിലേക്ക് ലിസി എടുത്ത് ചാടി. 'വീടിന്റെ കിഴക്ക് വശത്ത് പാരമ്പര്യ വൃത്തങ്ങളെ മറിച്ചിടുന്ന സമചതുരത്തിൽ ഒരു കിണർ.' അതായിരുന്നു ആ ദിവ്യ രഹസ്യം.

''ആയ കാലത്ത് അയാളെനിക്കൊരു കിണറ് തന്നില്ല സജിയേ നിന്നെക്കൊണ്ട്...'' ലിസിയുടെ അപൂർണ്ണമായ വാക്കിന്റെയുള്ളിലെ പനിനീരുറവതേടി സജി രാപ്പകലില്ലാതെ കുഴിക്കാൻ തുടങ്ങി.

''ലിസിച്ചേച്ചി മൊന്തയിലിത്തിരി വെള്ളം താ'' സജി ഇടയ്ക്കിടെ തന്റെ ദാഹം ഓർമ്മിപ്പിച്ചുകൊണ്ടിരുന്നു.

''ജീവന്റെ ഉറവ കാണട്ടെ'' സജി ദാഹവും വിശപ്പും മറന്ന് ആഞ്ഞ് കുഴിച്ചു. കിഴക്ക് വശത്തെ ജാലകത്തിലിരുന്ന് അവനുവേണ്ടി ലിസി ഉത്തമ

ഗീതങ്ങൾ ഉറക്കെ വായിച്ചു.

"ലിസിച്ചേച്ചിക്ക് അമ്പത്തിയൊന്നായെന്ന് ആരും പറയൂല കേട്ടാ" സജി ലിസിയുടെ ആത്മാവിൽ ആഞ്ഞൊന്ന്. കുത്തി നോക്കി.

"വെള്ളം കണ്ടാ വിളിയെടാ സജി, നമ്മക്കിടയിൽ സ്വർഗ്ഗത്തിലേക്കുള്ള വാതിലല്ലേയുള്ളു." അടുത്ത ദിവസങ്ങളിൽ രണ്ട് ആസാമി പയ്യന്മാരെ സജി സ്വന്തം ചെലവിൽ പണിക്ക് നിർത്തി. കൃത്യം മുപ്പത്തിയൊമ്പതാം തൊടിയിൽ വെള്ളം കിനിഞ്ഞു. താഴെ നിന്ന സജി അമ്പിളി വട്ടം പോലെയുള്ള ലിസിയുടെ ചിരി കണ്ടു. സജിയുടെ മൂന്നാമത്തെ കുഞ്ഞിന്റെ കാതിൽ കിടന്നതും അഴിച്ച് വിറ്റാണ് ആ പ്രേമസൗധത്തിന് അരഞ്ഞാണം കെട്ടിച്ചത്. മഞ്ഞക്കയറിൽ വെള്ളിത്തൊട്ടി കെട്ടിയപ്പോൾ ലിസി നാണത്താൽ കുനിഞ്ഞു. തൊട്ടി നിറയെ മദനീര് കോരി ലിസി സജിയെ എറിഞ്ഞു.

അന്ന് നല്ല നിലാവുണ്ടായിരുന്നു. ലിസിയുടെ കിഴക്കേ വാതിലിൽ മുട്ടും മുൻപ് കിണറ്റിലേക്ക് നോക്കിയ സജി ഞെട്ടി. തന്റെ അനിയൻ അജിയുടെ വർക്ക്ഷോപ്പിൽ പണിത ഇരുമ്പ് വല, താൻ കുഴിച്ചെടുത്ത മദനീരിൽ നിഴല് വീഴ്ത്തുന്നു. തന്റെ ചന്ദ്രിക അനിയന്റെ ഇരുമ്പ് തടവിൽ. അടഞ്ഞ വാതിലിന്റെ പടിയിൽ അഴിച്ചിട്ട അജിയുടെ നീല ചെരുപ്പ് ദൂരേക്ക് വലിച്ചെറിഞ്ഞ് വാതിൽ പൊളിക്കും വണ്ണം മുട്ടി. മൂന്ന് ബാറ്ററിയിടുന്ന എവറെഡി ടോർച്ച് തലയിൽ പതിഞ്ഞപ്പോൾ കുഴിയൻ വീണു. ആ വീഴ്ചയിൽ സജിയുടെ വീടും വീണു. ഈ കഥ പ്രളയംപോലെ നാട്ടിലെങ്ങും പരന്നു. എന്നിട്ടും ലിസിയുടെ കിണറ്റിൽ വറ്റാത്ത നീരുറവയായിരുന്നു.

"എനിക്ക് ലിസിയെ മതി, ആറ്റിന്റെ കരയിൽ ഞാനവളെ കുഴിച്ചിടും." സജിയുടെ പേനാക്കത്തി കുഴിച്ചുകൊണ്ടേയിരുന്നു. കരയിലേക്ക് ഇരുട്ടിലൂടെ പാഞ്ഞുവരുന്ന തണുത്ത കാറ്റിന് അവർ തേയ്ക്കുന്ന വാസന സോപ്പിന്റെ ഗന്ധമുണ്ടായിരുന്നു. എലീശ പാസ്റ്റർ ധ്യാനത്തിലെന്നപോലെയിരുന്നു. ഞാനാ ധ്യാനത്തിലൂടെ എന്റെ കാര്യമൊന്നോർത്തുനോക്കി.

കഴിഞ്ഞ പതിമൂന്നാം തീയതി ഹോട്ടൽ മുറിയിൽ ബെറ്റിയുടെ മുടിയുടെ മണമേറ്റ് ഞാനും കിടന്നതാണ്. ഏഴു വർഷത്തെ പ്രവാസ ജീവിതം അവസാനിപ്പിച്ച് കാഞ്ചീമൂട്ടിലെ തറവാട് പുതുക്കിപ്പണിഞ്ഞത് ഇത്തിരി സുഖിക്കാൻ തന്നെയാണ്. പാരമ്പര്യമായി പ്രമാണിമാരായ ഞങ്ങൾക്ക് ഈ നാട് അംഗീകരിച്ചു തന്നിട്ടുള്ള ചില പദവികളുണ്ട്. സാമൂഹിക സാംസ്കാരിക പരിപാടികളിൽ ഈ നാടും ഞാനും എന്റെ സാന്നിദ്ധ്യം ഉറപ്പിച്ചിരുന്നു. എവിടെയും കയറി നിന്ന് സൂര്യന് കിഴിലുള്ള ഏതിനെക്കുറിച്ചും അഞ്ച് മിനിറ്റിൽ ഒരു പ്രസംഗം കാച്ചിക്കളയും. എം എ ഹിന്ദിയും ഒരു ബി എഡും കൈവശമുള്ളതുകൊണ്ടും തറവാട്ടുവക വിദ്യാഭ്യാസ സ്ഥാപനമായ മേരിമാതാ വർഷങ്ങളായി പ്രവർത്തിക്കുന്നതിനാലും 'സാർ' പദവിയും ലഭിച്ചിട്ടുണ്ട്. ഇവളുമാരുടെ പേരിൽ അതൊന്നും കളയാൻ എനിക്ക് കഴിയില്ല. ഒരാഴ്ച മുമ്പ് സ്കൂളിലെ മാനേജരുടെ മുറിയി

ലിരുന്ന് ലിസി വില പറഞ്ഞത് അയണിമുട്ടിൽ തറവാട്ടിന്റെ അഭിമാനത്തിനാണ്.

ശീമോനും ലാബാനും എത്താത്ത പദവിയിലേക്ക് ഞാനവളുടെ മരുമോളെ അവരോധിക്കണം പോലും. മാനേജർ എന്ന നിലയിൽ, ചത്ത് പോയൊരു സ്റ്റാഫിന്റെ വിധവയ്ക്ക് എൽ പി ടീച്ചർ പോസ്റ്റൊക്കെ കൊടുക്കാം. പക്ഷേ, നാല്പത്തിനാല് ലക്ഷം വില പറഞ്ഞ് വച്ച ഹയർ സെക്കന്ററി ടീച്ചർ പോസ്റ്റ് വേണമെന്ന് പറയുന്ന ഈ പന്നകളെ കൊല്ലാതെ പിന്നെ എന്നാ ചെയ്യും?

തിരുവനന്തപുരത്ത് പേപ്പർ ശരിയാക്കാനെന്നും പറഞ്ഞ് അമ്മായിയും മരുമോളും കാറിൽ കയറിയപ്പോൾ എന്റെ വീട്ടുകാരിപോലും "എന്തെങ്കിലും ചെയ്ത്കൊടുക്ക് അച്ചായാ" എന്ന മട്ടിലാണ് നിന്നത്. അതിന്റെ പേരിൽ അവരെയും കൊണ്ട് കറങ്ങാൻ പോയതാണെന്ന് അറിഞ്ഞാൽ പ്ലാന്റർ ലാസറിന്റെ മോള് മറിയ ഉരുളുപൊട്ടിയത് പോലെ എന്റെ നെഞ്ചത്തോട്ടിങ്ങ് വരും. തലസ്ഥാനത്ത് സിനിമയും ബിരിയാണിയും കഴിഞ്ഞ് ലിസി തഞ്ചത്തിൽ മാറിത്തന്നത് അവരുടെ ചതിയായിരുന്നു. ഹോട്ടൽ മുറിയിൽ സ്കോച്ചിന്റെ പുറത്ത് കെട്ടിമറിഞ്ഞത് മുഴുവൻ ഇവൾ ഫോണിൽ പിടിക്കണത് ഞാനും ശ്രദ്ധിച്ചില്ല. തുണിയും സ്വർണ്ണോക്കെയായി ഒന്നൊന്നര ലക്ഷം തിന്നിട്ടാണ് കൊർണകൾ പോന്നത്. ഫോണിൽ മരുമോളുടെ വീഡിയോ കാണിച്ച് വിലപറയുന്ന അമ്മായി. ഇതെങ്ങാനും പുറത്തു വന്നാൽ മൂന്ന് മെത്രാന്മാരുള്ള അയണിമൂട്ടിൽ തറവാടിന്റെ അഭിമാനം തെമ്മാടിക്കുഴിയിൽ വയ്ക്കേണ്ടി വരും. അങ്ങനെയാണ് ഇവരെ കൊന്നിട്ടാണെങ്കിലും അതങ്ങ് സംരക്ഷിക്കാൻ തീരുമാനിച്ചത്.

മഴ അലറിപ്പെയ്യാൻ തുടങ്ങി. ഇരുട്ടിനെ കീറിവന്ന ഒരു കൊള്ളിയാൻ വെട്ടത്തിൽ കണ്ണുകൾ ചൂണ്ടപോലെ ആറ്റിലേക്കിട്ടിരിക്കുന്ന മൂന്ന് മീശകൾ. കുഴിയന്റെ ചെമ്പൻ മീശ, മല്ലിന്റെ കൊമ്പൻ മീശ, മീശയിൽ ആശ്രയിക്കാത്ത വിശ്വാസമുള്ള എലീശ, ഏറ്റവും മാന്യമായ മീശ എനിക്കു തന്നെ. നാലു മീശകൾക്കും വേണ്ട മീനുകൾ ആറ്റിൽ ആർത്തിയോടെ നീന്തുന്നു.

ലിസി കരയിലിരുന്ന് മാനത്തേക്ക് നോക്കി ഉറക്കെ ഏതോ പഴയ പാട്ട് പാടുന്നു. ബെറ്റി തോർത്ത് തലമുടിയിൽ ചുരികപോലെ ചുറ്റിവച്ച് അലക്കിയ തുണിയൊക്കെ അടുക്കിയെടുക്കുന്നു. അങ്കത്തിന് പുറപ്പെട്ട ആർച്ചമാരെപ്പോലെ മുലക്കച്ചയിൽ കൊർണകൾ കയറി വരുന്നു. എനിക്ക് പിന്തിരിഞ്ഞോടിയാലോയെന്ന തോന്നലുണ്ടായി. മനസ്സറിഞ്ഞതുപോലെ മല്ല് എന്റെ കൈയിൽ ഇറുക്കിപ്പിടിച്ചു.

കുഴിയനും എലീശയും എഴുന്നേറ്റ് നില്ക്കുന്നു. കുഴിയന്റെ കത്തി കൊള്ളിയാൻ വെട്ടത്തിൽ കൊതിയോടെ തിളങ്ങി. പെട്ടെന്ന് കൂറ്റനൊരിടി മുഴങ്ങി. ഉടുത്തിരുന്ന മുണ്ട് അഴിച്ചെറിഞ്ഞ്, എല്ലാവരെയും പിന്നിലാക്കി എലീശ അവർക്ക് നേരെ ഓടുന്നു. അയാളുടെ ലക്ഷ്യം ആരായിരിക്കും? നമുക്കാർക്കുമറിയാത്ത അയാളുടെ കഥയെന്താണ്?

ലേയൗട്ട്

"നീയൊക്കെ ഇവിടെന്ത് സാംസ്കാരിക ഇടപെടലാണ് നടത്തണത്? ആറുമാസമെങ്കിലും നിന്റെ ഈ കഥകൾക്ക് ആയുസ്സുണ്ടോ? ഇതൊക്കെ ചേർത്ത് പുസ്തകമാക്കിയാൽ കേരള ബുക്സിന്റെ ക്രെഡിബിലിറ്റി എന്താകും?" അയാൾ എന്റെ മുഖത്തേക്ക് വലിച്ചെറിഞ്ഞ കഥകളുമെടുത്ത് കേരളയുടെ ഓഫീസിൽ നിന്ന് ഇറങ്ങിപ്പോരുമ്പോൾ അവിടെ കൂട്ടിയിട്ടിരുന്ന പുസ്തകങ്ങളിൽ വാശിയോടെ ചവിട്ടി. മർത്ത്യനോട് ഏറ്റവും വെറുപ്പ് തോന്നിയത് അന്നാണ്.

സ്വന്തമായി രണ്ട് കഥാസമാഹാരങ്ങളും പ്രമുഖ പതിപ്പുകളിൽ ചില കഥകളും അച്ചടിച്ചു വന്നപ്പോൾ അതിൽ ചിലതുമെടുത്ത് ഞാൻ അയാളെ ഒരിക്കൽ കാണാൻ ചെന്നിരുന്നു. ഒന്നുരണ്ടെണ്ണം വായിച്ചിട്ട് എന്റെ നേർക്ക് അലറിയതാണിതൊക്കെ. ആദ്യ രണ്ട് പുസ്തകങ്ങൾ പ്രസാധകർക്ക് കാശ് കൊടുത്ത് ഇറക്കിയപ്പോൾ മൂന്നാമത്തേത് കേരളാ ബുക്സിൽ ആകട്ടെയെന്ന് ഞാനും കരുതി. അച്ചടിക്കാൻ കാശ് വെണമെങ്കിൽ അയാൾക്കത് ചോദിക്കാമായിരുന്നു. പക്ഷേ, അന്ന് അയാൾ ചെയ്തതോ...? സംഭവം സത്യമാണ്, അയാളുടെ പുസ്തകങ്ങൾക്ക് നല്ല വായനക്കാരുണ്ട്. അച്ചടിക്കാൻ ഇതുവരെ ആരോടും കാശ് വാങ്ങിയിട്ടില്ലായെന്നാണ് കേട്ടത്. കഴിഞ്ഞ ഏഴെട്ട് വർഷത്തിൽ എൺപത് തൊണ്ണൂറ് പുസ്തകങ്ങൾ മാത്രമേ കേരളാ ബുക്സിലുള്ളു. എന്റെ കഥാസമാഹാരങ്ങൾ ഉൾപ്പെടെ നൂറ്റിമുപ്പത്തിയേഴ് പുസ്തകങ്ങളാണ് സ്വാഡ് ബുക്സ് വെറും എട്ടുമാസംകൊണ്ട് വായനക്കാരിൽ എത്തിച്ചത്. അതിലൊരെണ്ണം കഴിഞ്ഞ ആഴ്ച രണ്ടാംപതിപ്പുമായി.

കേരളാ ബുക്സ് മേരിഗിൽഡയുടെ കവിതകൾ ചേർത്ത് പുസ്തകമാക്കിയിരിക്കുന്നു. ഇന്നലെ ഇറങ്ങിയ കവിതാസമാഹാരത്തിന്റെ എഴു

ത്തുകാരി മേരിഗിൽഡയെ നിങ്ങൾക്കും അറിയാമായിരിക്കും. വെറും പ്രാഞ്ചിയേട്ടനായ ഒരു സ്വർണ്ണക്കടക്കാരന്റെ ഭാര്യയാണ് കക്ഷി. ഫെയ്സ് ബുക്ക് സെലിബ്രിറ്റിയാണ്. കവിത എന്ന പേരിൽ എഴുതിക്കൂട്ടണ ചവറിനൊക്കെ ഞാനും കമന്റും ലൈക്കും ധാരാളം ഇട്ടിട്ടുണ്ട്. രൂപ അയ്യായിരം എഡിറ്റർക്ക് കൊടുത്താൽ ആരെയും മുഖചിത്രമാക്കുന്ന ഒരു പതിപ്പിന്റെ കഴിഞ്ഞ ലക്കത്തിലെ താരം നമ്മുടെ ഈ കക്ഷിയായിരുന്നു. അവരുടെ പുസ്തകത്തിന്റെ പ്രസാധകർ മർത്യന്റെ കേരളാബുക്സാണെന്നറിഞ്ഞതു മുതൽ തുടങ്ങിയ കലിപ്പാണെനിക്ക്. എന്റെ മുഖത്തേക്ക് കഥകളും വലിച്ചെറിഞ്ഞ് എന്നോട് അന്ന് അയാൾ പറഞ്ഞതൊക്കെ അതേ ചടങ്ങിൽ വച്ച് രഹസ്യമായിട്ടാണെങ്കിലും അയാളോട് തിരികെ ചോദിക്കണം. തികച്ചും സർഗ്ഗാത്മകമായ പ്രതികാരം. പിന്നെ നമ്മുടെ മേരിഗിൽഡയെ പിണക്കാനും പറ്റില്ല. സാഹിത്യലോകത്തെ വമ്പൻ നിരയാണ് പ്രകാശനത്തിനെത്തുന്നത്.

പുസ്തകത്തിന്റെ പ്രകാശനവും സ്വീകരണവും കേരള കേന്ദ്ര അക്കാദമികൾ നേടിയ രണ്ട് പ്രമുഖരേറ്റിട്ടുണ്ട്. പുസ്തകാവതരണമാണെങ്കിലോ ഫെയ്സ് ബുക്കിലും സമാന്തരപതിപ്പുകളിലും എഴുത്തുകാരെ നിഷ്കരുണം വലിച്ച് കീറുന്ന ഒരു നിരൂപണനരസിംഹം. ഈ നഗരത്തിലെ ഏറ്റവും വിലകൂടിയ ഓഡിറ്റോറിയത്തിൽ പ്രകാശനച്ചടങ്ങ്. പ്രാഞ്ചിയേട്ടൻ ഭാര്യക്കുവേണ്ടി വൻതുക ഇറക്കിയിട്ടുണ്ട്. പ്രകാശന പോസ്റ്റർ ഫെയ്സ്ബുക്കിൽ ഞാൻ ഉൾപ്പെടെ ആയിരക്കണക്കിന് ഗിൽഡ ഫാൻസ് ഷെയർ ചെയ്തു. മൂന്ന് പത്രങ്ങൾ ആ വാർത്ത റിപ്പോർട്ട് ചെയ്തിട്ടുണ്ട്.

മേരിഗിൽഡയുടെ കവിതയിലെ ഒരു കോപ്പൊന്നും കണ്ടിട്ടാകില്ല മർത്യൻ ആ പുസ്തകം ഇറക്കിയതെന്ന് ഉറപ്പ്. ഉള്ളിൽ കിടക്കണ കലിപ്പും തീർക്കാം, മേരിഗിൽഡയെ കാണേം ചെയ്യാം. ഓഡിറ്റോറിയത്തിന്റെ പാർക്കിങ് സ്ഥലത്തെ വിലകൂടിയ കാറുകളുടെ നീണ്ടനിര കണ്ടപ്പോൾ ഒന്നുറപ്പായി, സംഭവം കളറാകും. പ്രവേശന കവാടത്തിൽ കവയിത്രിയോടൊപ്പം നമ്മുടെ പ്രാഞ്ചിയേട്ടന്റെ കൂറ്റൻ ഫ്ളെക്സ് കണ്ട് എനിക്ക് ചിരിയണ പൊട്ടി. ഏതോ സിനിമയിൽ ശ്രീനിവാസനും ഭാര്യയും നില്ക്കണത് പോലെ. സദസ്സ് ഏതാണ്ട് നിറഞ്ഞിരുന്നു. എനിക്ക് കാണേണ്ടത് അയാളെ മാത്രം. അയാളെയാണെങ്കിൽ അവിടെയെങ്ങും കാണാനുമില്ല. എന്നെ കണ്ടതും മേരി ഓടി വന്ന് ഒറ്റ ആശ്ലേഷം. ഏതോ വിദേശ പെർഫ്യൂം എന്റെ മൂക്കിലേക്ക് ഇരച്ചുകയറി. ഞാനാകെ പൂത്തുലഞ്ഞു.

“നമ്മുടെ കേരളയിലെ മർത്യൻ സാറെവിടെ” എന്റെ ചോദ്യം കേട്ട് എഴുത്തുകാരി കണ്ണ് തുടച്ചു. മുഖത്ത് കൺമഷി പടർന്നപോലെ വിഷാദം. മേരിയുടെ കവിതകൾക്ക് സ്ഥിരം കമന്റിടുന്ന ഒരു ആരാധകൻ എന്നെ മാറ്റി നിർത്തി രഹസ്യമായി പ്രതിഷേധിച്ചു.

“ഇവനെയൊക്കെ ശരിക്കും കൈകാര്യം ചെയ്യാനുള്ളതാ. ദേ ഈ കെട്ടിടത്തിന്റെ പിറകിൽ കുടിച്ച് ബോധംകെട്ടിരുപ്പുണ്ട്. ആ മൈ..”

എനിക്ക് അടക്കാനാകാത്ത സന്തോഷത്തിന്റെ വേലിയേറ്റമുണ്ടായി.

എന്നിട്ടും ഒരു കുഞ്ഞോളം പോലും പുറത്ത് കാട്ടിയില്ല. ചടങ്ങ് തുടങ്ങാനായി വേദിയിലേക്ക് സാഹിത്യലോകത്തെ നക്ഷത്രങ്ങൾ മേരിക്ക് പിന്നാലെ നടക്കുന്നു.

കെട്ടിടത്തിന്റെ പിന്നിൽ മർത്യന്റെ അടുത്തേക്ക് ഞാൻ ഓടുകയായിരുന്നു. പുറകിലെ വാതിലിൽ ചാരിയിരിക്കുന്ന അയാൾക്കു ചുറ്റും നോട്ടുകൾ ചിതറിക്കിടക്കുന്നു. ഒരു സ്ത്രീയും പതിനഞ്ച് വയസ്സ് തോന്നിക്കുന്ന ചെറുക്കനും ചേർന്ന് അതെല്ലാം പെറുക്കിയെടുക്കുന്നു. എന്നെ അവർ മുഖമുയർത്തി നോക്കി. അയാളുടെ പോക്കറ്റിലിരുന്ന പേഴ്സും ഫോണും നിലത്ത് കിടന്ന കണ്ണാടിയും ചെറുക്കനെടുത്ത് ഒരു കവറിലിട്ടു. എന്നിട്ട് മുഖത്ത് കുലുക്കി "അപ്പാ അപ്പാ"എന്നു വിളിച്ചുനോക്കി. സ്ത്രീ അവന്റെ കൈ തട്ടി മാറ്റി നടന്നു നീങ്ങി. അവരോടൊപ്പമെത്താൻ തിടുക്കത്തിൽ പോകുന്ന ആ കുട്ടി ഒന്നു രണ്ട് തവണ എന്നെ തിരിഞ്ഞ് നോക്കി.

ബോധം കെട്ട് കിടക്കുന്ന ഒരാളോട് മൂർച്ചകൂട്ടിവച്ച വാക്കുകൊണ്ടല്ല വാളുകൊണ്ട് പ്രതികാരം ചെയ്തിട്ടും കാര്യമില്ലെന്ന് കരുതിയാണ് അയാളെ എന്റെ മുറിയിലേക്ക് കൊണ്ടുപോന്നത്. എന്തെങ്കിലും എഴുതാനും കമ്പനി കൂടാനും നാലഞ്ച് ചങ്ങാതികൾ ചേർന്നെടുത്ത ലോഡ്ജ് മുറി.

രാത്രി മുഴുവൻ മർത്യൻ എന്തൊക്കെയോ വിളിച്ച് പറയുന്നുണ്ടായിരുന്നു. അയാൾ ഉണരാൻ ഞാൻ കാത്തിരുന്നു. എഴുന്നേറ്റ ഉടൻ എന്നോട് ഫോൺ ആവശ്യപ്പെട്ടു. ആരോടൊക്കെയോ സംസാരിക്കുന്നു. കൂടുതലും ക്ഷമ പറച്ചിലുകൾ. നിരാശയോടെ കട്ടിലിൽ വന്നിരുന്ന അയാളെ എനിക്ക് ചോദ്യം ചെയ്യാൻ തിടുക്കമായി. പക്ഷേ, മർത്യൻ കരയുന്നതുപോലെ പറയാൻ തുടങ്ങി.

"പുസ്തകമുണ്ടാക്കല് ഏതോ വലിയ സാംസ്കാരിക പ്രവർത്തനമാണെന്ന് കരുതുന്ന ഞാനടക്കമുള്ള പ്രസാധകർ പൊട്ടന്മാരാണ്. എഴുത്തുകാർക്കും വായനക്കാർക്കും കേരളാ മർത്യൻ വെറും മുതലാളി. നീയൊക്കെ കുത്തിക്കുറിക്കണത് ടൈപ്പ്ചെയ്ത് പ്രൂഫ് വായിച്ച് അതിന് ചേർന്ന ചിത്രോം വരച്ച് മനോഹരമായ കവറുണ്ടാക്കി പുസ്തകമാക്കാൻ എത്രയാ മെനക്കേടെന്ന് അറിയാമോ ? വൻ വാടക കൊടുത്ത് കടയിലോ മേളകളിലോ വിതരണത്തിന് വച്ചാൽ വരുന്നവനൊക്കെ ചീഞ്ഞ മീനിനേക്കാൾ വിലക്കുറവ് വേണം."

മേശപ്പുറത്ത് ഇരിക്കുന്ന ബ്രാണ്ടിക്കുപ്പിയിലേക്ക് മർത്യന്റെ നോട്ടം വീഴുന്നത് കണ്ട് ഞാൻ ഒരു പെഗ്ഗോളം ഗ്ലാസിലേക്ക് പകർന്നു. ഒറ്റ വലിക്കുള്ള ആ കുടി കണ്ടാലറിയാം കക്ഷിക്ക് ഇതൊട്ടും ശീലമില്ലെന്ന്. ഇയാൾ പറയട്ടെ ഒടുവിൽ എല്ലാം ചേർത്ത് കുഴിച്ചിടാനുള്ള വക ഞാൻ കരുതിയിട്ടുണ്ടല്ലോ.

"എന്തേലും എഴുതിത്തന്ന് നീയൊക്കെ ഒറ്റപ്പോക്കല്ലേ? പിന്നെ അതിന്റെ പതിപ്പ് തീർന്നോ റോയൽറ്റി ആയോന്നുള്ള ചോദ്യം മാത്രമേ

ഉണ്ടാകൂ. ദേ ഇന്നലെ കേരളാബുക്സ് ഒരുത്തിയുടെ കവിത ചെയ്തല്ലോ? ഈ കാലത്ത് ആരാ കവിത വായിക്കണെത്. അതും അവരെഴുതണത് പോലുള്ള ചവറ് സാധനങ്ങൾ. എങ്ങനെയെങ്കിലും ആ മാരണം ഒഴിഞ്ഞ് പോകട്ടേന്ന് കരുതിയാണ് അച്ചടിക്കാൻ ഒരു വലിയ തുക ചോദിച്ചത്. നിന്ന നില്പിൽ അതും സമ്മതിച്ച് പത്തുനൂറ്റമ്പത് കവിതകളും തന്ന് അവരങ്ങുപോയി. അതു വായിച്ച് എഡിറ്റ് ചെയ്ത സമയംകൊണ്ട് എനിക്ക് എന്തൊക്കെ എഴുതാമായിരുന്നു? വായിക്കാമായിരുന്നു? വെറുതെയിരുന്നാലും ലാഭമായിരുന്നു. ഇന്നലെ ആയിരുന്നു എന്റെ പുസ്തകങ്ങൾ അച്ചടിക്കുന്ന തൃശ്ശൂരിലെ പ്രസുകാരോട് പറഞ്ഞ ഒടുവിലെ അവധി. ആ കാശ് ഒപ്പിക്കാനായിട്ടാണ് ഇന്നലെ പ്രകാശനം നടത്തിയത്. അവിടെ വന്ന ആൾക്കൂട്ടം കണ്ടോ? കേരളാ ബുക്സിൽ ഒറ്റ വർഷംകൊണ്ട് വില്ക്കണ പുസ്തകം അവിടെ ഒറ്റ ദിവസത്തിൽ തീർന്നു കാണും. ഒരുത്തരും വായിക്കില്ല. ആ പുസ്തകം എന്റെ സ്റ്റാളിലിരിക്കുന്നതിലും നല്ലത് വായനക്കാർക്ക് വിഷം വാങ്ങിക്കൊടുക്കുന്നതാണ്"

മർത്യൻ ഒന്ന് ശക്തിയായി ചുമച്ചു. കഫം ജനാലവഴി പുറത്തേക്ക് കാർക്കിച്ച് തുപ്പി. അതിനെ പ്രതിരോധിച്ച് അകത്തേക്ക് വന്ന കാറ്റിൽ തുപ്പലിന്റെ നനവുണ്ടായിരുന്നു. മുന്നോട്ടുള്ള ആ ഇരിപ്പ് കണ്ടാലറിയാം അയാൾക്ക് സംഭാഷണം നിർത്താനുള്ള ഭാവമില്ലെന്ന്.

"ഒന്ന് ചിന്തിച്ച് നോക്കിയേ ഇയാളുടെ പുസ്തകം അല്പം ഗുണമുള്ളതുകൊണ്ട് ഞാനങ്ങ് ചെയ്യുവാന്ന് കൂട്ടിക്കോ. ആരാ തന്റെ പേര് ചോദിച്ച് വന്ന് പുസ്തകം വാങ്ങിക്കുന്നത്. അതൊക്കെ എന്റെ ഗോഡൗണിൽ കിടക്കും. പിന്നെ ലൈബ്രറി കൗൺസിലിന്റെ മേള വന്നാൽ അഞ്ചോ പത്തോ പീസ് പോയാലായി. നാട്ടിലെ ലൈബ്രറികളിൽനിന്നും പുസ്തകമെടുക്കാൻ വരുന്നോർക്ക് വല്ല അന്തവും കുന്തവുണ്ടോ. നേരെ കൊമ്പന്മാരുടെ അടുത്ത് ചെല്ലും. സർക്കാർ കൊടുത്ത ഗ്രാന്റ് മുഴുവൻ അവിടെ തീർക്കും. അവർക്കിപ്പോഴും സാഹിത്യത്തിലെ കുലപതികളുടെ രചനകൾ മതി പുതിയ ഒറ്റ ടൈറ്റില് വേണ്ട. ഈ കൊമ്പന്മാർ അതിന്റെയൊക്കെ പുതിയ പതിപ്പുണ്ടാക്കി ജയിക്കും. തനിക്കറിയോ മിടുക്കരായ എത്ര പുതിയ എഴുത്തുകാരെയാണ് കേരളാ ബുക്സ് അവതരിപ്പിച്ചിട്ടുള്ളതെന്ന്? ഇതൊക്കെയല്ലേ സത്യത്തിൽ നവോത്ഥാനം.

തെറ്റിയും തെറിച്ചും ഏതെങ്കിലും ടീം വന്നാലോ. അവർക്ക് എത്ര കമ്മീഷൻ കിട്ടും, അതാണറിയേണ്ടത്. ബില്ലില് നമ്മള് കുറച്ച് കൊടുക്കണെ തുക കൊണ്ടാണ് ഈ വരണവന്റെയൊക്കെ യാത്രാച്ചെലവ് നടക്കണെത്. സ്റ്റാളിന്റെ വാടക എന്തെങ്കിലും കൊടുക്കണ്ടേയെന്ന് കരുതി പേപ്പർ വിലയ്ക്ക് തൂക്കിക്കൊടുക്കുന്നതു പോലെ വില്ക്കും. ഇതൊക്കെ അവന്മാർ ലൈബ്രറികളിൽ ശവത്തെപ്പോലെ കുഴിച്ചിടും" അയാൾ വീണ്ടും കഫം തുപ്പാനെഴുന്നേറ്റപ്പോൾ ഞാനല്പം മാറിയിരുന്നു.

"പട്ടിണിയാണെങ്കിലും അങ്ങ് ശ്രീലങ്കയിലൊക്കെ എങ്ങനെയാന്നറിയോ? മിനിമം പതിനയ്യായിരം കോപ്പിയെങ്കിലും സർക്കാര് വാങ്ങി

പ്രസാധകരെ സഹായിക്കും. ഇവിടാണെങ്കിലോ ഇങ്ങനെയൊരു ഇട പെടൽ നടത്തുന്ന വർഗ്ഗമുണ്ടെന്ന് തന്നെ സർക്കാരിന് അറിയില്ല. ഒരല്പം നികുതിയിളവുപോലും പരിഗണിക്കില്ല. കർഷകർ മാത്രമല്ല ഇവിടെ പല പ്രസാധകരും വൻ തുകകളാണ് ലോണായും വട്ടിപ്പലിശയ്ക്കും എടു ത്തിട്ടുള്ളത്. ചിലരൊക്കെ ആത്മഹത്യയുടെ വക്കിലാണ്. ഇനി ഒരു അഞ്ചു കൊല്ലം കഴിഞ്ഞാൽ പേപ്പറിൽ വായന നടക്കുമെന്ന് തോന്ന ണില്ല. വായനശാലകളൊക്കെ പൂട്ടിപോകും."

നാട്ടിൽ തുറക്കാതെ കിടക്കുന്ന സാഹിത്യപോഷിണി വായനശാ ലയും സെക്രട്ടറിയായ എന്റെ മേശയിൽ വിശ്രമിക്കുന്ന താക്കോലും ഓർത്ത് എനിക്ക് ഞെട്ടലുണ്ടായി.

"വലിയൊരു പത്രത്തിലെ ജോലി കളഞ്ഞിട്ടാണ് ഈ സാഹസത്തിന് ഞാനിറങ്ങിയത്. ഇതുവരെ ഒറ്റ രൂപ സമ്പാദ്യമില്ല. ഇനി ഇത് നിർത്താൻ പറ്റോ? അതിനും കഴിയണില്ല. സ്വന്തമായൊരു വീടോ കാറോ ഇല്ല. കുടും ബമായൊരു സിനിമകണ്ട കാലം മറന്നു. ഏതെങ്കിലും സർക്കാരാഫീ സിലെ ഒരു പ്യൂണിന് ഈ ഗതികേടുണ്ടാകുമോ? ഇന്നലെയാണ് ആദ്യ മായി ഒരു ബാറിൽ ചെന്നിരുന്ന് മദ്യപിക്കുന്നത്." അയാൾ കുറേ നേരം എന്നെതന്നെ നോക്കിയിരുന്നു. ഞാൻ കരുതിവച്ച വാക്കുകൾ അയാളെ ഭയന്ന് പുറത്തുവന്നില്ല.

"പഞ്ചായത്ത് ഓഫീസിലെ പണിയും കഴിഞ്ഞ് തളർന്നു വരുന്ന അവളും ഞാനും രാത്രികൾ മുഴുവൻ കംപ്യൂട്ടറിന്റെ മുന്നിലാണ്. ഒരു സ്റ്റാഫിനെ വയ്ക്കാൻ എവിടെന്നാ കാശ്? വീട്ട് ചെലവ് തന്നെ അവളുടെ ശമ്പളത്തിലാണ്. പ്രസുകാരൻ വന്ന് ചീത്തവിളിച്ച് പോയതിന് പിന്നാ ലെയാണ് മേരിഗിൽഡ കവിതയുമായി വന്നത്. ഇപ്പോൾ കാശ് വാങ്ങി അച്ചടിക്കണത് വലിയ പാപമൊന്നുമല്ല. കവറിനും ചിത്രത്തിനുമൊക്കെ വലിയ തുകയാകും. അവരിന്നലെ ആ തുക തന്നില്ലായിരുന്നുവെങ്കിൽ പ്രസുകാരൻ പേപ്പറു വിലയ്ക്ക് എന്റെ പുസ്തകം മുഴുവൻ എടുത്തോണ്ട് പോകുമായിരുന്നു. ഇനിയുള്ള കാലത്ത് പുസ്തകം ചെയ്യാനൊന്നും ആരും മുന്നോട്ട് വരുമെന്ന് തോന്നണില്ല. കഴിഞ്ഞ മാസം ലാഡർ ബുക്സ് തുടങ്ങിയ പയ്യന്റെ കാര്യം ഓർത്താൽ എനിക്ക് പേടിയാ തോന്നണത് എത്ര താല്പര്യത്തോടെയാണ് ഓരോരുത്തര് ഈ രംഗത്തേക്ക് വരുന്നത്. അവന്റെ വിധിയും ആ ഷെൽവിയെപ്പോലെയൊക്കെയാകും. എനിക്കാ ണെങ്കിൽ ആ ബുദ്ധിയും തോന്നണില്ല."

ഷെൽവി ആരാണെന്ന് ചിന്തിച്ചിരുന്ന എന്നോട് മർത്യൻ അടുത്ത പെഗ് ചോദിച്ചു. നിറഞ്ഞ ഗ്ലാസിനോടൊപ്പം എന്റെ ബാഗിൽനിന്ന് അന്ന് വലിച്ചെറിഞ്ഞ കഥകൾ അയാളുടെ മുന്നിൽ വച്ചു. മർത്യന്റെ മുഖത്ത് അറിയാതെ ഒരു പരിഹാസച്ചിരി വന്നുപോയി.

"തനിക്ക് അറിയോ ഈ നാട്ടിലെ പ്രസാധകരുടെ ഒരു യോഗം ചേർ ന്നാൽ കേരളയുടെ മർത്യന് ഏറ്റവും മുന്നിൽ തന്നെ ഒരു സീറ്റ് ഉണ്ടാകും. അവിടെ മർത്യന്റെ അഭിപ്രായങ്ങൾക്കും വിലയുണ്ട്. മായം കലക്കാതെ

പുസ്തകം ഇറക്കിയതിന്റെ ഏക സമ്പാദ്യം. അതാണിന്നലെ ഞാൻ കളഞ്ഞു കുളിച്ചത്. ഞാനീ മാറ്റർ വായിച്ചാൽ പുസ്തകമാകുമെന്ന് ഒരു ഉറപ്പുമില്ലാട്ടോ. സ്വബോധത്തിൽ കാശ് വാങ്ങുന്ന ഏർപ്പാട് പറ്റുല്ലെന്ന് ഇന്നലെ എനിക്ക് മനസ്സിലായി. എന്നാലും ഇത് ഇവിടിരിക്കട്ടെ ഞാൻ വായിക്കാം."

എന്റെ മുഖത്ത് വിരിഞ്ഞ സന്തോഷം കണ്ട് അയാൾക്കും ചെറിയ ചിരി വന്നു. കുടുംബത്തെക്കുറിച്ചും ജോലിയെപ്പറ്റിയും തിരക്കി. ഏതോ ഒരു കവിതയും ചൊല്ലി കുളിമുറിയിലേക്ക് അയാളും സമീപത്തെ ഹോട്ടലിലേക്ക് ഞാനും ഇറങ്ങി.

കുളിമുറിയിൽ നിന്ന് എന്റെ പഴയ മുണ്ടും ഉടുത്ത് ഇറങ്ങി വരുന്ന ആ മനുഷ്യന്റെ മുഖത്തെ ചിരി കണ്ട് എനിക്ക് വല്ലാത്ത കുറ്റബോധം തോന്നി. ഹോട്ടലിൽ നിന്ന് വരുത്തിയ ഭക്ഷണവും കഴിച്ച് അയാൾ എന്റെ കഥകൾ വായിക്കാനിരുന്നു.

ആഫീസിലേക്കിറങ്ങും മുമ്പ് മർത്യൻ വീണ്ടും ഫോൺ വാങ്ങി വീട്ടിലേക്കും കേരളയുടെ ഓഫീസിലേക്കും വിളിച്ചു.

"പുള്ളിക്കാരി ആകെ കലിപ്പിലാണ്. ഇന്നലെ ഞാൻ വല്ലാതെ ബോറാക്കിയല്ലേ? പതിനാറ് കൊല്ലമായില്ലേ ഒന്നിച്ച് ജീവിക്കാൻ തുടങ്ങിയിട്ട്. കഴിഞ്ഞ മാസം കടയുടെ വാടക കൊടുക്കാനില്ലാതെ ബൈക്ക് വിറ്റപ്പോൾ പുള്ളിക്കാരി എനിക്കുമുന്നിൽ വച്ച നിർദ്ദേശം എന്താന്നറിയോ നിനക്ക്?

ഇതെല്ലാം നിർത്തി വല്ലതും എഴുതിയും വായിച്ചും വീട്ടിലിരുന്നോളാൻ. എത്ര ബുദ്ധിമുട്ടിയായാലും അവളുടെ ശമ്പളത്തിൽ ജീവിക്കാമെന്ന്. പണ്ട് ഞാൻ അത്യാവശ്യം എഴുതുമായിരുന്നു. മലയാളത്തിലെ മിക്ക പതിപ്പിലും കഥകളും കവിതയും വന്നിട്ടുണ്ട്. അങ്ങനെയാ പുള്ളിക്കാരി കൂടെ പോന്നത്.

എനിക്കറിയാം അവൾ പറയുന്നതാണ് റിയാലിറ്റി. അതാണ് സത്യം. പക്ഷേ, എനിക്ക് പിന്മാറാൻ പറ്റണില്ലല്ലോ? അവള് പറഞ്ഞത് കേട്ട് ഞാനങ്ങ് ചത്തത് പോലെയായി. ഞാനിപ്പോൾ സ്ഥിരമായി കാണുന്ന സ്വപ്നമെന്താണെന്നറിയോ? കേരളാ ബുക്സിന്റെ മുമ്പിൽ പുസ്തകങ്ങൾ ചിതപോലെ അടുക്കിവച്ചിരിക്കുന്നു അതിന്റെ മുകളിൽ ഞാൻ വെള്ള പുതച്ച് കിടക്കുന്നു എന്റെ കുട്ടി അതിന് തീകൊടുക്കുന്നു. പുസ്തകമുണ്ടാക്കണത് കലയല്ല. നല്ല കച്ചവടമറിയില്ലെങ്കിൽ.." മർത്യന് പൂർത്തിയാക്കാൻ കഴിഞ്ഞില്ല. വീണ്ടും ഗ്ലാസ് നിറയ്ക്കാൻ തുടങ്ങിയ എന്നെ അയാൾ തടഞ്ഞു. എന്റെ കഥകളുമായി മേശയിൽ ചെന്നിരുന്നു.

ബാങ്കിലേക്കിറങ്ങാൻ നേരം മർത്യൻ എന്റെ കൈപിടിച്ച് കുലുക്കി. അയാൾക്ക് ഉച്ചയ്ക്കുള്ള ഭക്ഷണം ഞാൻ ഹോട്ടലിൽ ഏല്പിച്ചിരുന്നു. എന്റെ കണ്ണട മൂക്കിൽ ഒരല്പം താഴ്ത്തിവച്ച് കഥ വായിക്കുന്ന മർത്യന്റെ ചിത്രമാണ് ഒടുവിൽ എന്റെ കണ്ണിൽ പതിഞ്ഞത്.

കേരളാ ബുക്സിൽ എന്റെ അടുത്ത കഥാസമാഹാരം വരുന്നതും

ആയിരക്കണക്കിനാളുകൾ വായിക്കുന്നതും കിനാവ് കണ്ടിരുന്ന് വൈകിട്ട് കൗണ്ടറിൽ ക്യാഷ് ക്ലോസ് ചെയ്യുമ്പോൾ നാലായിരം കുറവ് കാണിച്ചു. എന്നിട്ടും എനിക്ക് നഷ്ടം തോന്നിയില്ല.

ലോഡ്ജ് മുറിയുടെ വാതിൽ ചാരിയിട്ടേ ഉണ്ടായിരുന്നുള്ളു. കണ്ണടയും പേനയും കട്ടിലിന്റെ അരികിലെ കസേരയിൽ വച്ചിട്ടുണ്ട്. അയാൾ ഉടുത്തിരുന്ന മുണ്ട് കഴുത്തേയറ്റം വരെ മൂടിയിരുന്നു. ബ്രാന്റികുപ്പിയിൽ ഒരല്പവും കുറഞ്ഞിട്ടില്ല. ഉച്ചയ്ക്ക് കൊണ്ട് വന്ന ഊണിന്റെ പൊതി മേശപ്പുറത്ത് പാതി തുറന്നിരിപ്പുണ്ട്. ലോഡ്ജിലെ മൂന്നാമത്തെ മുറിയിൽ ക്ലിനിക് നടത്തുന്ന ഡോക്ടർ വന്ന് കാര്യം ഉറപ്പിച്ചു.

വിവരമറിയിക്കാൻ മർത്യൻ വിളിച്ച നമ്പരിലേക്ക് ഞാൻ വിളിച്ചു നോക്കി.

"ന്റെ മർത്യാ നീ ഒന്ന് വാ എന്താ ഇങ്ങനെയൊക്കെ? ഇന്നലെ രാത്രി തന്നെ ഞാനും മോനും കൂടെ ആ നോവലിന്റെ ബാക്കി ടൈപ്പ് ചെയ്ത് തീർത്തു. ഞാൻ വായിച്ചു. നല്ല വർക്ക്. നീയൊന്ന് വായിച്ചാൽ പ്രസിലേക്ക് വിടാം. അവനിപ്പോൾ നിന്റെ അതേ വേഗതയുണ്ട്. ഇവനും നിന്റെ വഴിക്കെന്നാ തോന്നണത്."

ആ സ്ത്രീയോട് എനിക്ക് മറുപടിയൊന്നും പറയാനായില്ല.

മേശയിലിരുന്ന എന്റെ കഥകളിൽ അയാൾ കാര്യമായ തിരുത്തൽ വരുത്താൻ ശ്രമിച്ചിരിക്കുന്നു. അതിന്റെ പുറത്ത് ചുവന്ന വലിയ അക്ഷരത്തിൽ എഴുതിവച്ചിരുന്നത് സത്യമാണെന്ന് എനിക്ക് തോന്നി. മേശപ്പുറത്തിരിക്കുന്ന ചോറിൽ നിന്ന് പുളിച്ച ഒരു ഗന്ധം പുറത്തേക്ക് വരുന്നുണ്ട്. കഥകളും പാഥേയവും ജനാലയിലൂടെ പുറത്തേക്കെറിഞ്ഞ് കട്ടിലിലേക്ക് നോക്കുമ്പോൾ വായന കഴിഞ്ഞ് മടക്കിവച്ച മനോഹരമായ ഒരു പുസ്തകം പോലെ മർത്യൻ ഉറങ്ങുകയായിരുന്നു....!!

മാർട്ടിൻ കൂപ്പറും മാധവിപ്പെണ്ണും

നിലത്തു കിടന്ന സ്ഫടികഗോളം മേശപ്പുറത്തു വച്ച് മാധവിപ്പെണ്ണ് അക്ഷമയായി. "ഇതിലിത്രയൊക്കെ നോക്കാനെന്തിരിക്കുന്നു, ഭൂമീന്ന് ചത്തു തൊലഞ്ഞു വരണവർക്ക് കിട്ടിയത് സ്വർഗ്ഗാണോ നരകാണോന്ന് പറയാൻ ഇത്രയും സമയം വേണോ? എന്റെ പേരില്ലെങ്കിൽ നിനക്കതെങ്ങ് എഴുതിച്ചേർത്തൂടെ ചിത്രാ?" മാധവിപ്പെണ്ണ് ഇളകിയൊന്ന് ചിരിച്ചു. ചിത്രഗുപ്തൻ അവളെ അമർത്തിയൊന്ന് നോക്കി. മാധവിപ്പെണ്ണ് ചിരിച്ച് കഥ തുടർന്നു. തന്റെ പേര് ഇത്രയും മധുരമായി വിളിച്ചവളോട് തോന്നിയ ഇഷ്ടം എത്ര മറയ്ക്കാൻ ശ്രമിച്ചിട്ടും ചിത്രഗുപ്തന്റെ വലതു കവിളിലെ നുണക്കുഴിയിൽ നിറഞ്ഞു വന്നു.

"അവിടെ കത്തിക്കരിഞ്ഞ് കിടന്ന എന്റെ വയറ്റിൽ ആ പെണ്ണിന്റെ പേടികളെല്ലാം ഭദ്രമായിരുന്നു. എനിക്കൊപ്പം ആ മാർട്ടിനും ചത്തല്ലോ? അവന്റെ പേരുള്ള ഒരുത്തനുണ്ടാക്കിയ മൊബൈലുകൊണ്ട് ഇനി എന്തോന്ന് ചെയ്യാൻ? അതുപോലെ സൽമ മൊബൈൽസും കത്തിതീർന്നില്ലേ? അവിടെ സംഭവിച്ചതൊക്കെ ഒരു കത്തായിട്ടെങ്കിലും നാട്ടുകാരെ മുഴുവൻ അറിയിക്കണമെന്നുണ്ടായിരുന്നു. മാർട്ടിനെക്കുറിച്ച് ചിലതൊക്കെ സൂചിപ്പിച്ച് മൻസൂറിക്കായ്ക്ക് എഴുതിവച്ച കത്തിലാണ് ഇന്നലെ എന്റെ അടിയൊഴുക്ക് ഒപ്പിയെടുക്കാനുള്ളത് ഒളിപ്പിച്ച് ടോയ്‌ലെറ്റിലേക്ക് പോയത്. ആ വെപ്രാളത്തിൽ അത് കത്താണെന്ന് ശ്രദ്ധിച്ചില്ല." ചിത്രഗുപ്തന്റെ ആ സമയത്തെ നോട്ടം മാധവിപ്പെണ്ണിന് അത്ര പിടിച്ചില്ല. അവളുടെ ശബ്ദം അല്പം കടുത്തു.

"തുറിച്ച് നോക്കണ്ട ചിത്രാ, ലോകത്തെ സകല പെണ്ണുങ്ങളെയും മാതിരി എനിക്കും അതൊക്കെ കൃത്യമായി വരുമായിരുന്നു. ചാകണതിന് തൊട്ടുമുമ്പും അതിന്റെ വേദനയുണ്ടായിരുന്നു. എന്നിട്ടും അതിൽ കേറി

മേയാൻ മാർട്ടിൻ ഒരു മടിയും കാണിച്ചില്ല. സ്വർഗ്ഗത്തിന്റെ പട്ടികയിലൊന്നും അവനുണ്ടാകില്ലെന്നാണ് ഞാൻ കരുതിയത്. എന്നാലും എനിക്ക് മുമ്പ് നീ അവനെ കടത്തിവിട്ടില്ലേ." അവൾ ഏതോ വലിയ രഹസ്യം പറയുന്നതുപോലെ ചിത്രഗുപ്തനോട് ചേർന്ന് നിന്നു. "നമുക്കവനെ പതിയെ നരകത്തിലേക്ക് തട്ടാൻ പറ്റോ?" മാധവിപ്പെണ്ണിന്റെ പറച്ചിലിൽ വരി നിന്നവർക്കൊക്കെ ചിരി മുളച്ചു. മൻസൂർ പരമാവധി ചിരിക്കാതിരിക്കാൻ ശ്രമിച്ചു. മാധവിപ്പെണ്ണിന്റെ പിന്നിൽ നിന്ന വൃദ്ധൻ ബാക്കി കേൾക്കാൻ തിടുക്കം കാട്ടി. 'വേഗം പറയെന്ന' രീതിയിൽ അവളെയൊന്ന് തോണ്ടി. അവൾക്ക് അതത്ര രസിച്ചില്ലെന്ന് ചിത്രഗുപ്തന് തോന്നി.

"ഞാൻ മിക്കവാറും ശ്രദ്ധിച്ചിട്ടുണ്ട്, ആരൊക്കെ ഈ കുന്തം വാങ്ങിക്കാൻ ചെന്നാലും പൊതിഞ്ഞ് കൊടുക്കണവനും വാങ്ങിക്കണവനും ഒളിപ്പിക്കാനുള്ള ഒരു തിടുക്കമുണ്ടല്ലേ? എന്നാലേ, നിങ്ങൾക്ക് എന്റെയൊരു ആഗ്രഹം കേൾക്കണോ?" ചിത്രഗുപ്തനുൾപ്പെടെ സകലരും അവളുടെ ആഗ്രഹം കേൾക്കാൻ തയ്യാറായി. മാധവിപ്പെണ്ണ് ശ്വാസം ഉള്ളിലേക്കെടുത്തു. കണ്ണടച്ചു നിന്നു. നാടകത്തിലെന്നപോലെ പറയാൻ തുടങ്ങി.

"നല്ല തിരക്കുള്ള കവലയിലെ ഒരു കട. 'എന്റെ ഭാര്യയ്ക്ക് ആർത്തവത്തിനുള്ള പാഡ് തരൂ' എന്ന് ഉറക്കെ പറയുന്ന ഒരു പുരുഷൻ. അത് പൊതിയാൻ തുടങ്ങുന്ന കടക്കാരൻ. 'ഹേയ് അതെന്തിനാ നിങ്ങൾ പൊതിയുന്നത്' എന്നും പറഞ്ഞ് ഒരു ചിരിയോടെ നെഞ്ചിൽ ചേർത്ത് കൊണ്ടുപോകുന്ന അയാളെ എനിക്ക് പ്രണയിച്ച് വശത്താക്കണം. ഒന്നിച്ച് കുറേ ദൂരം യാത്ര ചെയ്യണം, എവിടെയെങ്കിലും മുറിയെടുത്ത് സുഖിക്കണം, അതിന്റെ ചെലവിൽ പകുതിവരെ വഹിക്കാൻ ഞാൻ തയ്യാറാണ്." പെട്ടെന്ന് സ്വർഗ്ഗ നരക കവാടങ്ങളിൽ വലിയൊരു നിശ്ശബ്ദത. മാധവിപ്പെണ്ണിന്റെ പിന്നിൽ നിന്ന വൃദ്ധന്റെ നെറ്റിയിൽ ചുളിവ് തെളിഞ്ഞു. വരി നിന്ന ഒരുത്തി ചെവികൾ അമർത്തിയടച്ചു. മാധവിപ്പെണ്ണ് കണ്ണുകൾ തുറന്നു. ചിത്രഗുപ്തൻ അവളെ അത്ഭുതത്തോടെ നോക്കിയിരുന്നുപോയി.

"ചിത്രാ, നീ തൊട്ടു മുമ്പ് വാതിൽ കടത്തിവിട്ട ചെക്കനുണ്ടല്ലോ മാർട്ടിൻ അവൻ 'കുണ്ടി കുലുക്കിപ്പക്ഷി' യെന്നും, ദേ വരിയുടെ ഏറ്റവും പിന്നിൽ നില്ക്കുന്ന മൻസൂറിക്ക 'എന്റെ വാലാട്ടിയെന്നും' വിളിക്കുന്ന, സൽമാമൊബൈൽസിലെ ടെക്നിഷ്യൻ കം സെയിൽസ് ഗേൾ കെ ആർ മാധവിപ്പെണ്ണ് എന്നയാൾ ഞാനാണ്. മൂക്കിന് താഴെയും കീഴ്ത്താടിയിലും വളർന്നു നില്ക്കുന്ന ഈ രോമങ്ങൾ കാരണം നിന്റേതുപോലെ തുറിച്ച് നോട്ടങ്ങൾക്ക് പലപ്പോഴും ഇരയാകേണ്ടി വന്നിട്ടുണ്ട്. എന്നാലും അതൊക്കെ ക്ലീൻ ഷേവാക്കി, സൂപ്പറായി ഒരുങ്ങി, മാസാമാസം കിട്ടുന്ന പന്ത്രണ്ടായിരത്തിയഞ്ഞൂറിൽ നല്ലൊരു പങ്കും സദാശിവ മെമ്മോറിയൽ വിമൻസ് ഹോസ്റ്റലിൽ കൊടുത്തിട്ടാണ് കഴിഞ്ഞ നാലു കൊല്ലമായി ഞാൻ ആ നഗരത്തിൽ കഴിഞ്ഞത്.

'ഈ പെണ്ണിന്റെ ശബ്ദം എന്താടീ ഇങ്ങനെ' ജെ കുട്ടപ്പൻ എന്ന വാട്ടർ അതോറിറ്റി ജീവനക്കാരനായ എന്റെ അച്ഛൻ, എന്നെ തള്ളിപ്പറ

ഞ്ഞതിന്റെ തെളിവ് വാചകം ഇതായിരുന്നു. അല്ല പെണ്ണിന്റെ ശബ്ദം എങ്ങനെയാവണമെന്നാണ് നിങ്ങളുടെ അഭിപ്രായം?'' മാധവിപ്പെണ്ണ് തന്റെ താടി പിടിച്ചുയർത്തിയതിന്റെ നീരസം പ്രകടിപ്പിക്കാൻ കഴിയുന്നതിന് മുൻപ് ചിത്രഗുപ്തന്റെ മുഖത്ത് ചിരി വിരിഞ്ഞു വന്നു. അതുകണ്ട് വരി നിന്നവർക്കെല്ലാം ചിരി ഒരു പകർച്ചവ്യാധിയാണെന്ന് സമ്മതിക്കേണ്ടി വന്നു.

"അവന്റെ മൂത്ര മണമുള്ള അടിവയറ്റിലെ സർപ്പത്തിലേക്ക് സഹോദരിയുടെ കുട്ടിയാണെന്നുപോലും ഓർക്കാതെ വലിച്ചടുപ്പിച്ചപ്പോൾ, ആ സർപ്പത്തലയും കടിച്ച് മുറിച്ച് ഇറങ്ങിയോടിയ എന്റെ കവിളിലെ രക്തക്കറ രണ്ട് ദിവസമുണ്ടായിരുന്നു. 'അനിമാമാന്നും' വിളിച്ച് ഞാനാ കഴപ്പന്റെ പിന്നാലെ എത്ര നടന്നിട്ടുണ്ടെന്നോ? അവന്റെയൊരു മിൽക്കിബാർ,'' മാധവിപ്പെണ്ണ് കാർക്കിച്ച് തുപ്പി. പിന്നിൽ നിന്ന ഒരുത്തൻ ദേഷ്യപ്പെട്ട് മാറി നിന്നു.

"ഒന്നരമാസം കഴിഞ്ഞാൽ അവന്റെ സർപ്പത്തെ കുളിപ്പിക്കാനും കുടിപ്പിക്കാനും സൗകര്യത്തിന് ഒരുത്തി വരുമായിരുന്നല്ലോ.? അതൊക്കെ സഹിക്കാം സഹോദരനെ രക്ഷിക്കാൻ സ്വന്തം മകൾക്ക് ഭ്രാന്തെന്ന് നാട്ടുകാരോട് പറഞ്ഞ ഒരുത്തിയാണ് എന്റെ തള്ള, കുട്ടപ്പന്റെ ഭാര്യ സി ഓമന. അവളെയും നീ സ്വർഗ്ഗത്തിന്റെ ഈ ലിസ്റ്റിൽ ചേർക്കോ ചിത്രാ?'' ഏതോ പേരെഴുതാൻ തുടങ്ങിയ ചിത്രഗുപ്തന്റെ വിരലിൽ വിയർപ്പ് പൊടിയുന്നത് മാധവിപ്പെണ്ണ് ശ്രദ്ധിച്ചു. അവൾ അയാളുടെ ചുമലിൽ ആശ്വസിപ്പിക്കുന്നതുപോലെ കൈ വച്ചു. വരി നിന്ന ഒരുത്തിയുടെ നെടുവീർപ്പ് ഇളങ്കാറ്റിനൊപ്പം പോയി. വൃദ്ധൻ വാത്സല്യത്തോടെ മാധവിപ്പെണ്ണിനെ തൊട്ടു. അവൾ തിരിഞ്ഞ് കണ്ണിറുക്കി. പെട്ടെന്ന് അയാളുടെ കണ്ണു വിട്ടിറങ്ങിയോടി വന്ന ഒരു തുള്ളി മൂക്കിന്റെ തുമ്പിൽനിന്ന് പാവാടക്കാരിയെപ്പോലെ താഴേക്ക് ചാടി.

"സർപ്പത്തലയും കടിച്ച്പിടിച്ച് കുറെ ദൂരം ഓടി, ഒരു ഹോട്ടലിന്റെ പിന്നിലെ ഓടയിൽ ആ കഷണം തുപ്പിക്കളഞ്ഞു. വായ തുറന്ന ഒരു മീനിന്റെ തലപോലെ അതങ്ങ് ഒഴുകിപ്പോയി. ആ ഒഴുക്കും അനിമാമന്റെ മുണ്ടിൽപ്പടർന്ന ചോരയും കരച്ചിലും ഓർത്ത് ഞാൻ നിർത്താതെ ചിരിച്ചു. ഭ്രാന്താണെന്ന് എനിക്കുതന്നെ തോന്നിപ്പോയി. അന്ന് കടവരാന്തയിൽ കിടന്ന എന്നെ ഏതോ ഒരുത്തൻ വന്നു വിളിച്ചപ്പോൾ ഒന്നും നോക്കാതെ കാറിൽ കേറിപ്പോയി. പൊലീസുകാർ വന്നപ്പോൾ എന്നെ മാത്രം പൊക്കി. കൂടെ കിടന്നവനെ ഒരു തെറി പോലും അവര് വിളിച്ചില്ല, പുറകിലൂടെ അവന് പോകാൻ ടോർച്ച് കാണിച്ച് കൊടുക്കുന്നതും കണ്ടു.

രണ്ടരക്കൊല്ലം റെസ്ക്യൂ ഹോമിൽ കഴിഞ്ഞപ്പോൾ എനിക്ക് മനസ്സിലായത് മറ്റൊന്നാണ്. ഒരു പെണ്ണിന്റെ മുകളിൽ പത്ത് മിനിറ്റിൽ കൂടുതൽ തിളയ്ക്കാൻ ഈ നാട്ടിലെ ഒറ്റ ഒരുത്തനും കഴിവില്ല. പക്ഷേ, റസ്ക്യൂവിലെ വാർഡനുണ്ടല്ലോ കെ പി ഗ്രീഷ്മ, അവളെപ്പോലെ ഒരുത്തിക്ക് ആണെന്നോ പെണ്ണെന്നോയില്ല, നിന്നങ്ങ് കത്തും. കിടിലൻ വർക്കാണ്.

നമ്മുടെ ഈ മൻസൂറിക്കയെങ്ങാനും കെ പി ഗ്രീഷ്മയുടെ മുന്നിൽച്ചെന്ന് പെട്ടാൽ....” മാധവിപ്പെണ്ണ് തന്റെ നേർക്ക് വിരലുചൂണ്ടിയപ്പോൾ മൻസൂർ മുന്നിൽ നില്ക്കുന്ന ആളോട് എന്തൊക്കെയോ സംസാരിക്കുന്നതായി അഭിനയിച്ചു. അവിടേക്ക് നോക്കി മടങ്ങി വന്ന ചിത്രഗുപ്തനോട് മാധവിപ്പെണ്ണ് കണ്ണിറുക്കി.

“അല്ലെങ്കിലും ഇക്ക എന്നും അങ്ങനാ, തനി പൂച്ചയാ, എന്താ ഒരു അഭിനയം. തന്റെ മരുമോൻ മലയാളി ചെക്കന്മാരുടെ സ്വയമ്പൻ വാറ്റിനും, മരുഭൂമിയിലെ വരാല് പെണ്ണുങ്ങൾക്കും വരുമാനം ഒഴുക്കുന്നുണ്ടെന്ന് കൈയോടെ പിടിച്ച അസനാര് മുതലാളി, വിസയും റദ്ദാക്കി ഈ മരുമോനെ നാട്ടിലേക്കയച്ചു. ചില ബന്ധുക്കളെ പാർട്ണറാക്കി സൽമാമൊബൈൽസ് എന്ന രസികൻ ജയിലും തുടങ്ങി. ഞാനാണെങ്കിലോ റസ്ക്യൂവിൽ തൊഴിൽ പഠിപ്പിക്കാൻ വന്ന വെളുത്ത ചെക്കന്റെ മീശ കണ്ടിട്ടാണ് മൊബൈൽ റിപ്പയർ പഠിച്ചത്. എന്റെ അഭിപ്രായത്തിൽ ഈ ഭൂമിയിലെ സകല പെണ്ണുങ്ങൾക്കും ചെയ്യാൻ കഴിയുന്ന ഏറ്റവും നല്ല ജോലി മൊബൈൽ സർവ്വീസായിരിക്കും. ഒരേ സമയം എന്തൊക്കെ ചെയ്യേണ്ടിവരുമെന്ന് അവർക്ക് തമ്മിലല്ലേ അറിയാൻ കഴിയൂ? അതുകൊണ്ടല്ലേ രണ്ടും ഇടയ്ക്ക് പൊട്ടിത്തെറിക്കുന്നത്.” ഗൗരവമായ ഏതോ ഉപമ കേട്ടതുപോലെ പിന്നിൽ നിന്ന വൃദ്ധൻ ചിന്തയിൽ മുഴുകി. മാധവിപ്പെണ്ണ് അയാളുടെ കഷണ്ടി കയറിയ തലയിൽ ഒരു ഉമ്മ വച്ചുകൊടുത്തു.

“റസ്ക്യൂവിലെ കാലാവധി കഴിഞ്ഞ് വരുന്ന വഴിയിൽ തടഞ്ഞു നിർത്തി വാട്ടർ അതോറിറ്റിക്കാരൻ എന്റെ പടിയടയ്ക്കലും പിണ്ഡംവയ്ക്കലും കഴിച്ചു. സ്കൂട്ടറിന്റെ പിറകിൽ ഇരുന്ന സി ഓമന ഒന്ന് നോക്കിയതുപോലുമില്ല. ശരിക്കും പൊന്നീച്ച പാറിട്ടോ. തലചുറ്റൽ തോന്നിയിട്ട് ഞാൻ ചാരിയിരുന്ന മതിലിൽ സൽമാ മൊബൈൽസിന്റെ ‘വാണ്ടഡ്’ പരസ്യം ഒട്ടിച്ചിരുന്നു. ആ നമ്പരിൽ വിളിച്ചപ്പോഴോ ‘ഇവിടെ പെണ്ണുങ്ങളെയാണ് ആവശ്യമെന്ന്’ ഇക്കയുടെ മറുപടി. വാട്ടർ അതോറിറ്റിക്കാരനെ കുറ്റം പറയാൻ പറ്റില്ല കേട്ടോ. നേരെ സൽമാ മൊബൈൽസിൽ ചെന്നു നിന്ന് ചില തലകുലുക്കൽ മതിയായിരുന്നു മൺസൂറിക്കായെ വിശ്വസിപ്പിക്കാൻ. കരിഞ്ഞ് കിടക്കുന്ന എന്റെ ശരിക്കുള്ള രൂപം കാണണമെങ്കിൽ ‘മാധവിപ്പെണ്ണ് നിലാവിനെ പ്രണയിച്ചവൾ’ എന്ന് ഫെയ്സ്ബുക്ക് പ്രൊഫൈൽ നോക്കിയാൽ മതി. മുഖചിത്രം ചുണ്ടുകളാണ്. അതിൽ നോക്കിയാണ് മൻസൂറിക്കാ ജോലി തന്നതും.” അപ്പോൾ മൻസൂറിന്റെ മുഖത്ത് നാണം കലർന്ന ചിരിവരുന്നത് ചിത്രഗുപ്തൻ കണ്ടു.

“അസനാര് മുതലാളി കടയിൽ വരുന്ന ദിവസം ഇക്ക എന്നെ എന്തെങ്കിലും കാര്യം പറഞ്ഞ് മാറ്റി നിർത്തും. ചിലപ്പോൾ പാർട്സ് വാങ്ങാനും സ്റ്റോക്ക് എടുക്കാനും എന്നെയുംകൂട്ടി എറണാകുളത്തേക്ക് ഒരു പോക്കുണ്ട്. സൽമത്താത്ത കടയിൽ വന്നാൽ എന്നോട് കുറേ നേരം സംസാരിക്കും. എന്റെ ശബ്ദം കേൾക്കും തോറും അവൾക്ക് എന്തോ സന്തോഷം ഉള്ളതുപോലെ ‘ന്റെ സൽമാ അത് മറ്റേകേസാ’ അന്ന് മൻസൂ

റിക്ക എത്ര പതിയെപ്പറഞ്ഞിട്ടും ഞാനത് കേട്ടു. കൊച്ചുകള്ളൻ, രസമെന്താണെന്നു പറഞ്ഞാൽ കൃത്യം ഇരുപത് മിനിറ്റ് മുമ്പ് എന്റെ ചുണ്ടിൽ അമർത്തി കടിച്ച കക്ഷിയാണ്. സൽമാ ഇത്തിരിക്കൂടി എന്റെ അടുത്തിരുന്നു സംസാരിച്ചെങ്കിൽ. മൻസൂറിക്കാ സ്ഥിരമായി ഉപയോഗിക്കുന്ന ട്രിപ്പിൾ ഫൈവ് സിഗരറ്റിന്റെ മണം കിട്ടുമായിരുന്നു.

എന്റെ സംശയം അതൊന്നുമല്ല. ഇത്രയും സുന്ദരിയായ സൽമയെ വച്ചിട്ട് എന്റെ പുറത്ത് കയറാൻ വരുന്നതിന്റെ രസതന്ത്രമെന്താണെന്നാണ്. ഒരിക്കൽ എറണാകുളത്തുവച്ച് ഞാനത് ചോദിച്ചു. എന്നെ നെഞ്ചിലേക്ക് വലിച്ചിട്ടിട്ട് വഞ്ചിപ്പാട്ടിന്റെ താളത്തിൽ രണ്ട് വരികൾ പാടി തന്നു." ആ വരികൾ ഓർക്കാനെന്നതുപോലെ മാധവിപ്പെണ്ണ് ഇടയ്ക്ക് നിർത്തിയപ്പോൾ വരി നിന്നവരുടെ മനസ്സിലൂടെ പാട്ടുകളുടെ ഒരു ഘോഷയാത്ര പുറപ്പെട്ടു. ആരായിരിക്കും തന്റെ പാട്ട് കൃത്യമായി ഊഹിക്കുന്നതെന്നറിയാൻ മൻസൂർ എല്ലാവരേയും മാറിമാറി നോക്കി. 'വിശപ്പിന് വിഭവങ്ങൾ.......' എന്ന വരികൾ മാധവിപ്പെണ്ണ് തുടങ്ങിയപ്പോൾ പിന്നിൽ നിന്ന വൃദ്ധൻ ആ പാട്ട് പൂരിപ്പിച്ചു. ആശയം വിശദീകരിച്ച് പറയാൻ തുടങ്ങി, ആളുകളുടെ ശ്രദ്ധ മുഴുവൻ കഥയിലാണെന്നു കണ്ട് നിരാശയോടെ നിർത്തി.

"അവനോന്റെ ആവശ്യം കഴിഞ്ഞാ എഴുന്നേറ്റ് പോണ ആണുങ്ങളെപ്പോലെയല്ല ഈ മൻസൂറിക്കാ. കൊറെ നേരം അങ്ങനെ കെടക്കും, തുടക്കം മുതൽ തീരണത് വരെ ആ മുഖത്ത് പാട്ടും നുണക്കുഴിയുള്ള ചിരിയും ഉണ്ടാകും. ചിലപ്പോ ഒന്നിച്ച് കുളിയും കഴിഞ്ഞേ പോവൂ. അതൊക്കെ ഓർത്ത് കടയിലെ സ്റ്റോക്ക് എത്രയും വേഗം തീർന്ന് കിട്ടാൻ ഞാൻ പ്രാർത്ഥിക്കും. ഇതൊന്നുമില്ലെങ്കിലും ആവശ്യം കഴിഞ്ഞാലും ചിരിച്ചോണ്ട് ഇത്തിരി നേരം അടുത്ത് കെടന്നാ തീരണ പ്രശ്നങ്ങളേ ഇന്ന് പല കുടുംബത്തിലും ഒള്ളു. ഇതൊക്കെ ആര് മനസ്സിലാക്കാൻ." കഥ കേട്ടിരുന്ന ഒരുത്തി മൻസൂറിനെ ആരാധനയോടെ നോക്കി. ഈ സമയം ചിത്രഗുപ്തൻ അവളുടെ പേര് ഉറക്കെ വായിച്ചു. അവൾക്ക് സ്വർഗ്ഗത്തിലേക്ക് പോകാൻ തീരെ ആഗ്രഹമുണ്ടായിരുന്നില്ല.

"അപ്രതീക്ഷിതമായി അസനാര് മുതലാളി വരുന്ന ദിവസങ്ങളിൽ മൻസൂറിക്കാ ഏതാണ്ട് കൂട്ടിൽ കിടക്കണ വെരുക് പായണത് പോലെയാകും. സർവ്വീസ് റൂമിൽ ശ്വാസം മുട്ടിയിരുന്ന് ഒന്നുരണ്ട് തവണ ഞാനത് ശ്രദ്ധിച്ചിട്ടുണ്ട്. കണക്കു നോക്കലും, റീചാർജ്ജ് കൂപ്പൺ കൂട്ടി നോക്കലും എ സിയിൽ നിന്ന് നമ്മുടെ മൻസൂർ മുതലാളി വിയർക്കും. എന്റെ ഊഹം ശരിയാണെങ്കിൽ അവിടെ കത്തിക്കരിഞ്ഞ് കിടക്കുന്നത് ഏകദേശം ഇരുപത്തിയൊന്ന് ലക്ഷം രൂപയുടെ മുതലാണ്. എ സിയുടെ എന്തോ പുക വന്ന് ശ്വാസം മുട്ടിയാണ് മാർട്ടിൻ മരിച്ചതെന്ന് തോന്നുന്നു. പുറത്തേക്ക് ഓടാൻ നോക്കിയപ്പോഴാണ് ഞാനും വീണത്. പിന്നെങ്ങനെയാണ് കടയ്ക്ക് തീ പിടിച്ചതെന്ന് എത്ര ചിന്തിച്ചിട്ടും മനസ്സിലാവണില്ല. നമ്മുടെ മൻസൂറിക്ക സുകുമാരക്കുറുപ്പ് മോഡൽ പരീക്ഷിച്ചതാണോ?

ആ മാർട്ടിൻ എന്റെ പിന്നിൽ നിന്ന് കുതിരകളിച്ച് വിയർക്കുമ്പോൾ കടയുടെ മുന്നിൽ ബുള്ളറ്റിന്റെ ശബ്ദം കേട്ടെന്ന് പറഞ്ഞിരുന്നു. കെ എൽ 74 സി 6969 മൻസൂറിക്കായുടെ പുതിയ ബുള്ളറ്റല്ലേ? എനിക്കും ആ ശബ്ദം നല്ല പരിചയമുണ്ട്...." മാധവിപ്പെണ്ണും ചിത്രഗുപ്തനും സംശയ രൂപത്തിൽ മൻസൂറിനെ നോക്കി. അയാൾ തലതാഴ്ത്തി വഴിക്കണക്കിന്റെ ഉത്തരം തെറ്റിയ കുട്ടിയെപ്പോലെ നിന്നു. ആ നില്പ് കണ്ട് വിഷമം തോന്നിയ മാധവിപെണ്ണ് കഥയിലേക്ക് വലിച്ചിട്ടു.

"നൈറ്റ് ചെയ്യുന്നില്ലാന്ന് എത്ര പറഞ്ഞിട്ടും ആ മാർട്ടിനെ ഇക്ക നിർബ്ബന്ധിച്ച് പിടിച്ച് നിർത്തിയപ്പോഴേ എനിക്ക് എന്തോ പന്തികേട് തോന്നിയിരുന്നു. മൻസൂറിക്കായ്ക്ക് അറിയാത്ത ഒരു രഹസ്യം ഞങ്ങള് തമ്മിലുണ്ട്. അവൻ എന്ന് നൈറ്റ് ചെയ്താലും എന്നെ ഹോസ്റ്റലിൽ വന്ന് വിളിക്കും. നാലഞ്ച് ബിയറുമായിട്ട് ഞങ്ങള് അർമ്മാദിക്കും. നമ്മടെ മാർട്ടിൻ ചെക്കൻ ഇത്തിരി മുറ്റാട്ടോ. അവൻ പെണ്ണുങ്ങള തുണി അഴിക്കണതുപോലെയാണ് ഓരോ ഫോണും തുറക്കണത്. ഏതെങ്കിലും ഒരാൾ ഫോൺ നന്നാക്കാൻ കൊണ്ടുവന്നാൽ തീർന്നു. എത്ര ലോക്കിട്ട് സൂക്ഷിച്ച രഹസ്യവും അവൻ തോണ്ടിയെടുക്കും. അതൊക്കെ വിറ്റു കളിക്കാൻ അവന് സൂപ്പർ സ്ഥലങ്ങളുമുണ്ട്. നിങ്ങൾക്കറിയോ നമ്മളൊക്കെ ഫോണിൽ എടുക്കണതൊന്നും ഒരിക്കലും മാഞ്ഞ് പോവൂല മൻസൂറിക്കയും ഞാനും തമ്മിലുള്ള ക്ലിപ്പ് വരെ അവന്റെ കൈയിലുണ്ട്. അതല്ലേ അവൻ വിളിക്കുമ്പോൾ ഞാനങ്ങ് പോണത്. ഞാനറിയാതെ ഇക്ക പിടിച്ചത് ഇക്ക അറിയാതെ അവൻ പൊക്കി. അതൊക്കെ ഇട്ടുവച്ച മെമ്മറി കാർഡ് ബോധം പോകുംമുമ്പേ ആ ഞാനങ്ങ് വിഴുങ്ങിയിരുന്നല്ലോ. കീറി നോക്കണവർക്ക് അത് കിട്ടാതിരുന്നാൽ മതിയായിരുന്നു. എന്റെ കാര്യമൊന്നും ഓർത്തിട്ടല്ല. ആ കൊച്ചിന്റെ...." അപൂർണ്ണമായി നിർത്തിയ മാധവിപ്പെണ്ണ് ചുറ്റും നോക്കിയിട്ട് ഒരു രഹസ്യം പോലെ തുടർന്നു.

"ആരെങ്കിലും ഒരു ഫോണുമായിവന്നാൽ അകത്തെ സർവ്വീസ് ഏര്യയിലെ മാളത്തിൽ നിന്ന് പാമ്പുപോലെ അവന്റെ ഒരു വരവുണ്ട്. പെണ്ണുങ്ങളാണെങ്കിൽ അവന് ചുണ്ടുകൾക്കിടയിൽ കൊതികിടന്ന് പിടയ്ക്കുന്നത് കാണണം. ചെറിയ പ്രശ്നാണെങ്കിൽ പോലും ഒരു ദിവസത്തേക്ക് അവനത് വാങ്ങി വയ്ക്കും. എല്ലാം തോണ്ടിയെടുക്കുന്നത് മാത്രമല്ല സൂപ്പറായി സർവ്വീസും ചെയ്യും. ഫ്രീയായിട്ട് നല്ല പാട്ടുകളും കയറ്റിക്കൊടുക്കും. അതോടെ ആ ഫോണിന് എന്ത് പ്രശ്നം വന്നാലും അവർ അവനെയേ കാണിക്കൂ. മൻസൂറിക്കയും സൽമയും ഫോൺ തുറന്നുവച്ച് കാണിച്ചതു വരെ ആ ചെക്കൻ വിറ്റ് കാശാക്കി. ആണുങ്ങളേക്കാൾ ഫോൺ തുറന്നുവച്ച് ഓരോന്നും ചെയ്യാൻ പെണ്ണുങ്ങൾക്ക് തന്നെയാ കൂടുതൽ ഇഷ്ടം....." പെട്ടെന്ന് വിദ്യാധരനെന്ന പേര് ചിത്രഗുപ്തൻ വിളിച്ചപ്പോൾ പിന്നിൽ നിന്ന വൃദ്ധൻ വഞ്ചിപ്പാട്ടിന്റെ അടുത്ത വരികളും പാടി അകത്തേക്ക് നടന്നുപോയി. മാധവിപ്പെണ്ണ് നിരാശയോടെ ചിത്രഗുപ്തനെ നോക്കിയിട്ട് മൻസൂറിന്റെ അടുത്തേക്ക് നീങ്ങി നിന്നു.

“എനിക്ക് മാസാമാസം പുതിയ ചുരിദാറുകള് കിട്ടണത് എങ്ങനെയെന്നാ ഇക്കയുടെ വിചാരം? ആ ചെക്കൻ നിങ്ങളുടേത് ഉൾപ്പെടെ നാന്നൂറിൽ കൂടുതൽ ഐറ്റം വിറ്റായിരുന്നു. ഹിഡൻ ക്യാമറ, റിയൽ ഷോട്ട്, ടീൻഗേൾ, ബെഡ്റൂം, വെബ്ക്യാം, ചാറ്റ്, അവൻ എല്ലാം ഇനം തിരിച്ച് അടുക്കി ഒതുക്കി വച്ചിട്ടുണ്ട്. അതെല്ലാം ഒരിക്കെ ഞാൻ തുറന്ന് നോക്കിയതിന്റെ പേടിയാണ് ആ ചെക്കന്. അവൻ ആരാ മോൻ?. ഇനി ഞാനങ്ങ് സത്യം പറഞ്ഞേക്കാം മാർട്ടിനെ ഒന്ന് മയക്കികിടത്തി ആ കൊച്ചിനെ രക്ഷിക്കണമെന്നേ എനിക്കുള്ളായിരുന്നു. ഏത് കൊച്ച് എന്നൊന്നും നിങ്ങളറിയണ്ട. ആ കൊച്ച് കടയിൽ കയറി വന്നപ്പോൾ ഇക്കപോലും വെള്ളമിറക്കാൻ തുടങ്ങിയത് ഞാൻ കണ്ടതാ. പിന്നെയല്ലേ മാർട്ടിൻ, ഏതാണ്ട് ബിരിയാണിപ്പൊതി അഴിക്കണത് പോലെയാണ് ആ പെണ്ണിന്റെ ഫോൺ. അവൻ തുറന്നത്. ഏതോ ഒരു നമ്പറിലേക്ക് ആ കൊച്ച് അയച്ച് കൊടുത്തത് മുഴുവൻ ‘ക്യൂട്ട് ഹോട്ട് ടീൻ’ എന്ന ഫോൾഡറിൽ പൂഴ്ത്തിവച്ചു.

എനിക്ക് ഉറപ്പാ മാർട്ടിൻ അതും വില്ക്കും. അത് വിറ്റാൽ എനിക്കൊന്നും ഉണ്ടായിട്ടല്ല. എന്നാലും വർക്ക് സ്വീകരിച്ചു എന്ന് കാണിക്കുന്ന സ്ലിപ്പ് ഞാനാപെണ്ണിന് എഴുതി കൊടുക്കുമ്പോൾ മൂക്കിന്റെ അറ്റത്തെ വിയർപ്പ് തുടച്ചിട്ട് ‘ആ ഫോണിൽ കെടക്കണെ ഫയലൊക്കെ പോകുമോ ചേച്ചീന്നാ’ ചോദിച്ചത്. മുൻകൂറായി നൂറ് രൂപ തന്നപ്പോൾ ആ കൊച്ചിന്റെ കൈയിടെ വിറ ഞാൻ കണ്ടതാ. എന്തോ അതിനോട് എനിക്കൊരു സ്നേഹം. സ്കൂൾ യൂണിഫോമിൽ മുഖംപോലും മറയ്ക്കാതെ ആ പെണ്ണ് അയച്ച് കൊടുത്തതെല്ലാം മാർട്ടിന്റെ ഫോണിൽ മൂന്നോ നാലോ തവണ ഞാൻ കണ്ടു. അവനോട് ഞാൻ പറഞ്ഞിട്ടും കാര്യമില്ലാന്നറിയാം. അതാ അവൻ വന്ന് വിളിച്ചപ്പോൾ വയ്യാതിരുന്നിട്ടും പോന്നത്.

ഇച്ചിരി ബിയർ ഉള്ളിൽച്ചെന്നാൽ മാർട്ടിൻ മഹാകൂറയാ. എന്നെപ്പിടിച്ച് കുനിച്ച് നിർത്തിയപ്പോൾ തന്നെ ടേബിളിൽ ഇരുന്ന അവന്റെ മെമ്മറി കാർഡ് ഞാൻ പൊക്കി. അവൻ പെട്ടെന്ന് കുഴഞ്ഞ് വീണു. പന്തികേട് തോന്നി ഷട്ടറ് തുറക്കാൻ നോക്കിയപ്പോൾ ഞാനും വീണു. ബോധം പോകും മുമ്പ് ന്റെ മൻസൂറിക്കാ നിങ്ങളെ ബുള്ളറ്റിന്റെ ശബ്ദം വ്യക്തമായിട്ട് കേട്ടതാ എന്താ സംഭവിച്ചത് സത്യം പറ.”

ചിത്രഗുപ്തന്റെ വിളികേട്ട് മൻസൂർ സ്വർഗ്ഗത്തിലേക്ക് ഓടി. അയാൾ ഒന്നുരണ്ട് തവണ തിരിഞ്ഞ് മാധവിപ്പെണ്ണിനെ നോക്കി. വരിയിലെ ആളൊഴിഞ്ഞിട്ടും അവൾ കഥ പറയുകയാണ്. പുസ്തകം മടക്കിവച്ച് ചിത്രഗുപ്തനും എഴുന്നേറ്റു. കഥ നിർത്തി മാധവിപ്പെണ്ണ് നിരാശയോടെ ചിത്രഗുപ്തനെ നോക്കി.

“എന്റെ പേരില്ലല്ലേ ചിത്രാ?”

“ഇല്ല.” ചിത്രഗുപ്തന്റെ കണ്ണും നിറഞ്ഞു.

“എഴുതിച്ചേർക്കാൻ” മാധവിപ്പെണ്ണ് ചിരിക്കാൻ ശ്രമിച്ചു.

“കഴിയില്ലല്ലോ” ചിത്രഗുപ്തന്റെ വാക്കിലും നിരാശ.

"ഇനിയെന്താ ചെയ്യുക."

"ഞാൻ ആ പാട്ടൊന്ന് പാടട്ടെ."

"ഏത് പാട്ട്."

"മൻസൂറിന്റെ വഞ്ചിപ്പാട്ട്."

"സ്വർഗ്ഗോണ്ടോ" മാധവിപ്പെണ്ണ് ചിരിച്ചു.

"ഉം."

"എന്നിട്ടെനിക്കെന്താ കിട്ടാത്തത്."

"നിനക്ക് അത്ര വലിയ ശിക്ഷയില്ലല്ലോ."

ചിത്രഗുപ്തന്റെ കവിളിൽ നുണക്കുഴി തെളിഞ്ഞു. അവർ അവിടെ ഒരു വഞ്ചിയിറക്കി. അവർക്ക് ചുറ്റും നിലാവ് സ്വർഗ്ഗംപോലെ തെളിഞ്ഞു.

ബുദ്ധ ബാർബർ

"ദാമ്പത്യം കത്രികപോലെ വിരുദ്ധ വിശുദ്ധമായിരിക്കണം"
(സുജനപാൽ. ബോധി ഹെയർ സ്റ്റൈൽ, കണ്ഠാള)

നിങ്ങളിത് വിശ്വസിക്കരുത്, അയാളുടെ ഇത്തരം ചിന്തകളിലെ അർത്ഥം തിരയാനും ശ്രമിക്കരുത്. ഇതിന് പിന്നാലെപോയ ഞാൻ കഴിഞ്ഞ കുറേ കാലങ്ങളായി അയാൾക്ക് അടിമയോ ശിഷ്യനോ അങ്ങനെ എന്തൊക്കെയോ ആയിരുന്നു. മുടിവെട്ടലിനൊപ്പം ചെവിയിൽ അയാളുടെ കത്രിക സൃഷ്ടിക്കുന്ന മാന്ത്രിക താളം, തലയിൽ അയാളുടെ വിരലുകൾ കടത്തി വിടുന്ന വൈദ്യുത പ്രവാഹം. എങ്ങനെയെങ്കിലും മുടിയൊന്നു വളർന്നു കിട്ടിയാൽ മതിയെന്ന് ചിന്തിച്ചു നടന്ന നാളുകളുണ്ട്. വെട്ടിത്തുടങ്ങുന്നതു മാത്രമേ എനിക്ക് ഓർമ്മയുണ്ടാകൂ. ഭാരമൊക്കെയൊഴിഞ്ഞ് അപ്പൂപ്പൻതാടിയായി ഒഴുകും. മണിക്കൂറുകൾ കഴിഞ്ഞ് അയാളുടെ ഒരു ചിരിയിലേക്കാണ് ഉണരുന്നത്. കുറേ നേരം ആ നെഞ്ചിൽ ചേർത്ത് നിർത്തും. എന്നിട്ട് അതൊക്കെയോർത്താൽ വിവരിക്കാനാകാത്ത അനുഭവങ്ങൾ തന്നെ.

കുറച്ചു നാൾ മുമ്പ് ഇത് കിങ്സ് ഹെയർ സ്റ്റൈൽ എന്നായിരുന്നു. ദേ ഇപ്പോൾ അത് ബോധിയായി. പത്ത് ദിവസമായി അയാളെ കാണ്മാനില്ല. അയാളുമായി ബന്ധപ്പെട്ട ചിലരെ ബോധിയിൽ എത്തിക്കണമെന്നെഴുതിയ ഒരു കത്ത് ഇന്നലെ എന്റെ വിലാസത്തിൽ കിട്ടി. അതിനെ അവഗണിക്കാൻപോലും എനിക്കാകുന്നില്ല.

നിങ്ങൾ തന്നെ ഓർത്തുനോക്കൂ, അയാളെ ഈ നിരത്തിലിട്ട് തല്ലിയ ഒരാൾക്ക് ഏകസമ്പാദ്യമായ ബാർബർ ഷോപ്പ് ആധാരം ചെയ്തു കൊടുക്കുക. എന്നിട്ട് ഈ വിവരം കത്തുകളായി അറിയിക്കുക. അതിൽ

ചിലരെ ഒരു ദിവസം അവിടെ ഒന്നിച്ച് കൂട്ടുക, അവർക്കായി ബാർബർ ഷോപ്പിലെ പലയിടങ്ങളിൽ കത്തുകൾ എഴുതി ഒളിപ്പിച്ചു വയ്ക്കുക, അതിലെ ഒരു കത്തിൽ അടുത്ത കത്തിരിക്കുന്ന ഇടത്തെക്കുറിച്ച് സൂചന നല്കുക. ഒരു തരം ദുരൂഹമായ രീതി.

സുജനപാൽ തിരോധാനവുമായി ബന്ധപ്പെട്ട് കണ്ഠള പൗരസമിതി നല്കിയ പരാതിയിന്മേൽ പൊലീസിൽനിന്നു കിട്ടിയ വിവരങ്ങൾ ഇവയാണ്.

1. തിരിച്ചറിയൽ രേഖപോലും എടുക്കാതെയാണ് ടിയാൻ പോയിരിക്കുന്നത്. തന്റെ ഈ യാത്ര തികച്ചും വ്യക്തിപരമാണെന്നും, തന്നെ അന്വേഷിക്കേണ്ടതില്ലായെന്നും വ്യക്തമാക്കുന്ന ടിയാന്റെ കൈപ്പടയിലെ ഒരു കത്ത് കണ്ഠള സ്റ്റേഷനിൽ ലഭിച്ചിട്ടുണ്ട്.

2. ബോധിയിൽ നടത്തിയ തെരച്ചിലിൽ ലോകയാത്രയുമായി ബന്ധപ്പെട്ട കുറിപ്പുകൾ കിട്ടിയിട്ടുണ്ട്. ബുദ്ധചിത്രങ്ങൾ, രൂപങ്ങൾ, പുസ്തകങ്ങൾ എന്നിവ ടിയാന്റെ ആത്മീയ താല്പര്യവും പലായന സ്വഭാവവും വ്യക്തമാക്കുന്നു.

3. കഴിഞ്ഞ ആറുമാസമായി ടിയാന് വീടുമായി യാതൊരുവിധ ബന്ധവുമുണ്ടായിരുന്നില്ലെന്നും, മുടി, താടി എന്നിവ ക്ഷൗരം ചെയ്യാതെ ബോധിയിൽ മുറിയടച്ച് ധ്യാനത്തിൽ ഇരിപ്പാണെന്നും, അപരിചിതരായ ചിലർ, അവിടെ വന്നുപോകാറുണ്ടെന്നും ടിയാന്റെ ഭാര്യ മൊഴി നല്കിയിട്ടുണ്ട്.

4. കണ്ഠള തീവണ്ടിയാഫീസിലെ സിഗ്നൽ ജീവനക്കാരി ഈ അടുത്ത ദിവസങ്ങളിൽ ഒരു സന്ന്യാസി സംഘം വടക്കോട്ടുള്ള തീവണ്ടിയിൽ കയറിപ്പോകുന്നതും കണ്ടിരുന്നു.

പൊലീസിന്റെ അന്വേഷണ റിപ്പോർട്ടിന്റെ പകർപ്പ് പൗരസമിതിക്ക് കിട്ടിയതിന്റെ അടുത്ത ദിവസമാണ് ഞങ്ങൾ ഒത്തുകൂടിയത്. ഞങ്ങൾ എന്നു പറഞ്ഞാൽ ശ്രീമാൻ കണ്ഠള ജയൻ, സുജനപാലിനെ തല്ലിയ രായൻ, സുജനപാലിന്റെ ഭാര്യയും ഇരട്ടപ്പെൺമക്കളുടെ അമ്മയുമായ സുകുമാരി, ശ്രീമാൻ മഞ്ഞുമാറ്റി പ്രശോഭൻ എന്ന എന്റെ പിതാവ്, കണ്ഠളയിൽ പുതുതായി തുടങ്ങിയ ഒരു ധനകാര്യ സ്ഥാപനത്തിന്റെ കളക്ഷൻ ഏജന്റായ യുവാവ്, പിന്നെ ഈ ഞാനും.

ബോധിയിലെത്തിയ ഒരു യുവാവിന്റെ തലയുടെ മുകളിൽ ഏറെ നാളായി കെട്ടി നിന്ന നിശ്ശബ്ദത കത്രികകൊണ്ട് മുറിച്ച് മുടിയിലേക്ക് ചീർപ്പ് തൊടാൻ തുടങ്ങിയ രായനെ കണ്ഠള ജയന്റെ നേതൃത്വത്തിലെത്തിയ സംഘം തടഞ്ഞു. ഇരട്ടപ്പെൺമക്കളുടെ അമ്മയായ സുകുമാരിയെന്നല്ല ഭൂമിയിലെ ആർക്കും സുജനപാലിന്റെ ഈ നിലപാട് അംഗീകരിക്കാൻ കഴിയില്ല.. 'കൊന്ന് കുഴിച്ചിട്ടിട്ട് എല്ലാം എഴുതി വാങ്ങിയല്ലേടാ രായാ' രായന്റെ കൈയിലെ കത്രികയും ചീർപ്പും തട്ടിത്തെറിപ്പിച്ച് കഴുത്തിൽ മുറുകെപിടിച്ച് സുകുമാരി അലറി. ഇരട്ടക്കുട്ടികൾ കരഞ്ഞ് നിലവിളിച്ച് ചുവരിനോട് ചേർന്നു നിന്നു. നാട്ടിലെ ഗജപോക്കിരിയുടെ നിർമ്മമത്വം കണ്ട് കണ്ഠള ജയൻ അത്ഭുതപ്പെട്ടു. അപകടം ബോദ്ധ്യപ്പെട്ട

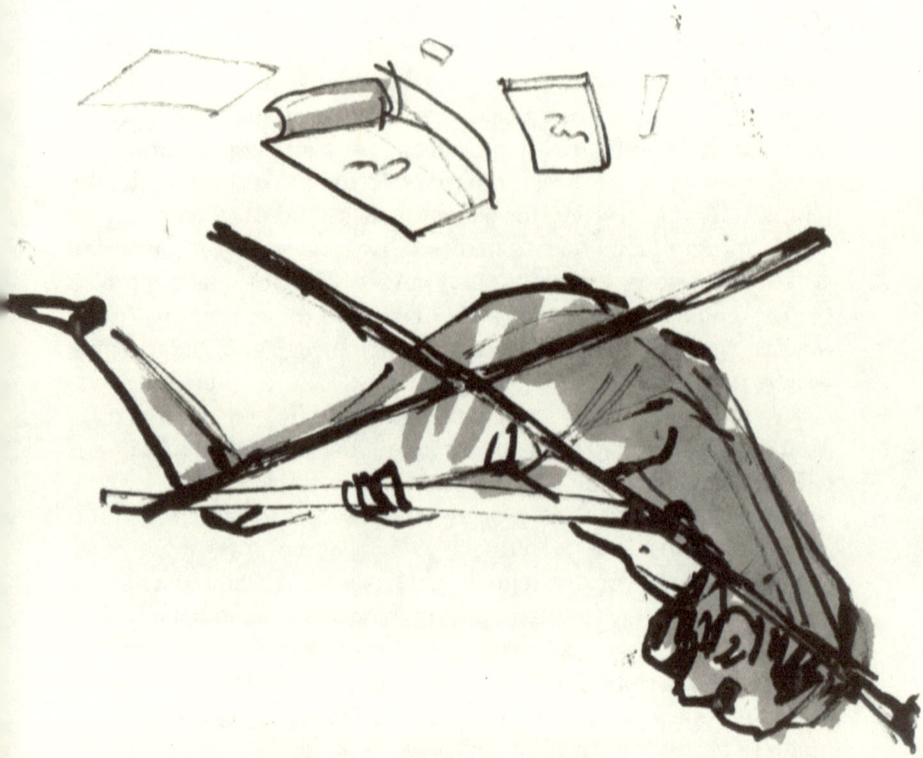

യുവാവ് കഴുത്തിൽ ചുറ്റിയ തുണിയോടെ പുറത്തേക്ക് പോയി. സുജനപാൽ കണ്ഠ്ള ജയനായി എഴുതിയ കത്ത് രായൻ കൈമാറി. ഇതുകണ്ട് സുകുമാരി ബഞ്ചിൽ തളർന്നിരുന്നു. കാഷായം ധരിച്ച രായന്റെ രൂപം കണ്ട് എനിക്കും പന്തികേട് തോന്നി.

ബഹുമാന്യനായ കണ്ഠ്ള ജയന്,

ഉപതിരഞ്ഞെടുപ്പിൽ വിജയിച്ച് പാർട്ടിക്ക് ഭൂരിപക്ഷവും നേടികൊടുത്ത് പ്രസിഡന്റ് പദവിയിലേക്ക് നടക്കുന്ന താങ്കൾക്ക് എന്റെ അഭിവാദ്യങ്ങൾ. അരാഷ്ട്രീയവാദിയായ ഞാൻ എന്തിന് താങ്കൾക്ക് കത്തെഴുതുന്നു എന്ന സംശയമുണ്ടാകും. ഇന്ന് ബോധിയിൽ വന്നിട്ടുള്ള ഇവരുടെ പ്രശ്നങ്ങൾ പരിഹരിക്കാൻ ഞാൻ നിങ്ങളെ നിയോഗിക്കുന്നു. സംശയിക്കേണ്ട അതിന് തക്കതായ ചില കാരണങ്ങളുണ്ട്.

ഉപതിരഞ്ഞെടുപ്പിൽ ഏറ്റവും സാദ്ധ്യത കല്പിച്ചിരുന്ന ഒരാൾ ഇന്ന് ജീവനോടെ ഇല്ല. എതിർകക്ഷിയുടെ കത്തിക്ക് ഇരയായിയെന്ന് എല്ലാവരും വിശ്വസിക്കുന്ന ആ രക്തസാക്ഷിക്ക് പകരം സ്ഥാനാർത്ഥിയായി വന്ന താങ്കൾ ജയിക്കുകയും ചെയ്തു. ആ അദ്ധ്യാപകൻ എന്റെ സുഹൃത്താണ്. എന്റെ മുന്നിൽ നിന്നാണ് താങ്കൾ അയാളെ വാഹനത്തിൽ കയറ്റിപ്പോയത്. പിന്നെയുണ്ടായതൊക്കെ...? ആ മനുഷ്യന്റെ ആത്മശാന്തിക്കായി നീ ഇത് ചെയ്തേ തീരൂ. പഞ്ചായത്ത് മൈതാനത്തിന്റെ പിന്നിലുള്ള ഒരേക്കർ ഇരുപത് സെന്റിന്റെ ആധാരം താങ്കളുടെ അലമാരയിൽ ഭദ്രമായിരിപ്പില്ലേ ? അതവിടെ ഇരിക്കട്ടെ. അല്ലെങ്കിലും ആ ഭൂമി ഇരുപത് പേർക്ക് വീതിച്ച് കൊടുത്തിട്ട് എന്തുകിട്ടാനാണ്. പട്ടിക ഇനിയുമുണ്ട്. പഞ്ചായത്തിന്റെ തലവൻ എന്ന നിലയിൽ നീ എനിക്ക് ഈ പ്രശ്നം പരിഹരിച്ചു തന്നെ തീരൂ.

ഞാൻ മരിച്ചുപോയിട്ടില്ല അല്ല, നിന്റെ കൈയിൽ എന്നെ കിട്ടിയിട്ടില്ല. ബോധിയുടെ അവകാശം ഞാൻ രായന് നല്കുന്നു രായനുള്ള കത്ത് പിന്നിലെ കണ്ണാടിയുടെ ഇടതുവശത്ത് ഇരിപ്പുണ്ട്.

വിപ്ലവാഭിവാദ്യങ്ങളോടെ

സുജനപാൽ.

കണ്ഠ്ള ജയന്റെ വെളുത്ത ഉടുപ്പിന്റെ പിന്നിൽ വിയർപ്പുതുള്ളികൾ വിരിയാൻ തുടങ്ങി. അയാളുടെ അരിവാളുപോലെ കൂർപ്പിച്ച കൃതാവിന്റെ അരികിൽ നനവിന്റെ ഒരു വര പ്രത്യക്ഷപ്പെട്ടു. സുകുമാരി ബോധിയുടെ ജനാലകൾ ശബ്ദത്തോടെ തുറന്നു. തടഞ്ഞു വച്ചിരുന്ന വെളിച്ചം വന്ന് സുകുമാരിയുടെ മുഖത്തെ സംശയ ചിഹ്നം തെളിയിച്ചതോ, ജനാലയിൽനിന്ന് ചുവരിലെ ബുദ്ധ ചിത്രത്തിലേക്ക് വാൽമുറിഞ്ഞ പല്ലി ചാടിയതോ ശ്രദ്ധിക്കാതെ കണ്ഠ്ള ജയൻ രായന് കത്ത് നല്കി.

തിരഞ്ഞെടുപ്പിന്റെ തലേന്ന് സുജനപാൽ വീട്ടിലേക്ക് വന്ന് "താങ്കൾ ഇനിമുതൽ സുജനപാൽ ആയിരിക്കണമെന്ന്" പറഞ്ഞതും "കഞ്ചാവാ

ണോടോ കള്ള സ്വാമീ" എന്ന് കളിയാക്കിയതും അയാളുടെ അപ്പോഴത്തെ ചിരിയും ഓർത്തപ്പോൾ ക്ഷൗരം ചെയ്തിടത്ത് ഇന്തുപ്പുകല്ല് പുരട്ടിയ നീറ്റൽ കണ്ഠ്ള ജയന് അനുഭവപ്പെട്ടു. സുജനപാലെന്ന വാക്കിന്റെ അർത്ഥം ഓർക്കാൻ ശ്രമിച്ച് ഒന്ന് രണ്ട് തവണ ചുണ്ടിൽനിന്ന് ആ പേര് ചെറിയ ശബ്ദത്തോടെ പുറത്തേക്ക് ചാടിയത് സുകുമാരി സംശയത്തോടെ കേട്ടു.

ജയന്റെ കൈയിൽനിന്ന് പ്രസാദം സ്വീകരിക്കുന്ന ഭവ്യതയോടെയാണ് രായൻ ആ കത്ത് വാങ്ങിയത്. നാലായി മടക്കിയ കത്തിന്റെ പുറത്ത് രാജേന്ദ്രനെന്ന് എഴുതിയത് കണ്ട് രായന് ഭൂതോദയമുണ്ടായി.

പ്രിയ രാജേന്ദ്രന്,

എന്റെ നിയോഗമനുസരിച്ച് ഇന്ന് രാവിലെ ബോധി തുറന്ന് നീ നിന്റെ കർമ്മം തുടങ്ങിയിട്ടുണ്ടാകും. സുകുമാരി ആളുകളെ കൂട്ടി വന്ന് തടഞ്ഞിട്ടുമുണ്ടാകും. ഭയപ്പെടരുത്. പ്രശ്നങ്ങൾ എല്ലാം ഉടൻ പരിഹരിക്കപ്പെടും.

നാട്ടിൽ നീയും ബോംബെയിൽ പോയി ഞാനും മുടിവെട്ട് ശീലിച്ചതല്ല എനിക്ക് എതിരായി നീ തുടങ്ങിയ കട പൂട്ടിപോകാൻ കാരണം. കർമ്മഫലം. നീ അല്ലാതെ ആരെങ്കിലും അന്നം കിട്ടാനുള്ള കടയിലിരുന്ന് കമ്പനി കൂടി മദ്യപിക്കുമോ? നീ കൊല്ലാൻ ശ്രമിച്ച ഒരാൾ എന്തിനാണ് നിന്റെ പേരിൽ ഈ സ്വത്ത് എഴുതിവച്ചത് എന്നല്ലേ നിന്റെ സംശയം. നിന്റെ ഭാര്യ സുധയോടൊപ്പം വന്ന മക്കൾക്ക് സൗജന്യമായി മുടിവെട്ടിക്കൊടുത്തു. അതല്ലേ നീ പ്രകോപിതനാകാൻ കാരണം? ഞാനും സുധയും തമ്മിൽ എന്ത് എന്നാണല്ലോ തല്ലുന്നതിനിടയിൽ നീ എന്നോട് ആവർത്തിച്ച് ചോദിച്ചത്. അതിൽ ഒരു സത്യമുണ്ട്. എട്ടാം തരത്തിൽ സുധയോട് തോന്നിയ പ്രണയം എന്നിൽനിന്ന് ഇനിയും കെട്ടുപോയിട്ടില്ല. സുധയ്ക്കായി എഴുതിയ കത്ത് സുകുമാരിയുടെ പുസ്തകത്തിൽ മാറിവച്ചതും സുധയുടെ വീട്ടുകാരെ ഭയന്ന് ഞാൻ നാടുവിട്ടതും നീ അറിയണം.

ജീവിതത്തിൽ കിട്ടിയ ആദ്യ പ്രണയലേഖനവുമായി സുകുമാരി എന്നെ കാത്തിരുന്നപ്പോൾ ഇതൊന്നുമറിയാത്ത സുധ നിന്റെ മക്കൾക്ക് അമ്മയായി. എനിക്ക് എന്റെ പ്രണയം മറക്കാൻ കഴിയുന്നില്ല. ഞങ്ങൾ ഏറെ സംസാരിച്ചു. ഒന്നിച്ചു ജീവിച്ചാലോ എന്നുവരെ ചിന്തിച്ചു. നിലാവുപോലൊത്ത ഒരു ചിരിയായിരുന്നു അവളുടെ മറുപടി. സുധയുടെ നിലപാട് നിനക്ക് ഊഹിക്കാൻ കഴിയുമോ? നിങ്ങളുടെ ജീവിതത്തിന് വേണ്ടിയാണ് എന്റെ ഈ ഒളിച്ചോട്ടം.

പ്രിയ രാജേന്ദ്രൻ, എനിക്കുവേണ്ടി ചിലത് ചെയ്യണം. വരുമാനത്തിൽ നിന്ന് ദിവസവും ഇരുന്നൂറ് രൂപയെങ്കിലും സുകുമാരിയെ ഏല്പിക്കണം. ആഴ്ചയിൽ അഞ്ഞൂറ് രൂപ മഞ്ഞുമാറ്റിക്കും കൊടുക്കണം. ബോധിയിൽ നീ ജീവവൃക്ഷമായി മാറും, നിന്റെ വേരുകൾ എന്നെ തെരഞ്ഞുവരും ഞാൻ കാത്തിരിക്കും.

നിനക്കും, സുധയ്ക്കും ജീവിത വിജയാശംസകൾ.

സുകുമാരിക്കുള്ള കത്ത് പുറത്തെ ചുവരിലെ പരസ്യചിത്രത്തിന്റെ പുറകിൽ വച്ചിട്ടുണ്ട്. അത് നീ തന്നെ അവൾക്ക് നല്കുക.

എന്ന്

സ്നേഹപൂർവ്വം

സുജനപാൽ

കത്ത് നിലത്തേക്ക് ഊർന്നുവീണു. രായൻ ഏറെ നേരം കണ്ണാടിയിലേക്ക് നോക്കി നിന്നു. പതിയെ അയാളുടെ കണ്ണുകൾ നിറയാൻ തുടങ്ങി.

"വികാരം കൊള്ളുന്നവരൊക്കെ എത്ര ദുർബ്ബലരാണെന്ന് നിനക്കറിയോ. ഈ രായന് വരാൻ പോകുന്ന മാറ്റം വലുതാണ്. ഇവനിൽ മരണം വരെ പച്ചയായി നില്ക്കുന്ന മുറിവ് നീ കാണും." രായന്റെ തല്ലുകൊണ്ട ദിവസം അയാളെ ആശുപത്രിയിൽനിന്ന് വീട്ടിലേക്ക് കൊണ്ടുവരുമ്പോൾ എന്റെ ബൈക്കിന് പിന്നിലിരുന്ന് പറഞ്ഞതാണ്.

കലിതുള്ളി നില്ക്കുന്ന സുകുമാരിയുടെ മുന്നിൽ രായൻ നീട്ടിപ്പിടിച്ച കത്തിന്റെ വിറയൽ കണ്ട് ഞാനും ആ ഇരട്ടക്കുട്ടികളും ചിരിയടക്കി. സുകുമാരിയുടെ കത്തിന് പുറത്തെ 'സു' 'കുമാരി' എന്നീ വാക്കുകൾ തമ്മിൽ ബോധപൂർവ്വമായ അകലം പാലിച്ചിരിക്കുന്നു.

നിവർത്തിപ്പിടിച്ച കത്തിൽ സുകുമാരിയും, ചുവരിലെ ബുദ്ധ ചിത്രത്തിന് നേരെ കൈ കൂപ്പി രായനും നില്ക്കുന്നു. കുട്ടികൾ മുറ്റത്തെ പനിനീർച്ചെടിയുടെ കൊമ്പുകൾ ഒടിക്കാൻ ശ്രമിക്കുന്നു.

ഏറ്റവും പ്രിയപ്പെട്ട സുകുമാരിക്ക്,

എന്നിലെ പരാജിതനായ ഭർത്താവിനെക്കുറിച്ച് നിന്നെ എഴുതി അറിയിക്കേണ്ടതില്ല. എങ്കിലും നിന്റെയും മക്കളുടെയും ഭാവിയോർത്ത് നീ മറ്റൊരു വിവാഹം കഴിക്കാൻ തയ്യാറാകണം. നീ കാത്തു സൂക്ഷിക്കുന്ന ആ പ്രണയ ലേഖനത്തിന്റെ ശരിയായ അവകാശി രായന്റെ ഭാര്യ സുധയായിരുന്നു. ഇനിയും ആ പ്രണയം നിന്നിൽ കണ്ടെത്താൻ എനിക്ക് കഴിഞ്ഞിട്ടില്ല. അന്ന് ആ മഴ തീരുവോളം വീട്ടിന് പുറത്ത് നിന്ന എനിക്ക് അകത്ത് വന്ന് നിന്നെയും ആ ബാങ്കിന്റെ ഏജന്റിനെയും കിടക്കയിൽ ചോദ്യം ചെയ്യാനുള്ള അർഹതയുണ്ടോ? വീട്ടിലേക്കുള്ള എന്റെ ചുവടുകൾ ആ മഴ അന്ന് മായിച്ച് കളഞ്ഞു.

സാരമില്ല ബാങ്കിലെ നിന്റെ വായ്പ മഞ്ഞുമാറ്റി തീർക്കും. മഞ്ഞുമാറ്റിയുടെ കടം രായനും തീർക്കും. അതിനാൽ ബോധി ഞാൻ രായനെ ഏല്പിക്കുന്നു. ആ യുവാവിനെ നിനക്ക് വിവാഹം കഴിക്കാം. അയാൾ നമ്മുടെ മക്കൾക്ക് നല്ലൊരു പിതാവായിരിക്കുമോ?

എന്ന്

സ്വന്തം

സുജനപാൽ

കുറിപ്പ്

നമ്മെളൊരുമിച്ച് മുറ്റത്ത് നട്ട പനിനീർച്ചെടിയുടെ ചുവട്ടിൽ മഞ്ഞു മാറ്റിക്കുള്ള കത്തുണ്ട്.

ചെടിയുടെ ചുവട്ടിലെ കത്ത് എടുക്കുമ്പോൾ സുകുമാരിയുടെ വിരൽ മുറിഞ്ഞു. സഹായിക്കാൻ ശ്രമിച്ച യുവാവിനെ അവർ വെറുപ്പോടെ നോക്കി. മറ്റൊരാൾക്കും മുഖം കൊടുക്കാതെ പ്രശോഭന് കത്ത് കൈമാറി ഇറങ്ങിപ്പോയ സുകുമാരിയുടെ ഇരുവശങ്ങളിലായി നടക്കുന്ന കുട്ടികളുടെ കൈയിൽ പനിനീർച്ചെടിയുടെ കൊമ്പുകൾ ഉണ്ടായിരുന്നു.

“ദാമ്പത്യത്തിന്റെ രഹസ്യം അതിന്റെ വിരുദ്ധ വിശുദ്ധതയാണ്” പെണ്ണുകാണാൻ പോകുന്ന വിവരം അയാളോട് പറഞ്ഞപ്പോൾ മൂക്കിനുള്ളിലെ രോമം മുറിക്കുന്നതിനിടയിൽ അയാൾ അന്ന് പറഞ്ഞതാണ്. ഇന്നും എനിക്ക് അതിന്റെ അർത്ഥം മനസ്സിലായിട്ടില്ല.

മഞ്ഞു മാറ്റി ..ഹോ! എന്റെയൊരു ഗതികേട് നോക്കൂ..! അയാളുമായി ചേർന്ന് എനിക്ക് എന്റെ അച്ഛനോട് പോലും ഒരു തരം അകലമുണ്ടായിരിക്കുന്നു. ശ്രീ. പ്രശോഭൻ അയാളുടെ സുഹൃത്തായിരുന്നു. എന്റെ പേരിൽ അവർ തമ്മിൽ ചില വഴക്കുകൾ നടന്നിട്ടുണ്ട്. രണ്ട് പെഗ് അകത്ത് ചെന്നാൽ അച്ഛൻ ബാർബർ ഷോപ്പിന്റെ മുന്നിൽ വന്ന് ഭരണിപ്പാട്ട് നടത്തും. അതൊന്നും അറിയാതെ നിലത്ത് വെട്ടിയിട്ട മുടിയിൽ കിടന്ന് ഞാൻ ഉറക്കമായിരിക്കും. ഇനി ഉണർന്നിരുന്നാലും അയാളുടെ നോട്ടത്തെ ധിക്കരിച്ച് എനിക്ക് ഇറങ്ങിപ്പോകാൻ കഴിഞ്ഞിരുന്നില്ല. ഒരല്പം മുന്നിലേക്ക് നീട്ടിപ്പിടിച്ച് അച്ഛൻ കത്ത് വായിക്കുന്നു.

എടോ മഞ്ഞു മാറ്റി,

നിന്നെ എനിക്ക് അങ്ങനെ വിളിക്കാനാണ് ഇഷ്ടം. നീ കരുതുന്നതുപോലെ ഈ പേര് നിനക്കിട്ടത് ഞാനല്ല. തളർവാതം വന്നുകിടപ്പിലായിരുന്ന നിന്റെ തന്ത ചന്ദ്രോത്ത് മാഷാണ്. നേരം വെളുക്കും മുൻപ് പലിശ പിരിക്കാൻ മലമൂട്ടിലെ വീടുകൾ കയറുന്ന നിനക്ക് അതിയാൻ വേറെന്ത് പേരിടാനാണ്. പിന്നെ നിന്റെ ഒറ്റ മോനെ ഞാൻ വഴിതെറ്റിച്ചിട്ടില്ല. നിന്റെ തന്ത പറഞ്ഞിട്ടാണ് ബിസിനസ് പഠിക്കാൻ പോയവനെ സാമൂഹ്യജീവശാസ്ത്രം പഠിപ്പിക്കാൻ കൊണ്ടു ചേർത്തത്. നിന്റെ വഴി അവൻ സ്വീകരിക്കരുതെന്ന് നിന്റെ തന്തയ്ക്കായിരുന്നു വാശി.

കഴിഞ്ഞ ഡിസംബറിൽ ഗൾഫിൽനിന്ന് വന്ന ഒരു ചെക്കനെ നീയും ശിങ്കിടികളും ചേർന്ന് പൊക്കിയതും നീയൊക്കെ പൂട്ടിയിട്ട മുറിയിൽ അവൻ തൂങ്ങിച്ചത്തതും അത് ആത്മഹത്യ ആക്കിയതുമെല്ലാം കട്ടിലിൽ കിടന്ന് കാത് കൂർപ്പിച്ച് ആ വയസ്സൻ അറിഞ്ഞിരുന്നു. ചന്ദ്രോത്ത് മാഷിന്റെ തളർന്ന കൈ തോളിൽ കയറ്റി കക്ഷം വടിച്ച് കൊടുക്കുമ്പോൾ രഹസ്യമായി പറഞ്ഞതാണ് ഇതെല്ലാം. അതൊക്കെ പോട്ടെ. ഇനി നമുക്ക് രണ്ടാൾക്കും ഗുണമുള്ള ചില ബിസിനസ് പറയാം.

ഇപ്പോൾ അവിടെ ഒരു ചെറുപ്പക്കാരൻ നില്ക്കുന്നില്ലേ. അവന് ഒരു തുക നീ കൊടുക്കണം. സുകുമാരി വായ്പ എടുത്തതാണ്. അവൻ രഹ

സ്യമായി നാട്ടിൽ പലിശ ഇളവ് നടത്തുന്നുണ്ട്. അത് നിനക്ക് അത്ര ഗുണം ചെയ്യില്ല. പിന്നെ ആ തുക നമ്മുടെ രായൻ നിനക്ക് തരും ഞാൻ അതവന് എഴുതിയിട്ടുണ്ട്. ഇല്ലെങ്കിലും നിനക്ക് വാങ്ങിക്കാൻ അറിയാമല്ലോ?

നിന്റെ മോനും ഞാനും തമ്മിലെ രഹസ്യ എടപാട് നീ അറിയണ്ട. ഞാൻ ഇവിടെ ഇല്ലാതിരുന്നാൽ അതങ്ങ് തീരൂലേ? നിന്റെ ചെറുക്കനുള്ള കത്ത് ആ ബുദ്ധ ചിത്രത്തിന്റെ പിന്നിലുണ്ട്. എടുത്തങ്ങ് കൊടുത്തേക്ക്.

എന്ന്

സുജനൻ

വിധവയായ ഒരു പെണ്ണിന്റെ കുഞ്ഞിന്റെ മുടിയിൽ രായൻ അനുകമ്പയോടെ കത്രിക വയ്ക്കുമ്പോൾ കണ്ഠള ജയൻ അവളോട് പഞ്ചായത്ത് പുതുതായി തുടങ്ങുന്ന ഭവന പദ്ധതിയെക്കുറിച്ച് പറയുന്നു. ബാങ്ക് ഏജന്റായ യുവാവിനെയും കൂട്ടി പുറത്തേക്ക് ഇറങ്ങുന്നതിനിടയിൽ അച്ഛൻ എനിക്ക് കത്ത് തന്നു. മുടി കൂട്ടിയിട്ടിരുന്ന കോണിലിരുന്ന് ഞാൻ കത്ത് വായിക്കാൻ തുടങ്ങി.

നിനക്ക്,

നിനക്കെത്ര ബുദ്ധന്മാരെ അറിയാം. ദൈവത്തിനും മനുഷ്യർക്കുമിടയിലൂടെ രസകരമായ ഒരു മാർഗ്ഗം ഞാൻ സ്വീകരിക്കുന്നു. എന്നെ കഴുത്തിന് പിടിച്ച രായന്റെ കാഷായവേഷവും കത്രികയും കണ്ടിട്ട് നിനക്കും ചിരി വരുന്നില്ലേ. അവനിനി എന്റെ ഭാര്യക്കും മക്കൾക്കും വേണ്ടി.... അതു മാത്രമല്ല കണ്ഠളയിലും മാറ്റമുണ്ടാകും.

രസകരമായ നാലുചിന്തകളാണ് നിനക്ക് ഞാൻ കുറിച്ചിടുന്നത്.

1. ജീവിതം ദുരിതമാണ്.
2. ലോകത്തിൽ അകാരണമായി ഒരു മാറ്റവും സംഭവിക്കുന്നില്ല.
3. ദുരിതസാഗരം മറികടക്കാനുള്ള യാനം സ്വയം നിർമ്മിക്കണം.
4. ജീവിത ദുരിതങ്ങളിൽനിന്ന് മോചനം സാദ്ധ്യമാണ്.

വാൽ മുറിഞ്ഞ ആ പല്ലി ചുവരിലെ ചിത്രത്തിലിരുന്ന് ചിലച്ചു. അതിന്റെ തലയ്ക്ക് ചുറ്റും ഒരു പ്രകാശവലയമുണ്ടായിരുന്നു.

കഴുത്തിന് പിന്നിലെ രോമം വടിക്കുമ്പോൾ മാത്രം അയാളിൽ ഞാൻ കാണാറുള്ള ചിരി എനിക്ക് ഓർമ്മ വന്നു. രായന്റെ കത്രികയിലൂടെ ആ മാന്ത്രികതാളം ബോധിയിൽ നിറഞ്ഞു. എന്റെ തലയിലേക്ക് ആ വൈദ്യുത പ്രവാഹം കടന്നുവന്നു...!!

തീറ്റ

"അച്ഛാ ഓടി വന്നേ, ദേണ്ടേ ഇവിടെ സൂപ്പർ ഫൈറ്റ് നടക്കുവാ, നമ്മടെ രുചീസിലെ ചേട്ടനിപ്പ ചാവും മൂപ്പര് കൊല്ലും." ഞാൻ, പിറന്നാൾ കേക്കിന്റെ പുറത്ത് മൂന്നിന്റെ രൂപത്തിലുള്ള മെഴുകുതിരി വളരെ സൂക്ഷിച്ച് ഉറപ്പിക്കുകയായിരുന്നു. അനുവിന്റെ വിളികേട്ട് എല്ലാവരുടെയും ശ്രദ്ധ അങ്ങോട്ടായി. കേക്കിലേക്ക് വീണുപോയ മെഴുകുതിരി അവളെയേല്പിച്ച് ഞാനും വാതിലിലേക്ക് ഓടി.

"ഞാനിനി എന്റെ ഓട്ടലിന് ചക്രം പിടിപ്പിക്കണോടാ."

"വിട് കെളവാ എനിക്ക് ശ്വാസം മുട്ടണ്" മൂപ്പരുടെ കത്രികപ്പൂട്ടിൽ കിടന്ന് സെബാൻ ഉത്തരം പറയാൻ പ്രയാസപ്പെടുന്നു. കുതറി മാറി പോരു കോഴികളെപ്പോലെ വീണ്ടും അടുക്കുന്ന അവർക്കിടയിലേക്ക് ഞാൻ ചെന്ന് നിന്നതും, മൂപ്പരുടെ തകർപ്പൊനരടി കൃത്യം എന്റെ കവിളിൽ തന്നെ പതിഞ്ഞു. അതോടെ സംഘർഷം നിലച്ചു. ഭൂമിയാകെ നിന്നുപോയതു പോലെയുള്ള നിമിഷങ്ങൾ.

മുറ്റത്ത് ചിതറിക്കിടക്കുന്ന വാഴയിലയും പാത്രങ്ങളും കണ്ട് സംശയ രൂപത്തിൽ അവളുടെ പുരികമുയർന്ന് നോട്ടം സെബാനിലെത്തി. അവൻ ബാഗ് നിവർത്തി വച്ച് മുഖത്ത് ഒരു ചിരി വരുത്തി ബില്ല് അവൾക്ക് നേരെ നീട്ടി. കാശെടുക്കാൻ അവൾ ഉള്ളിലേക്ക് പോയപ്പോൾ ആ ചെറിയ സംഘവും അകത്തേക്ക് വലിഞ്ഞു. മുറ്റത്ത് ഞാനും മൂപ്പരും മാത്രമായി. മൂപ്പര് എന്റെ കവിളിൽ പതിയെ തൊട്ടു. ആ വിരലുകൾ വിറയ്ക്കുന്നു ണ്ടായിരുന്നു. പക്ഷേ, എനിക്ക് വേദന ഉണ്ടായിരുന്നില്ല.

"ഹാപ്പി ബർത്ത് ഡേ ടു യൂ ഡിയർ അനു" പിറന്നാൾ പാട്ടിന് പ്രതി ഷേധത്തിന്റെ താളമുണ്ട്. ഞാനും മൂപ്പരും അകത്ത് ചെല്ലുമ്പോൾ അനു കേക്ക് മുറിക്കാൻ തുടങ്ങിയിരിക്കുന്നു. തങ്ങളുടെ ഏകമകൾ എനി ക്കൊപ്പം ഇറങ്ങിപ്പോന്നതിന്റെ പരിഭവം മറന്ന് അവളുടെ വീട്ടുകാർ വരു

ന്നുണ്ടെന്ന് കേട്ടതു മുതൽ ഞങ്ങൾ സന്തോഷത്തിലായിരുന്നു. പരിപാടി കൊഴുപ്പിക്കണമെന്ന് കരുതിയാണ് അത്രയും വലിയ തുകയ്ക്ക് രുചീസിലെ ഭക്ഷണം ക്രമീകരിച്ചത്. സദ്യയ്ക്ക് ഒട്ടും കുറവു വരരുതെന്ന് കരുതി മൂപ്പരോട്ടലിൽ പോയി വാഴയിലയും, മോരും രസവും വരെ ഞാൻ ഏർപ്പാടാക്കി.

മൂപ്പര് കസേരയിൽ തലകുനിച്ചിരിക്കുന്നു. സെബാൻ ഒരു തളികയിൽ മുറിച്ചുവച്ച കേക്ക് വിതരണം ചെയ്യുന്നു. ഒരു കഷണം മൂപ്പർക്ക് കൊടുക്കാൻ അനുവിനോട് ഞാൻ ആംഗ്യം കാണിക്കുന്നത് അവൾ കണ്ടു. അവളുടെ പ്രതിഷേധം മൂപ്പരും കണ്ടു. കേക്കുമായി മുന്നിൽ നില്ക്കുന്ന കുട്ടിയുടെ നെറ്റിയിൽ ഒരുമ്മയും കൊടുത്ത് മൂപ്പര് പുറത്തേക്ക് ഇറങ്ങി. നിലത്ത് തൂകിപ്പോയ രസവും മോരും നോക്കി മൂപ്പര് കുറച്ചുനേരം നിന്നു. വാതിലിൽ നില്ക്കുന്ന എന്നെ തിരിഞ്ഞൊന്നു നോക്കി. കഴിഞ്ഞ കാലങ്ങളിൽ ഞാൻ തിന്ന് തീർത്തതിന്റെ കറുപ്പിലും വെളുപ്പിലും വരച്ചിട്ട ചിത്രങ്ങൾ എനിക്ക് തെളിയുന്നുണ്ടായിരുന്നു.

ഗേറ്റിലേക്ക് നോക്കി നിന്ന എന്റെ വിരലിൽ അനു തൊട്ടു. ഞാനും അവനോടൊപ്പം മേശയിലേക്ക് ചെന്നിരുന്നു. അവളുടെ മുഖത്ത് നിധി കിട്ടിയ സന്തോഷമുണ്ട്. സെബാനൊപ്പം വിളമ്പാൻ കാണിക്കുന്ന തിടുക്കത്തിലും ഇടയ്ക്ക് എന്നെ നോക്കുന്നുണ്ട്.

"ഇതിപ്പോ പല തവണയായി സാറേ ആ കെളവൻ എന്നെ അടിക്കാനും ചീത്ത വിളിക്കാനും തൊടങ്ങിയിട്ട്. തിരികെ നല്ലത് കൊടുക്കാൻ അറിയാഞ്ഞിട്ടല്ല. എന്റെ അപ്പനെ ഓർത്തിട്ടാ." അവളുടെ ഒറ്റ നോട്ടത്തിൽ സെബാന്റെ സംസാരം സ്വിച്ചിട്ടതുപോലെ നിന്നു.

സെബാനോ എനിക്കോ മൂപ്പരെ എതിർക്കാൻ കഴിയില്ല. അതൊക്കെ വളർച്ചയുടെ ഭാഗമായ ചില വീട്ടാകടങ്ങളുടെ രുചികളാണ്. അവളുടെ അച്ഛൻ സെബാന്റെ മുഖത്തുനിന്ന് സംഭവങ്ങളുടെ ബാക്കി ഭാഗം വരുന്നുണ്ടോയെന്ന് ഒന്നു രണ്ടു തവണ നോക്കിയപ്പോൾ പപ്പടത്തിന്റെ പാത്രം അവൾ അയാൾക്ക് മുന്നിലേക്ക് നീക്കിവച്ചു. അയാളുടെ താല്പര്യം ചോറിലെ പരിപ്പിൽ ആ പപ്പടം ചേർത്ത് പൊടിച്ചു. ഒരു പാത്രത്തിൽ തനിക്ക് ആവശ്യമുള്ളതുമെടുത്ത് സെബാനും ഹാളിലേക്ക് പോയി.

മൂപ്പരെ കഴിക്കാൻ വിളിക്കണമായിരുന്നു. അതിനുള്ള വളർച്ച എനിക്കുണ്ടോ? മൂപ്പർക്ക് സകലരെയും തീറ്റിച്ച ചരിത്രമല്ലേയുള്ളു. അയാളുടെ ഹോട്ടലിന്റെ പേരെന്താണ്? ചോറിനൊപ്പം ഞാൻ പോയകാലവും ചില ചോദ്യങ്ങളും ചേർത്ത് ചവയ്ക്കാൻ തുടങ്ങി.

അന്നും ഇന്നും അത് മൂപ്പരോട്ടൽ തന്നെ. ഒറ്റ മകനെയും കൂട്ടി എന്നും ഹോട്ടലിൽ ഉണ്ണാൻ പോയിരുന്ന, ഭാര്യ മരിച്ചുപോയ അദ്ധ്യാപകനായ എന്റെ അച്ഛനോട് തന്റെ ബന്ധുവായ ജലജയെ വിവാഹം കഴിക്കാൻ നിർദ്ദേശിച്ചത് മൂപ്പരായിരുന്നു. ആ കച്ചവടത്തിൽ എനിക്കായിരുന്നു വലിയ നഷ്ടം. പത്മയെന്ന പേരിന്റെ പര്യായമാണെങ്കിലും എനിക്ക് അമ്മയായിരിക്കാൻ ജലജയാന്റിക്ക് കഴിഞ്ഞില്ല. അവരുടെ രുചിയില്ലാത്ത

ഭക്ഷണം അച്ഛൻ വീട്ടിൽ തിന്നു തീർക്കുമ്പോൾ മൂപ്പരോട്ടൽ വിട്ടുവരാൻ ഞാൻ തയ്യാറായില്ല. എന്റെ അച്ഛൻ എന്നതിനേക്കാൾ നല്ലൊരു അദ്ധ്യാപകനായിരുന്നു. അതുകൊണ്ട് എന്നെ വേഗം മനസ്സിലാക്കാൻ കഴിഞ്ഞു. ജലജയാന്റി എത്ര നിർബ്ബന്ധിച്ചിട്ടും തിരുത്താൻ ഒരിക്കലും ശ്രമിച്ചില്ല.

"നിങ്ങളുടെ ചെറുക്കന് കടേന്ന് തിന്ന് തിന്ന് വലിയ കോളായി." ജലജയാന്റിയുടെ പരിഭവങ്ങളൊന്നും ഏറെ കേൾക്കാൻ നില്ക്കാതെ അച്ഛനും അങ്ങ് പോയി. വേനലവധിക്ക് കൂട്ടുകിട്ടിയ മഞ്ഞപ്പിത്തം അച്ഛനെ സഹായിച്ചു. അന്നുമുതലാണ് മഞ്ഞ നിറമുള്ള ഭക്ഷണങ്ങൾ എനിക്ക് രുചിയില്ലാതെയായത്. ഡിഗ്രിയൊക്കെ കഴിഞ്ഞ് വരുവോളം സ്കൂൾ മാനേജർ അച്ഛന്റെ ഒഴിവ് എനിക്കായി കരുതിവച്ചു. 'മൂപ്പര് വന്ന് പറഞ്ഞാല് എനിക്ക് തള്ളാൻ പറ്റ്വോ' ആദ്യ ദിവസം തന്നെ മാനേജർ എനിക്ക് ജോലി നല്കിയതിന്റെ കാര്യങ്ങൾ വ്യക്തമാക്കി. അച്ഛന്റെ അതേ ഭാഗം ഞാനും ജീവിക്കാൻ തുടങ്ങി.

വീടിന്റെ ചായ്പ്പിലൂടെ മൂപ്പരോട്ടൽ വരെയായിരുന്നു വിശപ്പിന്റെയും രുചികളുടെയും എനിക്കുള്ള ദൂരം. വീടിന്റെ പിന്നിലെ പറമ്പിൽ പച്ചയിൽ വെള്ളവരയിട്ട പോലെ ആ ഒറ്റയടിപ്പാത എനിക്ക് മുന്നിൽ തെളിഞ്ഞ് കിടക്കും. മൂപ്പരോട്ടലിലെ മണങ്ങൾക്ക് ആ വഴിയിലൂടെ തെറ്റാതെ എന്റെ മൂക്കിലെത്താനറിയാം. എണ്ണയിൽ തിളച്ച് മറിയുന്നതിന്റെയും ആവിയിൽ വേകുന്നതിന്റെയും ആത്മാക്കൾ പാഞ്ഞുവന്ന് എന്നെ വിളിച്ചുണർത്തും. മൂപ്പരോട്ടലിന്റെ ഇളക്കമുള്ള കറുത്ത ബെഞ്ചിലേക്ക് ഞാനാവാഹിക്കപ്പെടും.

അമ്മപോയ നാളുകളിൽ അച്ഛന്റെ വിരലിനൊപ്പമായിരുന്നു മൂപ്പരോട്ടലിലേക്ക് ഞാൻ പോയിരുന്നത്. സ്കൂള് വിട്ട് വരുമ്പോൾ കവലയിൽ എന്നെ പിടികൂടുന്ന മൂപ്പരോട്ടലിലെ മണങ്ങൾ ഉള്ളിൽക്കിടന്ന് വെരുകിനെ പോലെ പായും. ഞങ്ങളുടെ രുചികൾ മൂപ്പർക്ക് ശരിക്കറിയാം. എനിക്ക് ദോശയ്ക്ക് രസവട, അച്ഛന് സാമ്പാറ്, ചോറിൽ എനിക്ക് മീൻചാറൊഴിക്കണം, അച്ഛന് പരിപ്പ് മതി, എനിക്ക് തണുത്ത പച്ചവെള്ളം, അച്ഛന് ഉപ്പിട്ട കഞ്ഞിവെള്ളം. മൂപ്പർക്ക് ഇതൊട്ടും തെറ്റാറില്ല.

ജലജയാന്റി വന്നതു മുതൽ ആ പോക്ക് പത്തുവയസ്സുകാരന്റെ കരച്ചിലോടെയുള്ള ഒളിച്ചോട്ടങ്ങളായി. എന്റെ രുചിയുടെ അയൽക്കാരിയാകാൻപോലും ജലജയാന്റിക്ക് കഴിഞ്ഞിരുന്നില്ല. ഏറ്റവും കൊതിയോടെ തിന്നിരുന്ന ഉപ്പുമാവിനോട് പോലും അക്കാലത്താണ് വെറുപ്പുണ്ടായത്. ആരെങ്കിലും മുന്നിൽ വടിചൂണ്ടി നിന്നാൽ വായ്ക്കുള്ളിൽവച്ചത് രുചിയറിഞ്ഞ് ചവയ്ക്കാനാകില്ല, വിഴുങ്ങാനേ കഴിയൂ. അച്ഛനും പോയതോടെ ജലജയാന്റിയുടെ ചൂരലിനെ ഭയന്ന് പശുവിന് വേണ്ടി കാടിവെള്ളത്തിനുള്ള ബക്കറ്റും തൂക്കിയായി ആ യാത്ര. മൂന്ന് പശുക്കളും മൂപ്പരോട്ടലിലെ കാടിവെള്ളവും വാഴയിലയും ഒരു തുള്ളിപോലും ബാക്കിയാക്കില്ല. അതിന് പശുക്കളെ പറഞ്ഞിട്ട് കാര്യമില്ല ഒരിക്കൽ കാടിവെള്ളത്തിൽക്കിടന്ന പകുതി വട ഞാനും തിന്നിട്ടുണ്ട്. ചൂരലിനെ പേടിയില്ലാ

തായ നാളിൽ ബക്കറ്റ് വലിച്ചെറിഞ്ഞ് ആ ദൂരം ഗൗരവത്തിൽ തലയുയർത്തി തന്നെ നടന്നു.

"ചെക്കനെന്റെ വടിയിൽ കേറിപ്പിടിച്ചു മൂപ്പരേ. ഇനിയവനെ തല്ലാനാണെങ്കിലും ഈ ഭൂമിയിൽ ഞാനല്ലേയുള്ളു."

"ചെക്കനെ നീ ഓട്ടലിൽ തിന്നാൻ വിട്ടാമതി." അവരിത് സംസാരിക്കുമ്പോൾ ഞാനകത്തെ ഇളകുന്ന ബഞ്ചിലിരുന്ന് ചൂട് വട ചമ്മന്തിയിൽ മുക്കി തിന്നുകയായിരുന്നു. കുരുമുളകിൽ കടി തട്ടി ഞാൻ തുപ്പിയപ്പോൾ ജലജയാന്റി ദേഷ്യത്തോടെ എന്നെയൊന്ന് നോക്കിയിട്ട് വീട്ടിലേക്ക് നടന്നു. പിന്നീട് ഞങ്ങൾ തമ്മിൽ മിണ്ടിയിട്ടില്ല. ചായ്പ്പിൽ നിന്ന് അകത്തേക്കുള്ള വാതിൽ അന്നാണ് ഞാൻ ആണിയടിച്ച് ഉറപ്പിച്ചത്.

ഏത് സമയത്ത് ചെന്നു കയറിയാലും മൂപ്പരുടെ മുഖത്ത് നിറഞ്ഞൊരു ചിരിയുണ്ടാകും. മേശയിൽ ആവി പറക്കുന്ന ഏതെങ്കിലും രുചിയുമുണ്ടാകും. സെബാന്റെ അപ്പനായ പാപ്പിയെക്കൊണ്ട് എനിക്ക് വിളമ്പിക്കാറില്ല. പാപ്പി ഇടയ്ക്ക് മൂക്കിൽ വിരലിടും. കറുത്തമെഴുക് വിരലിൽ വച്ചുരുട്ടി പന്തുപോലെ തെറിപ്പിക്കും. കുടിക്കാൻ വെള്ളമെടുക്കുമ്പോൾ ആ വിരല് അതിൽ മുങ്ങിയിരിക്കും. വാഴയിലയും പാത്രവും കരപ്പനടിച്ച മുണ്ടിൽ പാപ്പി തുടയ്ക്കും. എങ്കിലും പാപ്പി അന്തരീക്ഷത്തിൽ ചായകറക്കുന്ന വിദ്യ എനിക്ക് വിസ്മയമായിരുന്നു. മൂപ്പരുടെ വിളമ്പലിലെ എന്തോ ഒരിത് പാപ്പിക്കില്ലെന്ന് എനിക്കും തോന്നിയിട്ടുണ്ട്.

ഡിഗ്രിക്ക് പോകുന്ന കാലം വരെ മൂപ്പരെനിക്ക് പുട്ടിൽ പപ്പടം പൊട്ടിച്ച് കുഴച്ച് തരാറുണ്ടായിരുന്നു. കറിവേപ്പിലപോലും കളയാൻ സമ്മതിക്കില്ല. മീനിന്റെ മുള്ളും ചവച്ചരച്ച് തിന്നണം. വെള്ളം ഒടുവിലെ കുടിക്കാവൂ. കുടിക്കുമ്പോൾ ശബ്ദം കേൾപ്പിക്കരുത്. ഒരു വറ്റുപോലും നിലത്ത് പോകരുത്. കഴിച്ച് തീരും വരെ ചുണ്ടിൽ നിയമപ്പലകയുമായി മൂപ്പര് മുന്നിൽ വന്നിരിക്കും. ഹോട്ടലിന്റെ നിയമങ്ങൾക്ക് വീടിന്റെ നയമായിരുന്നു. കൈ കഴുകിയിറങ്ങുമ്പോൾ "അതങ്ങ് സാറിന്റെ പറ്റിലോട്ട് എഴുതിക്കോ." എന്നും കേട്ടിരുന്ന ഈ വാക്യം മൂപ്പര് ആരോടാണ് പറയുന്നതെന്ന് ശ്രദ്ധിച്ചിട്ടില്ല. അച്ഛന്റെ മരണശേഷവും അതങ്ങനെ തുടർന്നു.

ജോലിയിൽ കയറിയ കാലത്ത് കാശ് കൊടുത്തിട്ടും വാങ്ങിയിട്ടില്ല. തോന്നുന്നത് പോലെ പാതി തുറന്നിരിക്കുന്ന മേശവലിപ്പിലേക്ക് ഇടാറാണ് പതിവ്. ജീവിതത്തിലേക്ക് അവളുടെ വരവോടെ മൂപ്പരോട്ടലിലേക്കുള്ള പച്ചയെ പകുത്ത വെളുത്തവര എനിക്ക് മായാൻ തുടങ്ങി. പതിയെ എന്റെ നാവിനും പുതിയ രുചികൾ ശീലമായി.

"അന്യജാതിക്കാരിയാണ്."

"അതിലൊന്നും വലിയ കാര്യമില്ല. വല്ലതും രുചിയോടെ ഒന്നിച്ച് വച്ചുണ്ടാക്കി തിന്നാൻ കഴിയണം" എന്റെ പ്രണയമവതരിപ്പിച്ചതും അതിനുള്ള മൂപ്പരുടെ മറുപടിയും ഇതായിരുന്നു. എന്തെങ്കിലും വിശേഷിച്ച് ഒരുക്കിയാൽ ഒരു പങ്ക് പിന്നിലെ ഒറ്റയടിപ്പാത പിന്നിട്ട് വരുമായിരുന്നു. അതവൾക്ക് അത്ര താല്പര്യമുണ്ടായിരുന്നില്ല. ഒന്ന് രണ്ട് തവണ അതിൽ

ചിലത് വഴിയോട് ചേർന്ന തെങ്ങിന്റെ ചുവട്ടിൽ തട്ടിയത് മൂപ്പര് കണ്ടിരിക്കാം. പച്ചയിലുണ്ടായിരുന്ന ആ വര തീരെ മാഞ്ഞതങ്ങനെയാണ്.

ഒരു വലിയ കവറിൽ രുചീസിൽ നിന്ന് പൊതിഞ്ഞുകൊണ്ട് വന്നതിന്റെ കളയാനുള്ള ഭാഗങ്ങൾ തൂക്കി നില്ക്കുന്ന അവളുടെ മുഖത്ത് വല്ലാത്ത സന്തോഷം. അമ്മ, അച്ഛൻ ഇതൊക്കെ പൂർണ്ണമായി രുചിക്കാത്ത എനിക്ക് അവളുടെ സാന്തോഷത്തിന്റെ ആഴമെങ്ങനറിയാനാണ്. അവളുടെ അച്ഛൻ അനുവിനെ ചേർത്ത് കിടന്നുറങ്ങുന്ന അകത്തെ മുറിയിൽ ചൂണ്ടിയിട്ട് അവളെന്നെ കെട്ടിപ്പിടിച്ചു. 'ഉടൻ വീട്ടിലേക്ക് പോകണമെന്നാണ് അമ്മ പറയണത്' നെഞ്ചിൽ ചേർന്ന് നിന്ന് ഇത് പറയുന്നതിനിടയിലും നാലഞ്ച് തവണ ഉമ്മവച്ചു.

ഇനി ഇതെവിടെയെങ്കിലും കൊണ്ട് കത്തിക്കണം. രുചീസിൽ നിന്ന് എന്ത് വരുത്തിച്ചാലും കത്തിച്ചുകളയാൻ പാക്കറ്റുകളുടെ ഒരു കുന്ന് കാണും. നല്ലൊരു ഭാഗം ബാക്കിയാക്കാതെ കഴിക്കാനുമാകില്ല. അവളുടെ കൂട്ടുകാരികൾ വന്ന ദിവസം സെബാൻ കൊണ്ടു വന്ന ഇരുപത് പായ്ക്കറ്റിൽ ഒന്ന് ഞാനും കഴിക്കാൻ ശ്രമിച്ചു. "എടീ നിന്റെ സാറിന് ഇതൊന്നും പിടിക്കത്തില്ലാലേ" അവളുടെ കൂട്ടുകാരി കളിയാക്കുമ്പോൾ ഞാൻ കുളിമുറിയിൽ ഛർദ്ദിക്കുകയായിരുന്നു. ഇന്നും പിസയുടെ പരസ്യങ്ങൾ കാണിക്കുമ്പോൾ എനിക്ക് ഓർമ്മ വരുന്നത് പാപ്പിയുടെ വിരലാണ്.

കത്തിക്കാനുള്ളതും തൂക്കിപ്പിടിച്ച് വീടിന്റെ പിന്നിലേക്ക് ഇറങ്ങുമ്പോൾ പുല്ലിനടിയിൽ മാഞ്ഞുകിടന്ന ഒറ്റയടിപ്പാത സംശയഭാവത്തിൽ നെറ്റി ചുളിച്ചു. മുള്ളും ഉയർത്തിപ്പിടിച്ച് കാവൽ നിന്ന ഒരു തൊട്ടാവാടി എന്നെക്കണ്ട് നാണത്തോടെ മുഖം കുനിച്ചു. എന്നെ കണ്ട വിവരം ആരോടോ പറയാനെന്നപോലെ ഒരു മഞ്ഞച്ചേര പാഞ്ഞുപോയി. മുതുകിൽ വെളുത്ത വരയുള്ള പച്ചത്തവള ഉറക്കെ ചിരിച്ചുകൊണ്ട് നാലഞ്ച് തവണ ചാടി. ഒരു പച്ചക്കുതിര മൂപ്പരോട്ടലിലേക്ക് എന്നോട് ഓട്ടപ്പന്തയമെന്ന ഭാവത്തിൽ നിന്നു. ചെരുപ്പ് ഊരി മാറ്റി കണ്ണടച്ച് ഒന്നുരണ്ട് ചുവട് വച്ചുനോക്കി. ആ ഒറ്റയടിപ്പാത കാലുകളെ ചൂണ്ടലിൽ കൊരുത്ത മീൻ പോലെ വലിക്കുന്നു. ഏറെ മുന്നിലായ പച്ചക്കുതിരയെ തോല്പിക്കാൻ ഞാനും പാഞ്ഞു.

ഓടിക്കിതച്ച് ചെന്നുകയറിയിട്ടും മൂപ്പരെന്നെ ശ്രദ്ധിക്കുന്നില്ല. മേശയിൽ ചൂട് ചായ, ഉഴുന്ന് വടയുടെ കൊതിപ്പിക്കുന്ന മണം. വടയും തിന്ന് കഥ പറയുന്ന സെബാന്റെ മുന്നിൽ മൂപ്പരിരിക്കുന്നു.

"രുചീസ് ഓൺ വീൽസിലെ പണിയെനിക്ക് നമ്മുടെ ഈ സാറല്ലേ ശരിയാക്കിത്തന്നത്. ലൈസൻസും ബൈക്കും ഒരു ഫോണും ഉണ്ടെങ്കിൽ ജോലി ഉറപ്പല്ലേ. അമ്പത് ഓർഡറൊക്കെ കൊടുക്കാൻ പറ്റിയാൽ രൂപ അഞ്ഞൂറ് കൈയിലിരിക്കും. നല്ല ഉത്സാഹിച്ചാൽ ആയിരമൊക്കെ ഈസിയായി ഒപ്പിക്കാം. പിന്നെ ചിലപ്പോൾ ചിലര് ടിപ്പും തരും, എന്നാൽ രണ്ട് മിനിട്ട് വൈകിയാൽ ടിപ്പ് ടപ്പോന്ന് മോന്തയ്ക്ക് ആയിരിക്കും കിട്ടണത്."
ഞാൻ വട തിരഞ്ഞുനോക്കി. മണമല്ലാതെ അതിരിക്കുന്നിടം കാണാൻ

കഴിയുന്നില്ല. സെബാന്റെ കഥയിലിരിക്കുന്ന മൂപ്പർക്ക് തരണമെന്നുമില്ല.

“എവിടെയായാലും പതിനഞ്ച് മിനിറ്റിൽ നമ്മള് സാധനം എത്തിക്കണം. ചിലപ്പം ഒരു ഫ്ളാറ്റില് തന്നെ പത്തും ഇരുപതും ഓർഡർ കിട്ടും. ടൗണിൽ ചെന്ന് നോക്കിട്ടൊണ്ട് എത്രായിരം ബൈക്കുകളാ നാട്ടുകാർക്ക് തീറ്റയും തൂക്കി ചീറിപാഞ്ഞ് പോണത്. അല്ലെങ്കിലും ഇവടാർക്കാ ഇമ്മാതിരി ഹോട്ടലിൽ വന്ന് തിന്നാനൊക്കെ നേരം. ഈ പാച്ചിലിന്റെടെയില് വല്ലോം പറ്റിയാൽ അവനവൻ തന്നെ സഹിച്ചോണം. അല്ലാതെ നിങ്ങളെന്റപ്പൻ പാപ്പിയെ നോക്കിയതുപോലെ ആരും തിരിഞ്ഞ് നോക്കൂലാട്ടാ. രാജ്യം മുഴുവൻ പടർന്ന് കിടക്കണെ ഇത്രയും വലിയ സെറ്റപ്പൊക്കെ അമേരിക്കയിലെ ഏതോ ഒറ്റയൊരുത്തന്റെ വകയാണ്. അന്നന്ന് അവനോന്റെ കൂലി അക്കൗണ്ടില് വന്ന് വീഴും. ജീവിതത്തിലൊരിക്കലും മുതലാളിയെ കാണാന്ന് വിചാരിക്കണ്ട. നിങ്ങളും ഇതുപോലെ വല്ല ചക്രോം പിടിപ്പിച്ചില്ലെങ്കിൽ ഒണ്ടാക്കി വയ്ക്കണെതൊക്കെ പുളിച്ച് പോവത്തേയുള്ളു.” മൂപ്പരുടെ കണ്ണ് നിറയുകയാണെല്ലോ. ഫീസടയ്ക്കാൻ കാശില്ലെന്ന് പറഞ്ഞുവന്ന സെബാനെ രുചീസ് ഓൺ വീൽസിൽ കൊണ്ടാക്കിയ നിമിഷത്തെ ഞാൻ ശപിച്ചു.

ഞാനാദ്യമായി ഇവിടേക്ക് കരഞ്ഞുകൊണ്ടോടി വന്ന ദിവസമോർത്തു. അന്നത്തെപ്പോലെ എത്ര ഉറക്കെ കരഞ്ഞിട്ടും മൂപ്പരെന്നെ ശ്രദ്ധിക്കുന്നില്ല. അന്നെന്നെ വാരിയെടുക്കുമ്പോൾ മൂപ്പരുടെ കൈയിൽ ഏതോ മീനിന്റെ മണമായിരുന്നു.

മൂപ്പര് സമോവറിലെ വെള്ളം ഇറക്കിവച്ചു. അടുപ്പിലേക്ക് അയാളുടെ കണ്ണീര് വീണ് അത് ചിതപോലെ പുകയാൻ തുടങ്ങി. എന്നും പാതിതുറന്നിരിക്കുന്ന വലിപ്പിനുള്ളിലെ താക്കോലെടുത്ത് അതടയ്ക്കാൻ ശ്രമിച്ചപ്പോൾ മേശയൊന്ന് കരഞ്ഞു. പലകകൾ പെറുക്കിവച്ച വാതിലിന്റെ മുന്നിലെ ‘ഊണ് തയ്യാർ’ ‘കടമുടക്കം’ എന്ന് തിരിച്ചിട്ടു. സെബാന്റെ ബൈക്കിന്റെ പിന്നിലേക്ക് കയറിയ മൂപ്പര് എന്നെ നോക്കി കൈവീശി കാണിച്ചു.

അടുപ്പിലെരിഞ്ഞ ചിതയിൽ നിന്ന് പുകവന്ന് എനിക്ക് ശ്വാസം മുട്ടാൻ തുടങ്ങി. നെഞ്ചിനുള്ളിൽ പുളിച്ച് തികട്ടി വന്ന കുറച്ച് രുചികളുടെ ഓർമ്മകൾ ഞാൻ ഛർദ്ദിച്ചു.

പച്ച തിന്ന ആ ഒറ്റയടിപ്പാതയിലൂടെ ഞാനെന്റെ വീട് തിരഞ്ഞ് ഓടാൻ തുടങ്ങി. കൈയിലിരുന്ന കവർ എവിടയോ വീണുപോയി. പിന്നിൽ ചീറിപ്പാഞ്ഞ് വരുന്ന ബൈക്കുകളുടെ മുരൾച്ച. എല്ലാവർക്കും ഒരേ നിറത്തിലുള്ള ഉടുപ്പുകൾ ഒരേ വലിപ്പത്തിലുള്ള ബാഗുകൾ. നിരത്തുകടന്ന് ഊടുവഴികളിലൂടെ ഏതൊക്കെയോ ദിക്കുകൾ തെരഞ്ഞ് പാഞ്ഞ് പോകുന്നു. ഏറ്റവും മുന്നിൽ വരുന്നയാൾക്ക് മൂപ്പരുടെ അതേ രൂപം. പിന്നിൽ കെട്ടിവച്ചിട്ടുള്ള കുഞ്ഞനൊരു മൂപ്പരോട്ടൽ. അയാൾ തെരയുന്നത് എന്റെ വീട്ടിലേക്കുള്ള വഴിയായിരിക്കുമോ?

കിന്ദമൻ

കഥാകൃത്ത് ചത്തുപോയാലും എഴുതാൻ തുടങ്ങിയ കഥയ്ക്ക് വളരാതിരിക്കാൻ കഴിയുമോ? നല്ലൊരു ക്ലൈമാക്സ് കിട്ടിയില്ല എന്ന ഒറ്റ കാരണം പറഞ്ഞ് ഞങ്ങളെ അയാൾ എതാണ്ട് അവഗണിച്ച മട്ടിലാണ്. ഞങ്ങളാണെങ്കിലോ ആദ്യമായി ഒരു കഥയിൽ കയറിപ്പറ്റിയതിന്റെയും കഥ പറയുന്നതിന്റെയും ത്രില്ലിലുമായിരുന്നു. അതൊക്കെ മാറ്റിവച്ച് വടക്ക് എവിടെയോ നടക്കുന്ന സാഹിത്യ കാർണിവെല്ലിന് പോയ അതിയാന്റെ മനസ്സിലിരുപ്പൊന്നും ഞങ്ങൾക്ക് അറിയില്ല.

ഞങ്ങളെ നിങ്ങൾക്ക് ഒരു കഥാകാരന്റെ കുറിപ്പടികളിലെ വെറും സൂചനകളായി തോന്നിയേക്കാം. അത് വായിച്ച് നോക്കിയാൽ ഗുളികയുടെ പത്തെണ്ണം വരുന്ന ഒരു പായ്ക്കറ്റ്, ആർത്തവകാലത്തെ പെണ്ണിന്റെ തീണ്ടാരിത്തുണി, ഇനി അവൾക്ക് ഗർഭം ഉണ്ടോ എന്നറിയാൻ ഉപയോഗിക്കുന്ന ഒരു യന്ത്രം, പകുതി തീർന്ന പത്ത് രൂപയുടെ കറുത്ത പേന, തേയ്മാനം വന്ന ഒറ്റക്കാലൻ ഷൂസ്, വേളാങ്കണ്ണി മാതാവിന്റെ രൂപത്തിലുള്ള ഒരു എണ്ണക്കുപ്പി ഇതിനെയൊക്കെ നിങ്ങളും അവഗണിച്ചേക്കാം. എന്നിരുന്നാലും കഥാകൃത്തിന്റെ എഴുത്ത് പുസ്തകത്തിൽ ഞങ്ങളുടെ പേരുകൾക്ക് താഴെ അയാൾ കുറിച്ചിട്ട ചില സൂചനകളിലൂടെ സ്വയം ഒരു കഥയാവാനുള്ള എളിയ ശ്രമമാണ്.

കിന്ദമൻ എന്ന ഒരു പുരാണകഥാപാത്രത്തിന്റെ പേര് തലക്കെട്ടായി എഴുതിയ ശേഷം ഗൂഗിളിലും, നാട്ടിലും സ്വന്തം വീട്ടിലും കഥാകൃത്ത് ഞങ്ങളെപ്പറ്റിയുള്ള വിവരങ്ങൾ ശേഖരിച്ചതിൽ കാര്യമായ പൊരുത്തക്കേട് തോന്നേണ്ടതില്ല. പുതിയ രീതിയിൽ കഥപറയാനുള്ള ഒരു പരീക്ഷണമായിരുന്നു. *മഹാഭാരത* കഥയിൽ പാണ്ഡു അമ്പെയ്ത് കൊന്ന കിന്ദമൻ മുനിയുടെ കഥയുമായി ഞങ്ങൾക്ക് എന്തെങ്കിലും ബന്ധമുണ്ടോയെന്ന് ചിന്തിക്കേണ്ട ഉത്തരവാദിത്വം ഇതൊക്കെ കേട്ടതിന് ശേഷം നിങ്ങൾക്ക് തരാം.

ലെവിത്ര

'ലെവിത്ര' എന്നാണ് എന്റെ പേര്, നിങ്ങൾക്ക് എന്നെ ലെവി എന്നു വിളിക്കാം. കിടപ്പറയിൽ പുരുഷൻമാർക്ക് സമയം ദീർഘിപ്പിച്ചു കിട്ടാൻ ഉപയോഗിക്കുന്ന ഗുളിക രൂപത്തിലാണ് ഞാൻ. കഥയിലെ നായകന്റെ അവസ്ഥ എന്നിലൂടെ പറയാനുള്ള പദ്ധതിയായിരുന്നു ഒളിച്ചോടിയ നമ്മുടെ കഥാകൃത്തിന്. ലെവിത്ര എന്നെഴുതിയതിന് താഴെ അയാൾ എന്തൊക്കെയോ കുറിച്ചിട്ടിട്ടുണ്ട്. അവയും എന്റെ ചില സ്വാഭാവിക ഊഹ ങ്ങളും ചേർത്ത് നിങ്ങളോട് പറയാം.

കോവിൽ തോട്ടം പഞ്ചായത്ത് ഏര്യയിലെ കൃഷി ഓഫീസർ നന്ദൻ 38 വയസ്സ്. ഇയാളാണ് നമ്മുടെ കഥാ നായകൻ. അവന്റെ ഒരു ചങ്ങാതി യുമൊത്ത് (ദിനേശ് 38 വയസ്സ്) അമ്പലപ്പറമ്പിനോട് ചേർന്ന ഫുട്ബോൾ മൈതാനത്ത് ഇരിക്കുമ്പോൾ ദിനേശന്റെ ഭാര്യ അവരുടെ മൂന്നാമത്തെ ആൺകുട്ടിയുമായി (നവീൻ ഒന്നര വയസ്സ്) വരുന്നു. കുട്ടിയുടെ കൈവശം മഞ്ഞയിൽ നീലപ്പുള്ളികളുള്ള ബലൂണുണ്ട്. അത് നന്ദൻ നഖംകൊണ്ട് തൊടുന്നു. വലിയ ശബ്ദത്തിൽ അത് പൊട്ടുന്നു. കൂട്ടുകാരന്റെ ഭാര്യ ഞെട്ടുന്നു. കുഞ്ഞ് കരയുന്നു. ഇതുകണ്ട് നന്ദൻ ഉറക്കെ ഭ്രാന്തനെപ്പോലെ ചിരിക്കുന്നു. കൂട്ടുകാരനും ഭാര്യയും മുഖത്തോട് മുഖം നോക്കുന്നു. മരുന്നു കുറിപ്പടി പോലെയുള്ള എന്റെ ഭാഷയിൽ വായനക്കാർ അസ്വ സ്ഥരാകരുത്. വിദേശിയായ എന്റെ മലയാളത്തിൽ അത്ര കണിശത പ്രതീ ക്ഷിക്കുന്നതും നല്ലതല്ല. കഥാകൃത്ത് എഴുതിയിട്ടവ ഞാൻ മനഃപാഠമായി അവതരിപ്പിക്കുന്നു. അത്രതന്നെ.

ഇനിയാണ് എനിക്ക് പറയാനുള്ളവയിലെ നാടകീയ രംഗങ്ങൾ. കൂട്ടു കാരന്റെ ഭാര്യയുടെ കൈയിൽനിന്നും കുട്ടിയേയും പിടിച്ച് വാങ്ങി നന്ദൻ അമ്പലത്തിന്റെ കിഴക്കേമൂലയിലെ ഒരു കടയിലേക്ക് ഓടുന്നു. കൂട്ടുകാ രനും ഭാര്യയും അതിനുപിന്നാലെ ഓടുന്നു. നന്ദൻ കടയിൽനിന്ന് ബലൂ ണുകൾ വാങ്ങുന്നത് കാണുന്നു. കൂട്ടുകാരനും ഭാര്യയും ആശ്വാസ ത്തോടെ മുഖത്തോട് മുഖം നോക്കുമ്പോഴും കുഞ്ഞ് കരച്ചിൽ നിർത്തി യിരുന്നില്ല. അമ്മയെ നോക്കി വല്ലാതെ കരയുന്ന കുട്ടിയെ കൈമാറു മ്പോൾ

"നിങ്ങൾക്ക് ഇതുപോലെ മൂന്ന് നാലെണ്ണമില്ലേ, ഒന്നിനെ ഞങ്ങൾക്ക് തന്നൂടേ?"

എന്ന നന്ദന്റെ വാക്കുകളാണ് ദിനേശനെ പ്രകോപിപ്പിച്ചത്. ഇത് ചങ്ങാതികൾ തമ്മിൽ കൈയാങ്കളി ഉണ്ടാവാനും ഞാൻ അടങ്ങിയ പത്ത് ഗുളികകളുടെ പൊതി പുറത്തേക്ക് തെറിക്കാനും, ആലിന്റെ ചുവട്ടിൽ നാട്ടുകാരുടെ ചവിട്ടേറ്റ് കിടക്കാനും കാരണം.

കഴിഞ്ഞ ഒരു മണിക്കൂറായി നന്ദൻ ആലിന്റെ ചുവട്ടിലെ അത്താണി ക്കല്ലിൽ കുനിഞ്ഞ് ഒരേ ഇരിപ്പാണ്. ഭാര്യയെ വീട്ടിലാക്കി ദിനേശൻ നിര ത്തിലൂടെ നടന്നുവരുന്നുണ്ട്. അരികിലെത്തിയ അയാൾ നന്ദന്റെ തോളിൽ

കൈവയ്ക്കുന്നു. നന്ദൻ മുഖമുയർത്തി നോക്കുന്നു. നെറ്റിയിലെ ചെറിയ മുറിവിൽ ആ കൂട്ടുകാരൻ പതിയെ തൊടുമ്പോൾ നന്ദന്റെ കണ്ണുകൾ നിറഞ്ഞൊഴുകുന്നു. അവർ ആലിംഗനം ചെയ്യുമ്പോൾ വളരെ മുകളിൽ നിന്ന് ഒരു ആലില എന്റെ കാഴ്ചയെ മറച്ചുകൊണ്ട് വീണു. ഏറെ നേരത്തെ നിശ്ശബ്ദതയെ മുറിച്ച് ഒരു വൃദ്ധയുടെ ശബ്ദം.

"നന്ദൻ സാറേ ഇന്ന് വാസന്തിയെ ചേർക്കാൻ കൊണ്ടുവരാൻ പറഞ്ഞിരുന്നു"

അതിന് ഒരു പുരുഷ ശബ്ദത്തിൽ മറുപടി.

"തങ്കമണിയമ്മ വീട്ടിലേക്ക് പൊയ്ക്കൊളിൻ. കുട്ടനെ പിന്നിൽ കെട്ടിയിട്ടുണ്ട്. സുധയോ സജീന്ദ്രനോ അവിടെ ഉണ്ടാകും" പിന്നെയും മിനിറ്റുകൾ നീണ്ട നിശ്ശബ്ദത.

"ഞാനും ഇതുപോലെ സുധയെ എവിടെയെങ്കിലും ചേർക്കാൻ കൊണ്ടുപോകേണ്ടിവരുമോ ദിനേശാ" ഇത് നന്ദന്റെ ഡയലോഗ് ആകാനാണ് സാദ്ധ്യത. ഒരു ചെറിയ കാറ്റ് വന്ന് എന്റെ കാഴ്ചയെ മറച്ചിരുന്ന ആലിലയെ പറത്തിമാറ്റി. അത്താണിക്കല്ലിൽ ദിനേശൻ നന്ദനെ നോക്കിയിരിക്കുന്നു. നിരത്തിലൂടെ ഒരു വൃദ്ധ ഒരാടിനേയും വലിച്ച് നടന്നു

നീങ്ങുന്നു. സുധ നന്ദന്റെ ഭാര്യയാണെന്നും, കുട്ടൻ കൃഷി ഓഫീസറുടെ സ്വന്തം ആടാണെന്നും, സജീന്ദ്രൻ മൃഗാശുപത്രിയിലെ ജീവനക്കാരനാണെന്നുമുള്ള സൂചനകൾ കഥാകൃത്തിന്റെ ആ കുറിപ്പിലുണ്ട്. പക്ഷേ, ഇതൊക്കെ കഥയ്ക്കുള്ളിൽ എങ്ങനെ ചേർത്ത് വയ്ക്കണമെന്ന് എനിക്കറിയില്ല.

നന്ദനും സുധയും ദാമ്പത്യത്തിന്റെ പതിനൊന്നാം വർഷം പിന്നിടുന്നു. മൂന്നാമത്തെ കൊല്ലം മുതൽ കുഞ്ഞുണ്ടാകാൻ വിവിധ ചികിത്സകളിലാണ്. ഒട്ടുമിക്ക വൈകുന്നേരങ്ങളിലും ഈ ആലിന്റെ ചുവട്ടിലിരുന്ന് മക്കളില്ലായ്മയുടെ വേദനകൾ നന്ദൻ പങ്കിടും. അതിനെല്ലാം ആശ്വാസവാക്കുകളും പുതിയ വഴികളുമായി ഈ കൂട്ടുകാരനുണ്ടാകും. വൈദ്യപാരമ്പര്യമുള്ള ദിനേശന്റെ വാക്ക് കേട്ട് അമ്പലപ്പറമ്പിൽ നിന്ന് രണ്ട് ദിവസം മുമ്പ് പിഴുതെടുത്ത തവരയിലയും കുടങ്ങലും അത്താണിക്കല്ലിന്റെ ഇടതുവശത്ത് ഉണങ്ങിക്കിടക്കുന്നുണ്ട്. ഇതോടെ എന്റെ ചുറ്റിലും കഥാകൃത്ത് എഴുതിയിട്ട വിവരണങ്ങൾ കഴിഞ്ഞു. ചിന്തയോ ഭാവനയോ നിങ്ങൾക്കൊപ്പം വളർന്നിട്ടില്ല എന്നത് തന്നെയാണ് ഞങ്ങളുടെ ചുറ്റിലുമുള്ള ജീവഗന്ധിയായ കഥകൾ വായനാ ലോകത്തിന് ലഭിക്കാത്തതിന് കാരണമെന്ന് ഞാനിപ്പോൾ തിരിച്ചറിയുന്നു.

വേളാങ്കണ്ണി മാതാവ്

കോവിൽതോട്ടം പഞ്ചായത്തും കൃഷിയോഫീസും സ്കൂളും മൃഗാശുപത്രിയും എന്നുവേണ്ട ആ നാട്ടിലെ സകലതും പണ്ട് കോയിലധികാരിയായിരുന്ന നന്ദന്റെ മുതുമുത്തച്ഛന്റെ വകയായിരുന്നു. ആ തറവാട്ടിലെ ഇങ്ങേതലമുറയിലെ ഒരാളുടെ വീടിന്റെ പിന്നാമ്പുറത്ത് എങ്ങനെയാണ് വേളാങ്കണ്ണി മാതാവിന്റെ രൂപത്തിലുള്ള കുപ്പി? ഈ ട്വിസ്റ്റാണ് കഥപറയാൻ അയാൾ എന്നെ തെരഞ്ഞെടുക്കാൻ കാരണം. മരുന്ന് ഫലിക്കാത്തിടത്ത് മന്ത്രം. അതാണല്ലോ നാട്ടിലെ രീതി. ഉരുളി കമിഴ്ത്ത് ഉൾപ്പെടെ പരിചിതമായ എല്ലാം ചെയ്തിട്ടും മാറിമാറി മരുന്നുകൾ കഴിച്ചിട്ടും നിരാശയുടെ താരാട്ട് മാത്രമേ ആ ദമ്പതികൾക്ക് പാടാൻ കഴിഞ്ഞുള്ളു. നിങ്ങൾ എന്റെ ഭാഷ കാര്യമായി ശ്രദ്ധിക്കണം. കഥയുടെ തുടക്കത്തിൽ മരുന്ന് കുറിപ്പടിയുടെ രൂപത്തിൽ പറഞ്ഞ ലെവിയെപ്പോലെയല്ല ഞാനിത്തിരി കൂടിയ ഇനമായതിനാൽ എന്റെ ഭാഷയിൽ തികഞ്ഞ സാഹിത്യവാസന നിങ്ങൾക്ക് പ്രതീക്ഷിക്കാം. അല്ലെങ്കിലും വലിയ പ്രതീക്ഷകളും ഭാവനയുമാണ് മിക്ക ആളുകളേയും എന്നെപ്പോലെയുള്ളവരുടെ അടുത്ത് എത്തിക്കുന്നത്. ദൈവവിശ്വാസം എത്ര വലിയ ഭാവനയാണെന്ന് എപ്പോഴെങ്കിലും നിങ്ങൾ ചിന്തിച്ച് നോക്കിയിട്ടുണ്ടോ?

നൂറ്റിയൻപത് രൂപയുടെ അഞ്ച് കുപ്പി എണ്ണയാണ് വേളാങ്കണ്ണി യാത്രയിൽ നന്ദൻ വാങ്ങിയത്. അതുകൂടാതെ തലമൊട്ടയടിച്ചു. ഒരു കുരിശുമാല വാങ്ങി കഴുത്തിലിട്ടു. മാതാവിന്റെ രൂപക്കൂടുമുതൽ പഴയ പള്ളിവരെ ആ ചുടൻമണലിൽ മുട്ടിലിഴഞ്ഞു. പള്ളിമുറ്റത്തെ വേപ്പിൻ മരത്തിൽ തൊട്ടി

ലുകെട്ടി. അന്നവിടെയെത്തിയ സത്യക്രിസ്ത്യാനികൾപോലും ഇത്രവിശ്വാസത്തോടെ പ്രാർത്ഥന നടത്തിയിട്ടുണ്ടാവില്ല. ഈ പ്രാർത്ഥന കേൾക്കുമെന്ന് യേശുവിന്റെ അമ്മയായ എനിക്കുപോലും തോന്നിപ്പോയി. സുഹൃത്ത് ദിനേശൻ തന്നെയായിരുന്നു ഈ യാത്രയിലും സാരഥി. മടക്കയാത്രയിൽ അയാൾ തന്റെ മൂന്ന് കുട്ടികൾക്കും വിമാനവും പുല്ലാങ്കുഴലും വാങ്ങിയപ്പോൾ ഇതു നോക്കി നിന്ന സുധ കരഞ്ഞുപോയി.

"എന്റെ സുധേ, അടുത്ത കൊല്ലം നമ്മുടെ കൊച്ചിനെ മൊട്ടയടിക്കാൻ ഇവിടെ കൊണ്ടുവരുമ്പോൾ ഈ ദിനേശൻ വാങ്ങിയതിനേക്കാൾ ഐറ്റംസ് വാങ്ങണം." ഇത് പറയുന്ന നന്ദന്റെ വിശ്വാസം കണ്ട് വിശുദ്ധ മാതാവായ ഞാൻ പോലും ആ ബാഗിന്റെ മുകളിലിരുന്ന് സ്വർഗ്ഗത്തിലേക്ക് നോക്കി. 'എന്റെ കർത്താവേയെന്ന്' ഉറക്കെ വിളിച്ച് പോയി. സുധ കണ്ണ് തുടച്ച് നന്ദന്റെ നെഞ്ചിൽ ചേർന്നിരുന്നു. ദിനേശൻ വാങ്ങിയ പുല്ലാങ്കുഴലിലായിരുന്നു അവളുടെ നോട്ടം. നന്ദൻ കഴുത്തിൽക്കിടന്ന ജപമാലയിലും അവളുടെ തലയിലും വിരലോടിച്ചു എന്തോ പിറുപിറുക്കുന്നുണ്ടായിരുന്നു. വിശ്വാസം ആശിക്കുന്നതിന്റെ ഉറപ്പും കാണാത്ത കാര്യങ്ങളുടെ നിശ്ചയവും എന്നല്ലേ വേദവാക്യം. തുടർന്നുള്ള രാത്രികളിൽ വിശ്വാസം കത്തിക്കയറുകയായിരുന്നു. കിടക്കുംമുമ്പ് കുളിച്ച്, ഒരുങ്ങി നൂൽബന്ധമില്ലാതെ നിന്ന് അവർ പരസ്പരം നെറ്റിയിലും നെഞ്ചിലും വിശുദ്ധ എണ്ണതൊട്ട് കുരിശ് വരയ്ക്കണതും രതിയിലേർപ്പെടുന്നതും കണ്ടിട്ട് എനിക്ക് തന്നെ നാണം തോന്നി. ഒരിക്കൽ സുധ തന്റെ രഹസ്യഭാഗത്തും കുരിശ് വരയ്ക്കുന്നത് കണ്ട് ഞാനങ്ങ് വല്ലാതെ ചൂളിപ്പോയി. ഇതൊന്നും കഥാകൃത്തിന്റെ കുറിപ്പിൽ ഇല്ലാട്ടോ. വായിക്കുന്നോർക്ക് രസം കിട്ടാനും, ഏതെങ്കിലും പതിപ്പിൽ അച്ചടിച്ച് വന്നാൽ ചിത്രം വരയ്ക്കുന്ന ആളിന് നല്ലൊരു അവസരമാകട്ടേന്ന് കരുതി ഒരല്പം കടത്തി പറഞ്ഞതാ. അഞ്ചാം കുപ്പിയിൽ എത്തിയപ്പോൾ സുധ ഒരഞ്ച് ആർത്തവവൃത്തം പൂർത്തിയാക്കിയിട്ടുണ്ടായിരുന്നു. തീരെ നിരാശയോടെയാണ് അടുത്ത രാത്രികളിലെ കുരിശുവര. ചില ദിവസങ്ങളിൽ രതി പകുതിയിൽ നിർത്തി ആ ദമ്പതികൾ ഉറങ്ങുന്നതും ഇരുവശങ്ങളിൽ നോക്കി കിടന്നു കണ്ണീർ വാർക്കുന്നത് കണ്ട് യേശുവിനോട് എനിക്ക് വല്ലാത്ത ദേഷ്യം തോന്നി.

നിങ്ങൾക്ക് സംശയം വേണ്ട എന്റെ പുത്രൻ തന്നെയാണ് കക്ഷി. ഞാൻ മദ്ധ്യസ്ഥത വഹിക്കുന്നെന്ന് മാത്രം. ഇപ്പോൾ എന്നെ അവർ എതാണ്ട് ഒഴിവാക്കിയ രീതിയിലാണ്. ഈ അടുത്തകാലത്ത് കുപ്പിയിലെ പകുതിയോളം വരുന്ന എണ്ണയിൽ സുധ ചമ്മന്തിക്ക് കടുക് വറുത്തു. കഥാകൃത്ത് ആകെ വേളാങ്കണ്ണിയാത്ര മാത്രമേ എനിക്ക് തന്നിരുന്നുള്ളൂ. ഇങ്ങനെയൊക്കെ നിങ്ങളോട് പറയണമെന്ന് തോന്നി. പൊതുവേ കഥയിലായാലും കാര്യത്തിലും അതീവ രഹസ്യ സ്വഭാവമുള്ള ഞങ്ങൾക്ക് താഴെ കഥാകൃത്ത് കൂടുതൽ ഒന്നും കുറിച്ചിട്ടിട്ടില്ല.

പ്രഗ്ഗാന്യൂസ്

മാൻകൈന്റ് കമ്പനിയുടെ പ്രഗ്ഗാന്യൂസിന്റെ ഉപയോഗം നിങ്ങൾക്ക് അറിയാമായിരിക്കും. അതിൽ തെളിയുന്ന രണ്ട് വരകൾ മക്കളില്ലാത്ത ദമ്പതികൾക്ക് എത്ര വലിയ പ്രതീക്ഷയാണ് നല്കുന്നത്. മാൻകൈന്റ്, പ്രഗ്ഗാന്യൂസ്, ഇതൊക്കെ ഏതൊക്കെയോ വലിയ താല്പര്യത്തോടെ ഗൂഗിളിൽ തിരഞ്ഞ് കഥാകൃത്ത് കണ്ടെത്തിയതാണ്. അതിന് എന്തെങ്കിലും അർത്ഥാന്തരങ്ങൾ ഉണ്ടാകും. "ഗർഭത്തിന്റെ സത്വാർത്ത" എന്ത് കലക്കൻ പേരല്ലേ? സുധയുടെ പ്രതീക്ഷ തെറ്റിച്ച് ഒറ്റവര മാത്രം കാണിക്കുന്ന നമ്മുടെ പ്രഗ്ഗയെ സുധ ഓരോ തവണയും വല്ലാത്ത വേദനയോടെ ടോയ്‌ലറ്റിൽ ഇട്ട് ഫ്ളെഷ് ചെയ്യും. എന്നിട്ട് അവിടിരുന്ന് കരച്ചിൽതന്നെ. അതാണ് ആ കുന്ത്രാണ്ടത്തിന്റെ കഥ കൂടെ ഞാനങ്ങ് പറഞ്ഞത്.

ഞാൻ ഞാൻ എന്ന് ആവർത്തിക്കുന്നതല്ലാതെ ഞാനാരാണെന്ന് വെളിപ്പെടുത്തിയില്ലല്ലോ? ഇരുന്നൂറ്റി മുപ്പതു എം എം നീളവും നാല്പത് എം എം വീതിയും ഒരു പൊതിയിൽ ഏഴെണ്ണവുമുള്ളതും ചിറകുകളോട് കൂടിയതുമായ വലിയൊരു കമ്പനി വിപണിയിൽ ഇറക്കുന്ന തീണ്ടാരി തുണിയാണ് ഞാൻ. പ്രഗ്ഗാന്യൂസിൽ വര തെളിയാതിരുന്നപ്പോൾ അടുത്ത രക്തപ്രവാഹത്തെ സുധ കാത്തിരിക്കും. അത് എത്ര വൈകുമോ അത്രയും പ്രതീക്ഷയും അവളുടെ മുഖത്തുണ്ടാകും. പ്രതീക്ഷകളെ നീറ്റിച്ച് ചോർച്ചയെത്തുമ്പോൾ നിരാശയോടെ അവളെന്നെ സമീപിക്കാറുണ്ട്. ആ വൃത്തം പൂർത്തിയായി വരുമ്പോൾ സുധയുടെ മുഖത്ത് വീണ്ടും പ്രതീക്ഷയുടെ വെള്ളിവെട്ടം കാണാം.

തൽക്കാലത്തേക്കെങ്കിലും നിലയ്ക്കുന്ന ആർത്തവ പ്രതീക്ഷയിലാണ് ബാങ്കിലെ ജോലികളഞ്ഞ് അവൾ വീട്ടിൽത്തന്നെ ഇരിക്കാൻ തുടങ്ങിയത്. ഇതൊക്കെ മനസ്സിൽ കരുതിയിട്ടാകും കഥാകൃത്ത് ഞങ്ങളെ തെരഞ്ഞെടുത്തത്. അതുകൊണ്ടാകും ഡയറിയിൽ ഒന്നും കുറിച്ചിടാതെ ഞങ്ങളുടെ പേരുകൾ മാത്രം എഴുതിവച്ചത്.

കറുത്തപേന

സി പി സുധ എന്ന എഴുത്തുകാരിയെ അല്ലെങ്കിൽ മക്കളില്ലാത്ത ഒരു സ്ത്രീയെ കൂടുതൽ തെളിവോടെ അവതരിപ്പിക്കാൻ ആയിരിക്കും അവളുടെ തന്നെ സ്വകാര്യ ഡയറിയിലെ മഷി തീരാറായ കറുത്ത പേനയായ എന്നെ കഥാകൃത്ത് തെരഞ്ഞെടുത്തത്. അതിൽ വലിയ ട്വിസ്റ്റ് ഒന്നുമില്ല ഒരുതരം ചാരപ്രവർത്തനം. എനിക്ക് അയാൾ തരുന്ന സവിശേഷതകളായ കറുപ്പ് നിറം, തീരാറായ മഷി ഇതൊക്കെ ശ്രദ്ധിക്കണം. ഇതൊന്നും വെറുതെ പറയുന്നതല്ല. എഴുത്തുകാരനെ ധിക്കരിച്ച് ഇത്തരത്തിൽ ഒരു നീക്കത്തിന് കഥാതന്തുക്കൾ തയ്യാറായതിനെ ഞാനിപ്പോഴും എതിർക്കുന്നു. എങ്കിലും ജനാധിപത്യ വിശ്വാസിയായ എനിക്ക് ഭൂരിപക്ഷത്തിന്റെ നിലപാടിനൊപ്പം നില്ക്കേണ്ടി വന്നു എന്നു മാത്രം.

സുധ നിങ്ങൾക്ക് നന്ദന്റെ ഭാര്യയായിരിക്കാം, പക്ഷേ, എനിക്ക് സി പി സുധ എന്നാൽ നാളെ സാഹിത്യലോകം കണ്ടെടുക്കുന്ന ഒരു കഥാകൃത്താണ്. കഥാ രചനയിൽ വലിയ പരീക്ഷണങ്ങൾ നടത്തുന്ന അവൾ ഈ വിഷയം കേട്ടാൽ പുച്ഛിച്ച് തള്ളും. ചിലപ്പോൾ എന്റെ അസ്തിത്വം പോലും അവർ ചോദ്യചെയ്തേക്കാം.

സി പി സുധ കുട്ടികളെ കിട്ടാനാണ് ബാങ്കിലെ ജോലികളഞ്ഞ് അവധിയിൽ പ്രവേശിച്ചതെന്ന നന്ദന്റെയോ എന്റെ സഹപ്രവർത്തകരുടെയോ നിലപാടിനോട് എനിക്ക് യോജിക്കാൻ കഴിയില്ല. നന്ദനെ സുഹൃത്തുക്കൾ വിളിക്കുന്ന 'കുറ്റിയണ്ടി' എന്ന ഇരട്ടപ്പേരിലുള്ള ഒരു ആക്ഷേപഹാസ്യ കഥയാണ് അവൾ ഒടുവിൽ എഴുതിയത്. ആ കഥയിൽ മക്കളില്ലാത്ത നായികയ്ക്ക് നിരന്തരം കുട്ടികളുണ്ടാകുന്ന അയൽക്കാരനോട് പ്രണയമാണ്. ഇത്തരം വിഷയങ്ങൾ നിരത്തി കഥാകൃത്തുമായി ഒരു സംവാദത്തിലേർപ്പെടാനിരിക്കെയാണ് അയാളുടെ ഈ ഒളിച്ചോട്ടം.

ടെക്നോടിപ്പ്

ടെക്നോടിപ്പ് എന്ന പേരിൽ സീറോ പോയിന്റ് സിക്സ് വിഭാഗത്തിലെ ഞാൻ തന്നെയാണ് സി പി സുധയുടെ ജീവിതത്തിന്റെ രഹസ്യതാക്കോൽ. സുധയുടെ വീട്ടമ്മ മുഖംമൂടി നിങ്ങൾക്കും കഥാകൃത്തിനും അവളെക്കുറിച്ചുള്ള അജ്ഞതയാകുന്ന കൂറ്റൻ മഞ്ഞ് മലയുടെ ഒരറ്റം എന്ന് മാത്രമാണ് എനിക്ക് വെളിപ്പെടുത്താനുള്ളത്. മക്കളും മുല ചുരത്തലും കടുകുവറുക്കലുമാണ് പെണ്ണെന്ന നിലപാടിനെ ഞാൻ തീർത്തും അവഗണിക്കുന്നു.

പുത്രദുഃഖത്താൽ നീറി നീറി കഴിയുന്ന വെറുമൊരു വീട്ടമ്മയായി എന്റെ സി പി സുധയെ താഴ്ത്തിക്കെട്ടാനുള്ള കഥാകൃത്തിന്റെ നിലപാടിനോട് പോലും എനിക്ക് വിയോജിപ്പുണ്ട്. എന്നെങ്കിലും സി പി സുധയുടെ ഒരു കഥ അയാൾക്ക് വായിക്കാൻ കഴിയട്ടെ അങ്ങനെ കാലം അയാളോട് കണക്ക് ചോദിക്കട്ടെ. ഇത്രയുമാണ് ഈ കഥയില്ലായ്മയിൽ എനിക്ക് പങ്ക് വയ്ക്കാനുള്ളത്.

ലീകൂപ്പർ അഥവാ ഒറ്റക്കാലൻ ഷൂസ്

ചെരിപ്പു വംശത്തിൽ വളരെ പാരമ്പര്യവും ഉയർന്ന വിലയും അതിനൊത്ത ഗുണവും ഒത്തിണങ്ങിയതെങ്കിലും എന്റെ ഇണയിൽ ഒന്നിനെ വാലിൽ മുറിവുള്ള ഒരു തെരുവ് നായ മൂന്ന് മാസംമുമ്പ് കടിച്ചുകൊണ്ട് പോയി. നന്ദനെന്നല്ല ആർക്കായാലും ഒറ്റക്കാലൻ ഷൂസിനെ അവഗണിക്കാനേ കഴിയൂ. എങ്കിലും ആ വീട്ടുമുറ്റത്ത് എന്നെ ഇപ്പോഴും അയാൾ സൂക്ഷിക്കുന്നു. അതിന്റെ കാരണം എനിക്കുപോലും വ്യക്തമല്ല. നിങ്ങൾക്കെന്നെ ലീ എന്നോ, കൂപ്പർ എന്നോ അവരണ്ടും ചേർത്ത് ലീകൂപ്പർ എന്നോ വിളിക്കാം.

നന്ദൻ – സുധ ദമ്പതികളുടെ കഥ പറയാനായി ഇണയെപ്പിരിഞ്ഞ എന്നെ തിരഞ്ഞെടുക്കപ്പെട്ടതിൽ എനിക്ക് അമിത സന്തോഷമോ ആ പേനത്താനെപ്പോലെ വിയോജിപ്പോ ഇല്ല. എങ്കിലും കഴിഞ്ഞ കുറേ ക്കാലം നന്ദനോടൊപ്പം നടന്നതിന്റെ അനുഭവത്തിൽ നിന്ന് എനിക്ക് എന്തെങ്കിലും പറയാനാകുമെന്ന് കഥാകൃത്ത് കരുതിയിട്ടുണ്ടാകും. എന്നാൽ എനിക്ക് ആകെ നിങ്ങളോട് പങ്കുവയ്ക്കാനുള്ളത് ചില സംശ യങ്ങളാണ്. അവ അക്കമിട്ട് നിരത്താം.

ഒന്ന്. മുമ്പ് എങ്ങും ഇല്ലാത്ത വിധം പന്ത്രണ്ടാം വിവാഹ വാർഷികം ആഘോഷിക്കാൻ ചങ്ങാതിയായ ദിനേശനെ മാത്രമായി ആ രാത്രിയിൽ നന്ദൻ ക്ഷണിച്ചതിന്റെ പിന്നിലെന്താണ്? അതിന്റെ പിന്നിൽ എന്തെങ്കിലും ഗൂഢമായ താല്പര്യങ്ങൾ ഉണ്ടായിരിക്കില്ലേ?

രണ്ട്. ടെസ്റ്റ്യൂബ് ശിശു, ദത്തെടുക്കൽ തുടങ്ങിയ ഒട്ടനവധി വഴികൾ ഉണ്ടായിട്ടും ഒരിക്കലും ദിനേശൻ ആ ദമ്പതികൾക്ക് ആ വഴികൾ മാത്രം ഉപദേശിക്കാത്തതിന് കാരണം എന്തായിരുന്നു?

മൂന്ന്. ദിനേശൻ വീട്ടിലേക്ക് വരുന്നതിന് കൃത്യം ഒന്നരമണിക്കൂർ മുമ്പ് നന്ദൻ ഡൽഹിയിലേക്ക് പുറപ്പെട്ടതിന്റെ ലക്ഷ്യം എന്തായിരുന്നു.?

നാല്. നന്ദന്റെ യാത്ര അറിഞ്ഞിട്ടും ദിനേശനെ സല്ക്കരിക്കാൻ ഒരുങ്ങി നിന്ന സുധയുടെ ധാർമ്മികത?

അഞ്ച്. അവളുടെ 'കുറ്റിയണ്ടി' എന്ന കഥയിലെ നായകൻ, അയൽ ക്കാരൻ ഇവരൊക്കെ ആരാണ്?

ആറ്. അതിലെല്ലാമുപരി വിവാഹിതനും യുവാവുമായ കഥാകൃ ത്തിന്റെ മുറിയിലേക്ക് കുഞ്ഞുങ്ങളുടെ കരച്ചിലോ ചിരിയോ കടന്നുവരാ ത്തത് എന്താണ്?

ഒന്നുറപ്പ് കഥാകൃത്തും ഇതുപോലെ ആശങ്കകളിൽപ്പെട്ടതിനാലാകും ആ കുറിപ്പടിയുടെ അവസാനഭാഗത്ത് എന്റെ പേര് മാത്രമെഴുതി അതിനു താഴെ ചുവപ്പ് നിറത്തിൽ കുറച്ച് കുത്തുകളിട്ട് ഒരു ചോദ്യ ചിഹ്നവും ചേർത്ത് വടക്കുള്ള സാഹിത്യ കാർണിവെല്ലിലേക്ക് പലായനം ചെയ്തത്.

വീടു മുതൽ വീടുവരെ

'ഈ ഭൂമിയിലൊരാളുമറിയാതെ ആ നിമിഷങ്ങൾ നമുക്കൊന്നിച്ചു കട്ടെടുക്കണം' ബാങ്കുലോക്കറിനുള്ളിൽ തന്നോടിങ്ങനെ കവിത പറയാൻ പ്രണയിക്കുന്നവനുമാത്രമേ സാധിക്കൂ. സുന്ദരനായ മാനേജർ ഇന്നലെയും സൂചിപ്പിച്ച രഹസ്യങ്ങൾ ഹെലൻ പലതവണ ഓർത്തുനോക്കി. ന്യായമാണ്, തനിക്കും അതിനോടിപ്പോൾ നല്ല ആഗ്രഹമുണ്ട്.

പച്ചയിൽ വെളുത്തപൂക്കളുള്ള സാരി ഹെലൻ തോളിലൂടെ ചേർത്തുവച്ചു. മാനേജർക്ക് പച്ചപ്പ് ഇഷ്ടമാണ്. ബോബൻ അവസാനമായി സമ്മാനിച്ച സാരിയാണിത്. വെള്ളപുതച്ച് ബോബന്റെ തണുപ്പൻ വരവിനു ശേഷം നിറങ്ങളെല്ലാം ഹെലൻ ഒന്നോടെ ഉപേക്ഷിച്ചതാണ്. ജനാലവഴി അമ്മായിയപ്പൻ, ക്രിസ്തുദാസിന്റെ 'ഇതെന്തുപറ്റിയെന്ന' അത്ഭുതചോദ്യം കണ്ണാടിയിൽ വന്നുവീണത് ഹെലൻ കണ്ടുനാണിച്ചു. 'ഇതെങ്ങനെയുണ്ട് മനുഷ്യാന്നുള്ള' അവളുടെ മറുപടിക്കണ്ണിനോട് പ്രതികരിക്കാതെ, രോമമില്ലാത്ത നെഞ്ചും തടവിയിട്ട്, വേഗത്തിൽ നടക്കുന്ന അയാളോട് ഹെലന് വീണ്ടും സഹതാപമുണ്ടായി.

അമ്മായിയപ്പനും, തന്റെ ഭർത്താവായ ബോബനും ഒരുപോലെ മരുഭൂമിയിൽ ജീവിതം തുലച്ചവരാണ്. ഇഷ്ടങ്ങളെ ഒന്നെത്തിനോക്കാൻ ധൈര്യമില്ലാത്തവരും. പക്ഷേ, മറ്റുള്ളവർക്കായി വാക്കുകളും വസ്ത്രങ്ങളും കണ്ടെടുക്കുന്നതിലെ പ്രണയവും സൗന്ദര്യവും അപാരമാണ്. ഹെലന് കണ്ണൊന്ന് നീറി. കണ്ണാടിയുടെ ഇടതുകോണിലിരുന്ന ഒരു പച്ചയൻ പൊട്ട് അവളുടെ നെറ്റിയിൽ ഉമ്മവച്ചിട്ട് 'വേഗം ഒരുങ്ങി വാ പെണ്ണേന്ന്' ആശ്വസിപ്പിച്ചു. സാരി ഞൊറിഞ്ഞുകുത്താൻ സഹായിച്ച തണുപ്പൻ പിന്ന് വയറ്റിൽ ഇക്കിളിയിട്ടു. ക്രിസ്തുദാസ് അവളെ ബസ്റ്റോപ്പിൽ എത്തിക്കാൻ ഒരുങ്ങുന്നതിന്റെ കോലാഹലങ്ങൾ മുറ്റത്ത് കേൾക്കാം.

ബോബന്റെ മരണംവരെയും ക്രിസ്തുദാസ് അപ്പനായിരുന്നു, വെറും അമ്മായിയപ്പനുമായിരുന്നു. പിന്നെയാണ് തനി മനുഷ്യനായത്. മകന്റെ വിവാഹത്തിന് കൂടാൻ തലേന്നാണ് ക്രിസ്തുദാസ് നാട്ടിൽ വിമാനമിറങ്ങിയത്. അടുത്തദിവസംതന്നെ അതിയാന്റെ ഭാര്യ നാലഞ്ചിനം അച്ചാറുകൾ പൊതിഞ്ഞുകെട്ടി മടക്കബാഗിൽ വച്ചു. അടുത്തവരവിൽ ചെറുമകന്റെ നാലാമത്തെ പിറന്നാളാഘോഷം കഴിഞ്ഞ് ബോബനോടൊപ്പം ആറേഴിനം അച്ചാറുകളുമായി അയാൾ വീണ്ടും വിമാനം കയറി. ഹെലന് ഇളംനിറങ്ങളിൽ വിധവ വേഷം ഇണങ്ങിത്തുടങ്ങിയതിന് ഒരുകൊല്ലം മുൻപാണ് ക്രിസ്തുദാസിന്റെ പ്രവാസാർത്തി രക്തത്തിന്റെ വാശിപിടിച്ച സമ്മർദ്ദത്തിൽ തട്ടിമുടങ്ങിയത്. അപ്പോഴും മാങ്ങകൾ കീറിയുണക്കി പിറുപിറുപ്പോടെ അച്ചാറൊരുക്കുന്ന അമ്മായിയമ്മയ്ക്കാണ് പ്രവാസാർത്തിയെന്ന് ഹെലൻ ഉറപ്പിച്ചു..

'സൂക്ഷിച്ചോ, നിന്റെ കുഞ്ഞിനെയും അച്ചാറിലാക്കി ഇവളേതെങ്കിലും നാട്ടിലേക്ക് കയറ്റിവിടും'. മകന് പാസ്പോർട്ടില്ലേയെന്ന അമ്മായിച്ചോദ്യത്തിൽ തലതാഴ്ത്തി നിന്ന ഹെലനെ, ക്രിസ്തുദാസ് മാറ്റിനിർത്തി തമാശകലർത്തി ഉപദേശിച്ചു. അവർ ശബ്ദമില്ലാതെ ചിരിച്ചു. അന്നും അമ്മായി അമ്പഴങ്ങ അരിയുന്നതുകണ്ട്, മകനോട് മുറിയിലിരിക്കാൻ ഹെലൻ വാശിപിടിച്ചു. അച്ചാറുകളിൽ നനവുപടർന്ന് പൂപ്പലിന്റെ കാടുവളരാൻ ക്രിസ്തുദാസ് പ്രാർത്ഥന കഴിച്ചു.

'നിന്നെ അറിയിച്ചില്ലെന്നേയുള്ളൂ, ബാങ്കില് ബോബനും പണിയുറച്ചതാ, എന്നിട്ടും ഇവളവനെ എന്റൊപ്പം തള്ളിക്കയറ്റിവിട്ടു. മറുത്തൊരു വാക്ക് അവനും പറഞ്ഞില്ല' അടുക്കള കൈവരിയിലിരുന്ന് മുരിങ്ങയില നുള്ളുന്ന ക്രിസ്തുദാസിന്റെ കുമ്പസാരത്തിനോട് ഹെലൻ ഒരല്പം എണ്ണയെടുത്ത് ചീനച്ചട്ടിയിലൊഴിച്ചു. ഒരു തൈലമണം മുടന്തിമുടന്തി അവർക്കിടയിൽ വന്നിരുന്നു. അല്പം സമയം അവരുടെ വാർത്തമാനത്തിന്റെ കടുക് പൊട്ടിയില്ല. അടുപ്പിലിരുന്ന മുക്കുടിക്കലത്തിൽ തോർത്തുമുക്കിയ ക്രിസ്തുദാസ്, തൈലം പുരണ്ട ഭാര്യക്കഴുത്തിൽ ഒപ്പുന്നത് നോക്കി ചീനച്ചട്ടിയിൽക്കിടന്ന കടുകും പൊട്ടിച്ചിരിച്ചു. പിടലിതിരിക്കാൻ കഴിയാത്ത അമ്മായിയുടെ പിന്നിൽ നിന്ന് അയാളുടെ ഗോഷ്ഠികൾക്കുള്ള ചിരികളൊക്കെ കറിവേപ്പിലയിൽ പൊതിഞ്ഞ് ഹെലൻ ചീനച്ചട്ടിയിലെറിഞ്ഞു.

'നിനക്കും കൊച്ചിനും കഴിയാനുള്ളത് ഞങ്ങളുണ്ടാക്കിയിട്ടുണ്ട്. വീട്ടിലിരിക്കാനും കൂട്ടുകിടക്കാനും എനിക്കോ നിന്റെ കെട്ടിയോനോ ഒത്തിട്ടില്ല. ആകാശം വഴി പോണ വിമാനംപോലും നിന്റെ ചെറുക്കന്റെ കണ്ണേൽപ്പെട്ടേക്കരുത്. എന്നും ഇതുപോലെ ഉടുത്തൊരുങ്ങി സുഖിച്ചു ജീവിച്ചോണം.' ക്രിസ്തുദാസിന്റെ വാക്കുകളിൽ ഹെലൻ മഴവില്ലുകണ്ടു.

'ബാങ്കീന്നെല്ലാരും ഒരു പാലുകാച്ചലിന് പോകുന്നുണ്ട്, ഇന്നിത്തിരി വൈകും' ശുഭകാര്യങ്ങളോട് തർക്കിക്കുന്ന പഞ്ഞമാസത്തിലെ ഗൃഹപ്രവേശം ക്രിസ്തുദാസ് ഗൗനിച്ചില്ല. മരുമകളെയും വിഴുങ്ങി ഏമ്പക്കവും വിട്ടോടുന്ന ശകടാസുരൻ കണ്ണിൽനിന്നും മറയുവോളം കാത്തുനിന്നു.

ഓരോ കുഞ്ഞൻ കുഴിയിലും സുരക്ഷിതതാളത്തിൽ ബൈക്കിറക്കുന്ന ക്രിസ്തുദാസിനെ മതിയോളം രുചിക്കാത്ത അമ്മായിയെക്കുറിച്ചായിരുന്നു വികൃതിക്കാറ്റ് പിന്നിലേക്ക് പിടിച്ചുവലിച്ച മുടിയൊതുക്കുമ്പോഴും ഹെലന്റെ ചിന്ത.

അടുക്കളയിലും അയക്കോലിലും സിനിമാശാലയിലും ക്രിസ്തുദാസിന്റെ ഉള്ളിലെ തനിമനുഷ്യൻ കുതറിയോടാൻ ശ്രമിക്കുന്നത് ഹെലൻ കണ്ടിട്ടുണ്ട്. തൈലമണമുള്ള പെണ്ണിലെ അതൃപ്തിയും, സങ്കല്പഭാര്യാഗുണങ്ങൾ ഹെലനിൽ കണ്ടെത്തി 'പെണ്ണായാൽ ഇങ്ങനെയെന്ന്...' പലയാവർത്തി അഭിനന്ദിക്കുന്നതും എന്തിനാണെന്ന് ആർക്കും മനസ്സിലാക്കാൻ കഴിയും. അപ്പോഴെല്ലാം ബോബൻ കിടപ്പുമുറിയിൽ പതിപ്പിച്ച മരുഭൂമിയിൽ പൂത്തുലഞ്ഞുനില്ക്കുന്ന ഒറ്റയാൻ മരത്തിന്റെ ചിത്രം ഹെലന് ഓർമ്മവരും.

ഉറപ്പായും മറ്റൊരു മനുഷ്യനും ഈ ബസിലെവിടെയോ ഉണ്ടാകും. നനവുള്ള കണ്ണുകൾ തന്റെ ഈ മാറ്റം കോരിനിറയ്ക്കുന്നുണ്ടാകും. ഹെലൻ ബസിനെ കണ്ണുകൊണ്ടുഴിഞ്ഞു. നോട്ടപ്രദക്ഷിണം കണ്ടക്ടറുടെ ചിരിയിൽ മുട്ടിനിന്നു. തന്റെ പിന്നിലേക്ക് കണ്ടക്ടറുടെ 'നാണപ്പൻ ചിരി' ചെന്നത് ശ്രദ്ധിച്ചാലറിയാം അവൾ തിരയുന്ന മനുഷ്യൻ പിൻസീറ്റിലുണ്ട്. ആ അജ്ഞാതകാമുകൻ ഹെലന്റെ നിഴലായി വീണിട്ട് മൂന്നാം വർഷമാകുന്നു..

ബാങ്കിലേക്കുള്ള യാത്രയിൽ മടുപ്പില്ലാതെ ആ മനുഷ്യനുണ്ട്. നീണ്ട മൂക്കിനു താഴെ രണ്ടോ മൂന്നോ രോമങ്ങൾ. വെള്ളികെട്ടിയ മീശയുടെ കീഴിൽ പതുങ്ങുന്ന ചിരി. മുഴുനീളൻ കൈയുള്ള ഉടുപ്പ് നാലോമൂന്നോ മടക്കുകൾ. നെറ്റിയിൽനിന്ന് പിന്നിലേക്ക് നീണ്ടുനിവർന്ന് കിടക്കുന്ന മുടി. തോളിലേക്ക് പടരുന്ന മുടിത്തിര. തനിക്ക് മാത്രം കാണാവുന്ന വിധം അകത്തേക്ക് കെട്ടിയ വാച്ച്. വിരലുകൾക്കുമുകളിൽ എഴുന്നേറ്റ് നില്ക്കുന്ന രോമം. കഴുത്തിലെ മുഴയിൽ തൊടാൻ നെഞ്ചിൽ വിളഞ്ഞു മറിഞ്ഞു വീണിട്ടുള്ള മുടിക്കാട്, അഗ്രം കൂർത്തുവെളുത്ത നഖം, ചുണ്ടിന്റെ മദ്ധ്യത്തിന് നേരിയ കറുപ്പ്, വിടർന്ന ചെവിയിൽ വെയിലേറ്റ പ്രണയച്ചുവപ്പ്.

അയാളെ ഓരോ അണുവിലും പിന്തുടരുന്നത് താനല്ലേ.? ഹെലന് ചിരിവന്നു. പിൻസീറ്റിലെ കണ്ണിൽ നുണക്കുഴി പതിയുമോയെന്ന ചിന്തയിൽ ഹെലൻ മുഖംകുനിച്ചു. തലചാരിയ കമ്പിയിൽ മുറുകെപ്പിടിച്ചിരുന്ന അയാളുടെ കൈയിലേക്ക് ഒരുമുടിനൂല് പിഴുതുപോയി.? അതോ ബോധപൂർവ്വം ചെയ്തതാണോ.? കൊഴിഞ്ഞു വീണ മുല്ലപ്പൂവും അയാൾക്ക് കിട്ടിയിട്ടുണ്ടാകുമോ? അയാൾ ഹൃദയഭാഗത്ത് മുടിയും മുല്ലപ്പൂവിന്റെ അസ്ഥിയും സൂക്ഷിക്കുമോ? ഓർമ്മകളിൽ പുഷ്പിച്ചുനില്ക്കുന്ന പ്രണയകാലത്തിന്റെ ഭാഗമാണയാൾ. വെറുംപഴഞ്ചൻ. പ്രണയിക്കാൻ മാത്രമേ അറിയൂ. നേരിയതിരിഞ്ഞു നോക്കലിൽ ലഭിക്കുമായിരുന്ന, കാമുകിഗന്ധം ആവാഹിക്കുന്ന ഒരുവന്റെ ബ്ലാക്ക് ആന്റ് വൈറ്റ് ചിത്രം ഹെലന്റെ മനസ്സ് നിരസിച്ചു.

ആ മനുഷ്യൻ കണ്ടക്ടറുടെ ചങ്ങാതിയായിരിക്കണം. ബാക്കിയുള്ള ചില്ലറക്കുരുക്കിട്ട് പലപ്പോഴും ആ സഹയാത്രികരെ തമ്മിൽ ചേർത്തു കെട്ടും. പരസ്പരം വാങ്ങാനോ കൊടുക്കാനോ കഴിഞ്ഞിട്ടില്ല. ഒരു ചിരിയിൽ ചില്ലറ പ്രശ്നങ്ങളൊതുക്കി ഹെലൻ ബാങ്കിലേക്ക് കയറും. അപ്പോൾ റോഡിന്റെ മറുവശത്ത് ഒരു സിഗരറ്റിന്റെ ആത്മാവിന് അയാൾ സ്വാതന്ത്ര്യം പ്രഖ്യാപിക്കുന്നുണ്ടാകും. ബാങ്കുസമയം കഴിഞ്ഞാൽ ഹെലന്റെ മടക്കയാത്ര. അയാൾ പുകഞ്ഞുകത്തി കാത്തുനില്ക്കും. മുന്നിലോ പിന്നിലോ ഇരുന്നോ നിന്നോ ഒരുനോട്ടം വന്നുതൊടും. ഒറ്റയാനായി സിഗരറ്റിനെ ചുംബിച്ചു നടന്നു പോകുന്നതല്ലാതെ അന്നേവരെ ഒറ്റവരി പ്രണയത്തിൽ വിപ്ലവമുന്നേറ്റങ്ങളൊന്നുമുണ്ടായില്ല..

ബാല്യത്തിലെ സുഹൃത്ത്..? കോളേജ് കാലത്തെ പ്രണയം.? വിവാഹ നിശ്ചയം വരെയെത്തിയ ബന്ധുവായ വരൻ.? എന്നും തന്റെ സീറ്റിലെത്തിയാൽ, ആ മനുഷ്യനെ തന്റെ പോയകാലത്തോട് ബന്ധിപ്പിക്കാൻ കഴിയുന്ന ഓർമ്മകളെ ഹരിച്ചും ഗുണിച്ചും ഹെലൻ കുറച്ചുനേരമിരിക്കും. ഒന്നിനും കൃത്യമായ ഉത്തരമുള്ള തുകയുണ്ടാക്കാൻ കഴിയാതെ വരുമ്പോൾ മനക്കണക്കിലെ സംഖ്യ വെറും പൂജ്യമാക്കി, ബാങ്കിന്റെ കണക്കിലേക്ക് ഓടിപ്പോകും.

ഹെലന്റെ കൗണ്ടറിനു മുന്നിൽ നീണ്ടുവളർന്ന മനുഷ്യപ്പുഴു ദേഷ്യത്തോടെ ഒന്നനങ്ങി. മറ്റൊന്നിലും നേരമില്ലാത്ത ഹെലന്റെ മുന്നിൽ ഇങ്ങനെ പതിവില്ലാത്തതാണ്. മറ്റു 'ബാങ്കികൾ' അതിനുള്ള കാരണങ്ങൾ അവളുടെ മുഖത്തും മുല്ലപൂത്ത മുടിയിലും നിറംവന്ന സാരിയിലും തിരഞ്ഞു തുടങ്ങി. ഒന്നു രണ്ട് ഇടപാടുകാരോട് അവളും ക്ഷമ പറഞ്ഞു. മാനേജരുടെ മുറിയിലേക്കും ക്ഷിപ്രകോപിയായ ഒരു പരാതി പാഞ്ഞു കയറി. ഉലകവലയുടെ ശക്തിയെ കുറ്റപ്പെടുത്തി മാനേജർ സ്ഥിതിഗതികൾ ശാന്തമാക്കി. മാനേജർ അടുത്തുവന്നപ്പോൾ അവളുടെ നെറ്റിയിലെ ഒരു വിയർപ്പു തുള്ളി മേശപ്പുറത്തെ പേപ്പറിനുള്ളിൽ ചാടിയൊളിച്ചു.

"ടെൻഷനൊന്നുംവേണ്ട..?" മാനേജരുടെ ഒറ്റവാക്കിൽ എന്തു പിഴവുണ്ടായാലും ഒപ്പമുണ്ട് എന്ന ധ്വനിയുണ്ട്. കൊച്ചുകള്ളൻ. അങ്ങനെ തന്നെയാണ് വേണ്ടത്. കൂട്ടുത്തരവാദത്തിന്റെ കരുത്തിലാണ് ഓരോ മോഷണ പദ്ധതിയും വിജയിക്കുന്നത്.

ഇടവേളയ്ക്ക് ഒരു ബാങ്കി വന്ന് സാരിയിൽ തൊട്ടു. വിരലിൽ മയിൽ മുദ്രകാട്ടി കേമമെന്ന് ചിരിച്ചു.

ഓരോ ബാങ്കിയും വീട്ടിലേക്ക് പിരിയുമ്പോൾ ഹെലന്റെ വിറയും മാനേജരുടെ ചിരിയും കൂടുതൽ തെളിയുന്നു. അമീർഖാന്റെ അതേ ചിരിയാണ്. മീശയില്ലാത്ത ഇയാളോട് രോമപ്രേമിയായ തനിക്കെങ്ങനെ.? മീശയില്ലാത്ത ചുംബനത്തിന്റെ രുചിയെന്താണ്.? ഹെലന്റെ കവിളിൽ പൂത്ത 'നാണക്കുഴി'യിൽ ചോദ്യമീനുകൾ നീന്താൻ തുടങ്ങി .

എ ടി എമ്മിൽ തുക നിറയ്ക്കുമ്പോൾ, ഹെലൻ മാനേജരുടെ വേഗം കൗതുകത്തോടെ നോക്കി.

"ഇല്ലെങ്കിൽ നമുക്കിടയിൽ ഇടപാടുകാർ വിളിച്ചുകയറിവരും." മാനേജരുടെ ജാഗ്രതയിൽ ഹെലന് പിന്നെയും കൗതുകം. അയാൾ സുന്ദരൻ, മോഷണത്തിനുള്ള പഴുതുകളെല്ലാം അടയ്ക്കുന്നു.

ഹെലൻ കാറിൽ കയറുമ്പോൾ എതിർ വശത്തെ കടയിൽ സിഗരറ്റിന്റെ നോട്ടത്തിൽ സംശയപ്പുക ഉയരുന്നുണ്ട്. സ്റ്റീരിയോ അതൊക്കെ മറക്കെന്ന് അവളോട് ഗസലുകൾ മൂളി. കാറിന്റെ ഉള്ളിൽ നിറയെ മാനേജർ മണം. പത്താംനിലയിലെ ഫ്ളാറ്റിന്റെ നിറം, ജനാലയിലൂടെ ദൂരെയുള്ള കടൽച്ചിത്രം, മുറിയുടെ തണുപ്പ്, ചുവരിലെ വെളുത്ത കുതിരകൾ, വീടുകൾ സ്വർഗ്ഗമാകുന്നതങ്ങനെയാണ്.

സോഡാക്കുപ്പിയിൽനിന്നും ടപ്പേന്ന് ആത്മാവ് പുറപ്പെട്ടുപോയത് കേട്ട് ഹെലൻ ഞെട്ടി. പരിചിതമല്ലാത്ത മണം. മാനേജർ ലഹരിനിറഞ്ഞ സ്ഫടികപാത്രത്തിൽ ഉമ്മയിട്ടു.

"എനിക്ക് മുല്ലപ്പൂവിന്റെ വാസന ഇഷ്ടമല്ല." വസ്ത്രങ്ങൾ വിട്ടുവന്ന മാനേജരെ ഒന്നു നോക്കിയിട്ട് മുടിയിൽ തിരുകിയ മുല്ലപ്പൂവിട്ട സങ്കല്പങ്ങളെല്ലാം ഹെലൻ മേശപ്പുറത്ത് അഴിച്ചുവച്ചു.

മാനേജർക്ക് പുതപ്പിനുള്ളിൽ വെറും നോട്ടെണ്ണൽ യന്ത്രത്തിന്റെ വികാരാവേശം. പ്രണയപ്പെട്ട് അഴിച്ചുവച്ചതെല്ലാം എടുത്തണിഞ്ഞ് കെട്ടിടക്കുന്നിൽ നിന്നിറങ്ങിയോടാൻ ഹെലനു തോന്നി. വാക്കിലെ കവിത മാനേജരുടെ ശരീരമെഴുത്തിൽ കാണുന്നില്ല. കിതപ്പുമാറിയ യന്ത്രമനുഷ്യൻ കുളിച്ചിറങ്ങിവന്നു.

"ഫ്ളാറ്റിന്റെ തൊട്ട് മുൻപിൽ ഓട്ടോ കിട്ടും, മുപ്പത് രൂപ" പല്ലുകൾ കടിച്ചമർത്തി മാനേജരുടെ വഴുവഴുപ്പുള്ള മണം കുളിമുറിയിൽ രണ്ടു തുള്ളി കണ്ണീരിലും മഞ്ഞിച്ച മൂത്രത്തിലും ഹെലൻ ഒഴുക്കിവിട്ടു.

'താൻ തന്നെ ബസ്റ്റോപ്പിൽ കൊണ്ടുവിടണം.' കാറിന്റെ പിന്നിലിരുന്ന ഹെലന്റെ മടക്കംതീർത്തും നിശ്ശബ്ദമായിരുന്നു. കാറിനുള്ളിലെ മാനേജരുടെമണം വന്നുതൊടാതിരിക്കാൻ വശങ്ങളിൽ ഗ്ളാസ് തുറന്നുവച്ചു. സ്റ്റീരിയോ ബാങ്കിന്റെ ഷെയറുകൾ കുത്തനെ ഇടിഞ്ഞ വാർത്ത മാനേജരെ ഓർമ്മിപ്പിക്കാൻ ശ്രമിക്കുന്നു.

ബസ്റ്റോപ്പിൽ ആ സിഗരറ്റ് 'പുകഞ്ഞുകാത്ത്' നില്ക്കുന്നുണ്ട്. വീടുകളിലേക്ക് മടങ്ങുന്നവരുടെ തിരക്കിൽ സീറ്റ് കിട്ടിയില്ല. മുഖത്തോട് മുഖം വന്നിട്ടും അയാളിൽ ചിരിയില്ല. കുനിഞ്ഞ മുഖത്തേക്ക് മുടിത്തിര വീണു ചിതറുന്നു. ഹെലന് വെറുതെ ദേഷ്യമുണ്ടായി. നോട്ടത്തിന്റെ പോലും കരുത്തില്ലാത്ത അയാളുമായി എനിക്കെന്ത്.? ചില്ലറപ്രശ്നമില്ലാത്ത കൃത്യമായ തുക ടിക്കറ്റിനായി ഹെലൻ കൈയിൽ മുറുക്കെപ്പിടിച്ചു. പച്ചസാരിയിൽ കണ്ണുവയ്ക്കുന്ന ഒരു വൃദ്ധയുടെ സെറ്റുപല്ലിനോട് അവൾ ചിരിച്ചു.

വിരലിൽ പുകഞ്ഞുകൊണ്ടിരിക്കുന്ന തീരെ ചുംബിക്കാത്ത സിഗരറ്റ് 'സഹയാത്രികൻ' ഓടയിലേക്ക് വലിച്ചെറിഞ്ഞ് ഇരുട്ടിലേക്ക് നടക്കുന്നതൊന്നും ഹെലൻ കാര്യമായി ശ്രദ്ധിച്ചില്ല. പിൻഭാഗം ഉയരമുള്ള ക്രിസ്തുദാസിന്റെ പുതിയബൈക്കും ഹെലന് ഇഷ്ടമായില്ല. 'ഇന്ന് വാങ്ങിയ

താണ് നല്ല പുള്ളിങ്' അയാൾ പിന്നെയും പിന്നെയും ഭ്രാന്തൻ യുവാവാകുന്നതിൽ അവൾക്ക് ഭയം തോന്നി.

"ആ വീടെങ്ങനെയുണ്ട്?"

"ഒരു കാഴ്ചബംഗ്ലാവുപോലെ."

"ആ മുല്ലപ്പൂവെവിടെ?"

"വീണുപോയി" മാനേജരുടെ മേശപ്പുറത്ത് വച്ച്, തെറ്റിപ്പോയ ആ ഉത്തരം അവളോർത്തു. പൂവിനോട് അയാൾ എന്തൊക്കെ ചെയ്തിട്ടുണ്ടാകും.? വീടെത്തും വരെ അവൾ പിന്നെയൊന്നും മിണ്ടിയില്ല.

ക്രിസ്തുദാസിന്റെ ഉള്ളിൽനിന്നും ഒരു മൂളിപ്പാട്ട് നിരത്തിലേക്ക് ഇറങ്ങിയോടി, ചെറിയ കുഴികളിൽ ചെറുപ്പക്കാരൻ വണ്ടി ചാടിയിറങ്ങി വെള്ളം തെറിപ്പിച്ചു, പേടിപ്പിക്കുന്ന വേഗത കാട്ടി, കിതപ്പുള്ള വണ്ടികളോട് 'വഴിമാറിനെടാന്ന്' ചീറി..

കുളിക്കാനിറങ്ങിയ അമ്മ, അലക്കുകല്ലിലിരുന്ന് നിലാവുനനയുന്നത് കണ്ട മകൻ പതിവില്ലാതെ ചിരിച്ചു. ഇരുട്ടുവീണ കറുത്തവാഴയിലയിൽ ആകാശം ചന്ദ്രനെ വിളമ്പിവച്ചിരിക്കുന്നത് കാണുന്ന ഹെലനോട് തണുപ്പു ചത്ത വെള്ളം കുളിമുറിയിൽ കൊണ്ടുവച്ച ക്രിസ്തുദാസ് ഉരുക്കൻ മസിലുകൾ കാട്ടിഓർമ്മിപ്പിച്ചു. ഹെലനെന്തോ പറയാൻ തുടങ്ങിയതും അയാൾ വീട്ടിനുള്ളിലേക്ക് തിരക്കിട്ടുകയറിപ്പോയി.

അതേസമയം രൂപക്കൂടിന്റെ മുന്നിലെ അമ്മായിയിൽനിന്നും നിത്യകന്യ മാതാവിന്റെ ജപമാലകൾ വാർദ്ധക്യതാളത്തിൽ ഇറങ്ങിവരുന്നത് കേട്ട, ഹെലനിൽ തണുത്തൊരു ചിരിയുണ്ടായി മരിച്ചു.

പരേതഗീതകം

മോർച്ചറിഗീത പോസ്റ്റുമോർട്ടം ടേബിളിലിരുന്ന് വിസ്കിയുടെ അടപ്പുതുറന്നപ്പോൾ നെഗറ്റീവ് താപനിലയുള്ള അറകളിലെ ആ മൂന്നു പേരും വരിയായി ഇറങ്ങിവന്നു.

ഇരുപത്തിയാറ് വയസ്സുള്ള കനേഡിയൻ പെണ്ണ് കാതറിൻ, പ്ലാന്റർ ചാണ്ടിയുടെ ഏകമകൾ പതിനൊന്നുവയസ്സുള്ള സോഫി, അറുപത്തിയഞ്ചിനോളം പ്രായം തോന്നിക്കുന്ന ഒരു അജ്ഞാതൻ. ഗീത ഒഴിച്ചുവച്ചതിലൊന്ന് കാതറിൻ വായിലേക്ക് ഒറ്റക്കമഴ്ത്ത്. ആരോ ചുവരിൽ തൂക്കിയിട്ടിരുന്ന കാക്കിയുടുപ്പിന്റെ പോക്കറ്റിൽ നിന്നെടുത്ത സിഗരറ്റിന് തീ തിരഞ്ഞ് കാതറിൻ അജ്ഞാതന്റെ നേർക്ക് നോക്കി. ചുവരിലുരച്ച വിരലുകൊണ്ട് സിഗരറ്റിന് തീ പിടിപ്പിക്കുന്ന അജ്ഞാതനെ സോഫി ആശ്ചര്യത്തോടെ കണ്ടു. സ്ഫടികജാലകം കടന്നുവന്ന നിലാവിനേക്കാൾ തിളക്കം അവളുടെ കണ്ണിലുണ്ടായി.

"ചത്തുപോയവർ ജീവിച്ചിരിക്കുന്നവരെ സഹായിക്കുന്നതിൽ സന്തോഷം കണ്ടെത്തുന്ന ഇടം' അത്യപൂർവ്വമായി മാത്രം കണ്ടുബോദ്ധ്യപ്പെടാനുള്ള ഈ വാചകം ജീവിതത്തിൽ നിങ്ങളിതുവരെ കേൾക്കാനിടവന്നിട്ടില്ലെന്ന് എനിക്കുറപ്പാണ്. അതുമാത്രമല്ല പോസ്റ്റുമോർട്ടം ടേബിളിന്റെ അരികിൽ, അതുംപോട്ടെ മോർച്ചറിയുടെ പരിസരത്ത് പോലും ഈ ആയുസ്സിൽ പോകാത്തവരുണ്ടാകുമല്ലോ.? അതുകൊണ്ട് മോർച്ചറിയുടെ പാതിരാ സൂക്ഷിപ്പുകാരി ഗീതയെ വ്യക്തമായി പരിചയപ്പെടുത്താതെ ഈ ഗീതകം പാടിത്തരാൻ കഴിയുമെന്നെനിക്കു തോന്നുന്നില്ല.

കൃത്യമായ ചരിത്രം പറഞ്ഞാൽ ഈ ആശുപത്രി നാലുമുറിയിലെ ഒരു ക്ലിനിക്കായി തുടങ്ങിയ നാളിൽ സഹായിയായി വന്നതാണ് ഗീത. ബി എയും ടൈപ്പ്പുമുണ്ടെങ്കിലും കാര്യമുണ്ടായില്ല. ഒരു ചൂലും തുടപ്പു

തുണിയുമായിരുന്നു ഗീതയുടെ റോളും താളവും. മുതലാളിയുടെ മോൻ ഒരു വൈകിട്ട് പുതിയ കാറോടിച്ച് സിനിമാസ്റ്റൈലിൽ ക്ലിനിക്കിലേക്ക് പാഞ്ഞുവന്നതിനിടയിൽ സമീപത്തെ തെങ്ങിൻ തോപ്പിലേക്ക് തെറിച്ചു പോയ ഗീതയുടെ ഒരു കാല് അരമണിക്കൂറോളം കഴിഞ്ഞാണ് നേഴ്സു പെണ്ണ് പൊക്കിയെടുത്ത് വന്നത്. ഇരുമ്പും ഫൈബറും ചേർത്ത കാലൊന്ന് പിടിപ്പിച്ചെങ്കിലും ഓടിനടന്ന് തൂക്കാനും തുടയ്ക്കാനും ഗീതയ്ക്ക് പിന്നീട് കഴിഞ്ഞില്ല. രോഗികൾക്ക് ചീട്ടെഴുതുന്നിടത്ത് ഒരു കസേരയും ഇട്ടുകൊടുത്ത് മുതലാളി ആ കേസങ്ങ് ഒത്തുതീർപ്പാക്കി.

'ജോലി ചെയ്താലുമില്ലേലും ഈ സ്ഥാപനം ഉള്ളകാലം കൃത്യമായി നിനക്ക് ഒരു തുക കിട്ടും.' ഗീതയ്ക്ക് ആകെയുള്ളത് സഹോദരനായൊരു നരുന്ത് ചെറുക്കൻ. അവനൊന്നും എതിർക്കാൻ വരില്ലെന്ന് മുതലാളിക്കറിയാം. അന്നൊക്കെ ഗീതയുടെ പിന്നാലെ പ്രേമോം കൊണ്ടുനടന്ന ഒരുത്തൻ കാമുകിയുടെ ചരിഞ്ഞു വളഞ്ഞ നടപ്പുകണ്ട് ചിരിമുട്ടി മറ്റൊരു വഴിക്ക് ഓരോട്ടം വച്ചുകൊടുത്തു.

ആശുപത്രി രണ്ടുനിലയായപ്പോൾ മുഖവശത്തിരുന്ന ഗീതയുടെ ചീട്ടെഴുത്തിന് ഭംഗിപോരന്നായി. മലയാളത്തിൽ പേരെഴുതിയാൽ സ്റ്റാറ്റസ് പ്രശ്നം, പുതിയ ഡോക്ടർമാർക്ക് വായനാപ്രശ്നം. വെളുത്തു മെലിഞ്ഞ് സ്വർണത്തലമുടിയുള്ള പെണ്ണിന് പേന രാജിയാക്കിയിട്ട്, പ്രസവ വാർഡിന്റെ മുന്നിച്ചെന്നു ഗീത കാവലിരുപ്പായി. മൂന്നും നാലും നിലകൾ വന്നപ്പോൾ വല്ലാതെ 'ഭാരപ്പെട്ട' ഗീതയ്ക്ക് ഒന്നരക്കാലിൽ മിനുസമുള്ള പടി കയറാനും വയ്യാതായി.

"പടികയറാനാവൂലെങ്കിൽ താഴത്തെനിലയിൽ ഇഷ്ടമുള്ളിടത്ത് ചെന്നിരുന്നോ ഗീതേച്ചിയേ."

വണ്ടിയിടിച്ചിട്ട മുതലാളിച്ചെറുക്കൻ പഠിച്ചുവളർന്ന് ആശുപത്രി എം ഡിയും ഹൃദയാലുവുമായി.

എക്സ്റേയുടെ മുമ്പിലും സ്കാനിങ് മുറിയിലുമിരുന്നു. ഇരുത്തിയും കിടത്തിയും വലിച്ചുകൊണ്ടു വരുന്നവർക്കൊരു 'കനപ്പെട്ട' തടസ്സമായപ്പോഴാണ് തണുപ്പൻ മോർച്ചറിയുടെ വാതിൽ ഗീത തുറന്നു നോക്കിയത്. ആദ്യമൊക്കെ പകലിരുന്നു. സഹായി മുനിയാണ്ടിയിൽ കിട്ടിയ കുടിശ്ശീലത്തിന് രാത്രിയാണ് സൗകര്യമെന്നു തോന്നി. കോട്ടറുമായി ഇടനാഴിയിലൂടെ നടന്നുനടന്ന് 'കോട്ടർഗീതയായി.' ഇതിനിടയിൽ ആശുപത്രിയുടെ പേരിനൊപ്പം മൂന്ന് സ്റ്റാറുവന്നു. ടീ വിയിലെ സിനിമയ്ക്കിടയിൽ സൂപ്പർ സ്റ്റാർ അഭിനയിച്ച പരസ്യംവന്നു. അജയന്റെ കുട്ടിയെ മടിയിലിരുത്തി അത് ആവർത്തിച്ചു കാണുകയും ചെയ്തു. കോട്ടർ പ്രശ്നമവതരിപ്പിച്ച പുതിയ മാനേജരോട് 'ശവം' എന്നുമാത്രമേ എം ഡിയും പ്രതികരിച്ചുള്ളു.

"ഞാൻ പിരിഞ്ഞുപോകുന്നതിന്റെ ഓർമ്മയ്ക്ക് കങ്കാണി ഡോക്ടറുടെ സമ്മാനം" ഗീത ഒരു ഗ്ലാസ് അജ്ഞാതന്റെ നേർക്ക് നീട്ടി.

"ഞാൻ കുടിക്കുമായിരുന്നോ..?" അജ്ഞാതൻ ഗീതയെ ദയനീയ

മായി നോക്കി.

"എടാ മനുഷ്യാ, നിങ്ങളെ മൂന്നിനെയും നാളെ ആ കങ്കാണി ഈ ടേബിളിലിട്ട് വെട്ടിപ്പൊളിക്കും" അജ്ഞാതന്റെ വേഗത്തിലുള്ള കുടികണ്ട് സോഫി ചിരിച്ചു. കാതറിൻ സിഗരറ്റ് നീട്ടി. ഒരല്പം സംശയിച്ചു നിന്നിട്ട് കാതറിന്റെ നേർക്കുതന്നെ പുകയൂതിവിട്ടു. സോഫിയുടെ കണ്ണിൽ കങ്കാണിഭയം നിറയുന്നതുകണ്ട ഗീത പറയാൻ തുടങ്ങി.

"കങ്കാണിയാളൊരു മുരടനാ. പഠിക്കാൻ വന്നപിള്ളേർക്കും നേഴ്സുമാർക്കും മുട്ടിടിക്കും. ടേബിളിൽ കേറ്റിക്കിടത്തിയാൽ ചുറ്റികയ്ക്ക് അഞ്ച്തട്ട്, കത്തിക്ക് [2]'വൈ' 'വീ' രണ്ടുവര. ചോദിക്കുന്ന കത്തിയും കുഴലും കൃത്യമായി കൊടുത്തില്ലെങ്കിൽ, അടുത്ത് നില്ക്കുന്നോരുടെ മണ്ടപൊളിയും. കുത്തിക്കെട്ടുമ്പോൾ ഒരു തുള്ളിച്ചോര വെള്ളത്തുണിയിൽ കാണൂലാ. ചത്തതിന്റെ സകലരഹസ്യങ്ങളും പരിക്കുകളോടെ അയാൾ കണ്ടുപിടിക്കും. ഒരു തെളിവും ശേഷിക്കാതെ പേപ്പറിൽ കുറിക്കും." 'മൂന്നുപേരുടെ മുഖത്തും ഞെട്ടലുണ്ടായി. കത്തിയും നൂലും സൂചിയും വിതറിയിട്ട ഉപകരണമേശയിൽ അവരുടെ നോട്ടങ്ങൾ കൂട്ടിമുട്ടി. ഗീതയ്ക്കതുകണ്ട് പിന്നെയും രസം കയറി.

"മറ്റവൻ വേന്ദ്രനാ, സുന്ദരക്കുട്ടപ്പൻ. പിള്ളേർക്ക് ആരാധന. അടിയും പൊട്ടിക്കലുമില്ല. തൊട്ടുംതലോടിയും [3]തലത്തൊപ്പിയൂരും. ഒരു നേഴ്സ് പെണ്ണിനോട് പോക്രിത്തരം കാണിച്ചതിന് കങ്കാണി അവന്റെ അടി നാഭി ഇവിടിട്ടാ ചവിട്ടിപ്പൊട്ടിച്ചത്. എന്നിട്ടും കങ്കാണിയെ ആർക്കുമത്രപോരാ. ഇന്ന് കുപ്പിതന്നിട്ട് 'കോട്ടറ്ഗീതേന്ന്'എന്നെയൊരു വിളി. ഞാനങ്ങ് തണുത്ത് പോയി. നാളെ ചുറ്റികയും ചുറ്റിചുറ്റി ഒരു കങ്കാണി വരവുണ്ട്..." മൂന്നുപേരും ഗീതയെ അറപ്പോടെ നോക്കി...

"അതൊന്നും കാണാൻ നിക്കാതെ ഞാനങ്ങ്പോകും" ഗീത പെട്ടെന്ന് കണ്ണുതുടച്ചു.

കാതറിൻ അജ്ഞാതന്റെ സിഗരറ്റ് പിടിച്ചുവാങ്ങി ടേബിളിൽ കയറിയിരുന്നു. അജ്ഞാതൻ സോഫിയെ ടേബിളിലേക്ക് എടുത്തിരുത്തിയിട്ട് മുടിയിരട്ട പിന്നാൻ തുടങ്ങി. പ്ലാന്ററെ ഓർമ്മവന്നിട്ട് സോഫി ഉറക്കെ കരഞ്ഞു. ഗീത അവളെ മടിയിലേക്ക് ചരിച്ചുകിടത്തി..

"സത്യത്തിൽ ഇയാൾ ആരായിരിക്കും?" അജ്ഞാതനെ നോക്കിയുള്ള കാതറിന്റെ ചോദ്യത്തിന് ആശുപത്രിയിലെ രേഖകളിലെ വിവരങ്ങൾ ഓർമ്മിച്ചെടുത്തു.

എൻ എച്ചിനോട് ചേർന്ന അഴുക്കുചാലിൽ അറുപത്തിയഞ്ച് തോന്നിക്കുന്ന മൃതശരീരം, നൂറ്റി അറുപത്തിയെട്ട് സെന്റീമീറ്റർ ഉയരം, തൊണ്ണൂറ് കിലോ ഭാരം, വെളുത്ത നിറം. സാരമായ മുറിവുകളോ പരിക്കുകളോ ഇല്ല. തിരിച്ചറിയാൻ സഹായിക്കാൻ മതിയായ രേഖകളൊന്നും കിട്ടിയിട്ടില്ല.

അജ്ഞാതൻ അവർക്കുമുന്നിൽ ഒരുകടങ്കഥയായിനിന്നു.

"ഞാനൊരൂഹം പറയട്ടെ..?" സോഫിയും കാതറിനും ഗീതയെ

നോക്കി.

"ഇത് നമ്മുടെ സിനിമാ നടൻ മധുവാണ്. അല്ലെങ്കിൽ അയാളുടെ ഇരട്ട സഹോദരൻ. എമ്പത്തിമൂന്നിൽ ഞാൻ ഇയാളുടെ ഒരു സിനിമ കണ്ടിട്ടുണ്ട്.[4] *മോർച്ചറി*യായിരുന്നു അതിന്റെപേര്. ഒപ്പം ശ്രീവിദ്യയും നസീറും. അഡ്വക്കേറ്റ് കൃഷ്ണദാസ് അതാണ് അതിലിയാളുടെ കഥാപാത്രം." അജ്ഞാതൻ, നടൻ മധുവിനെ അനുകരിച്ച് അവർക്ക് മുന്നിലൂടെ നടന്നു. കാതറിൻ ടേബിളിൽ സംവിധായകവേഷത്തിൽ എഴുന്നേറ്റു നിന്നു. സോഫി കൈയടിച്ചു.

"ഗീതയുടെ ഭാവനയ്ക്ക് തീരെ യുക്തിയില്ല. ഇത് വിശുദ്ധ പിയാനിസ് പാതിരിയാണ്. ഇത്രയും സുന്ദരമായ ശബ്ദവും വെളുത്ത താടിയും വിനയവും പാതിരികൾക്കല്ലാതെ മറ്റാർക്കും കാണില്ല. ചിലപ്പോൾ ഏതെങ്കിലും വലിയ സഭയുടെ വിശുദ്ധനായി പ്രഖ്യാപിച്ച ബിഷപ്പുമായിരുന്നിരിക്കാം. തലയുടെ പിന്നിലെ ആ ദിവ്യപ്രകാശം ശ്രദ്ധിക്കൂ.."

ഗീത തന്റെ ഇരുമ്പൻ കാലിളക്കി നിലത്തെറിഞ്ഞിട്ട് ഉറക്കെ കൂകി. അജ്ഞാതൻ കുർബാന അർപ്പിക്കുന്നവിധം ടേബിളിന്റെ തലയ്ക്കൽ അൾത്താരായിലേക്കെന്ന പോലെ തിരിഞ്ഞുനിന്നു. നിലാവ് അയാളുടെ തലയ്ക്കുചുറ്റും മഞ്ഞ പ്രകാശവലയം തീർത്തു.

പക്ഷേ, ടേബിളിന്റെ മുകളിലിരുന്ന സോഫിക്ക് താൻ അപ്പാപ്പനാക്കി വച്ചിരുന്ന അജ്ഞാതനെ ഗീതയുടെ മധുവിനും, കാതറിന്റെ പാതിരിക്കും വിട്ടുകൊടുക്കാൻ തയ്യാറായിരുന്നില്ല. അവൾ കൈകൾ വിരിച്ചുപിടിച്ച് അപ്പാപ്പനെന്ന് അജ്ഞാതനെക്കൊണ്ട് സമ്മതിപ്പിക്കുന്ന വിധത്തിൽ ടേബിളിൽ എഴുന്നേറ്റു നിന്നു. അജ്ഞാതൻ അവളെയുമെടുത്ത് അവർക്ക് ചുറ്റുംനടന്നു. അജ്ഞാതന് ആ വേഷം ഏറ്റവും ചേരുന്നുണ്ടായിരുന്നെന്ന് രണ്ടാളും സമ്മതിച്ചു.

"അവളുടെയൊരു വിശുദ്ധ പിയാനിയസ് തുഫ്.." ഗീത നിലത്തേക്ക് നീട്ടിത്തുപ്പി.

"ഇനിയൊരു വിശുദ്ധന്റെ കുറവേ നാട്ടിലുള്ളു. ദൈവത്തിന്റെ സ്വന്തം നാട് കാണാൻ വന്നിട്ട് നിനക്ക് കിട്ടിയതൊക്കെ മറന്നോ..?" ഗീതയുടെ ചുണ്ടിൽ ചിരിയും ചുമയും പുകയും ഒന്നിടവിട്ട് പുറത്തേക്കു തെറിച്ചു. കാതറിന്റെ തലകുനിഞ്ഞു. അജ്ഞാതൻ 'അതുവേണ്ടായിരുന്നു ഗീതേന്ന്' തുറിച്ചുനോക്കി. സോഫി കാതറിനോട് ചേർന്നുനിന്നു.

'കനേഡിയൻ യുവതി മരിച്ചനിലയിൽ'. 'കനേഡിയൻ യുവതിയെ പീഡിപ്പിച്ച മൂന്നുവിദ്യാർത്ഥികൾ അറസ്റ്റിൽ', 'കനേഡിയൻ യുവതി ലഹരിമരുന്ന് റാക്കറ്റ് അംഗമോ..?', 'വിദ്യാർത്ഥികൾക്ക് ജാമ്യം.' ചുവരിലുറപ്പിച്ച കറുത്ത വലിയ സ്ക്രീനിൽ കഴിഞ്ഞ വാരത്തെ വാർത്തയുടെ മോർഫ് ചിത്രങ്ങൾ മാറിമാറിവരുന്നത് അജ്ഞാതൻ അപ്പോഴും കാണുന്നുണ്ടായിരുന്നു..

"വാസ്തവത്തിൽ ഈ നാട്ടിലെ പിള്ളേരോട് നിങ്ങളെന്താണ് പഠിപ്പിക്കുന്നത്? പെണ്ണിന്റെ ശരീരം എന്താണെന്നും, എന്തിനാണെന്നുപോലും

അറിയില്ലല്ലോ.?" വിസ്കി വലിച്ചു കുടിച്ചിട്ട് കാതറിൻ അജ്ഞാതന്റെ നേർക്ക് അലറി.

"എടോ, താൻ ഈ രാജ്യത്തെ ആദരവുകൾ കൈപ്പറ്റി വിരമിച്ച ഒരു സ്കൂൾ മാഷായിരുന്നില്ലേ?" പിടഞ്ഞെഴുന്നേറ്റ് കഴുത്തിൽ കയറിപ്പിടിച്ച ഗീതയുടെ ചോദ്യത്തിൽ അജ്ഞാതൻ പതറിപ്പോയി. കുറ്റവാളിയായ പൂർവ്വ വിദ്യാർത്ഥിയുടെ ചിത്രം തിരിച്ചറിയുന്ന അദ്ധ്യാപകന്റെ രൂപത്തിൽ തലകുനിച്ചുനിന്നു. കാതറിൻ ഗീതയെ തള്ളിമാറ്റാൻ ശ്രമിച്ചു. സോഫി അജ്ഞാതന്റെ മുഖം പിടിച്ചുയർത്തി.

'നീ കഴുത്തിലിട്ട കുരുക്ക് ഈ നാട്ടിലെ ഏറ്റവും അപകടകരമായ പകർച്ചവ്യാധിയാണ് മോളെ' കാതറിന്റെ വാക്കുകളെ അജ്ഞാതൻ ദേഷ്യത്തോടെ നോക്കിയിട്ട്, സോഫിയെ തോളിലിട്ട് മുറിയിൽ ഏറ്റവും മഞ്ഞു മൂടിയ ഒരിടത്തേക്ക് നടന്നു. പിന്നാലെ നോവിന്റെ ശ്രുതിയുള്ള താരാട്ടിറങ്ങിവന്നു.

"എല്ലാ നാട്ടിലും ഒന്നിച്ചും ഒറ്റയ്ക്കുമിരട്ടയ്ക്കും രതിയാസ്വദിക്കാറുണ്ട്. ഇതൊരുമാതിരി.." കാതറിൻ അപൂർണ്ണമായി നിർത്തിയപ്പോൾ, പോസ്റ്റുമോർട്ടം റിപ്പോർട്ടിൽ കങ്കാണികുറിക്കുന്ന ക്രൂരഫലിതങ്ങളെക്കുറിച്ച് ഗീതയോർത്തു. വോട്ടവകാശം പോലുമില്ലാത്ത പിള്ളേരിലൂടെ തന്റെ രാജ്യത്തിനുണ്ടാകുന്ന നാണക്കേടിനെക്കുറിച്ചോർത്ത് കങ്കാണി രഹസ്യങ്ങൾ മാറ്റിയെഴുതുമോ.?

"സത്യത്തിൽ, പെറ്റുകൂട്ടാനല്ലാതെ ഈ നാട് പെണ്ണിനൊട്ടും ചേർന്നതല്ല." ചുവരിലെ അമ്മയും കുഞ്ഞും ചിത്രത്തിലേക്ക് കാതറിൻ പുജ്യത്തിന്റെ ആകൃതിയിൽ പുകവലിച്ചുവിട്ടു.

"നിന്നെപ്പോലെ പെണ്ണുങ്ങളുടെ ഭാവശുദ്ധിയെപ്പറ്റി പണ്ടു കളിയാക്കിയ അമേരിക്കകാരിക്ക് ഉള്ളൂർ മഹാകവി സീതകുന്തിഗാന്ധാരിമാരുടെ ത്യാഗവും ഭക്തിയും പ്രേമവും കൂട്ടിക്കുഴച്ച് [5]'ചിത്രശാല'യുണ്ടാക്കിക്കൊടുത്തത് നിനക്കറിയോ?" ഗീത, കുലുങ്ങിയ ചിരിയോടെ സിഗരറ്റ് പുകയെ ചോദ്യരൂപത്തിലാക്കി കാതറിന്റെ മുഖത്തേക്ക് ഊതിവിട്ടു.

"മകളെ കൊന്നവരോട് പകയുള്ള പിതാവിന്റെ കഥപറയുന്ന സൈക്കോത്രില്ലർ നോവലാണ് ഞാനവസാനമായി വായിച്ചത്." 'പോസ്റ്റുമാർട്ടം ഇന്ത്യൻ നിയമങ്ങളും നിർദ്ദേശങ്ങളും' എഴുതിയിരുന്ന ചുവരിലേക്ക് കാതറിൻ ദേഷ്യത്തോടെ കാർക്കിച്ചുതുപ്പി.

പ്ലാന്റർ ചാണ്ടി റബ്ബർ മരങ്ങൾക്കിടയിലൂടെ നാടൻ തോക്കുമായി ഒരു കൂറ്റൻ കാട്ടുപന്നിയെ ഉന്നംവയ്ക്കുന്ന രംഗം ഗീതയുടെ മുന്നിൽ തെളിഞ്ഞു. കങ്കാണിയുടെ രക്തക്കറയുള്ള വെള്ളിച്ചുറ്റിക ചുവരിലെ കണ്ണാടിയറയിൽ ചാരിയിരിക്കുന്നതും നോക്കിയിട്ട്, അജ്ഞാതൻ സോഫിക്ക് താരാട്ട് പാടുന്നഭാഗത്തേക്ക് ഒന്നുതിരിഞ്ഞു..

മഞ്ഞുവീണിരിട്ടുള്ള വശത്തുനിന്നും താരാട്ടിന്റെ താളത്തിൽ അജ്ഞാതൻ നടന്നുവന്നു. നെഞ്ചിൽ പതുങ്ങിക്കിടക്കുന്ന സോഫിക്ക് വെള്ളിച്ചിറകുകൾ മുളച്ചിരിക്കുന്നു. അവളെ അറയിൽ കിടത്തി. തന്റെ

അറയിലേക്ക് കയറുമ്പോൾ അയാൾ ഗീതയെ ഒന്നു തിരിഞ്ഞുനോക്കി.

"ഈ തണുപ്പ് മാത്രമാണ് സത്യസന്ധമായ വികാരം" മഞ്ഞ പ്രകാശ വലയത്തിലെ അജ്ഞാതന്റെ ചിരിയിൽനിന്നും നൂറായിരം വിശുദ്ധ അപ്പൂപ്പൻ താടികളുണ്ടായി.

"എത്രവലിയ തണുപ്പിനും ചീയലുകളെ തടഞ്ഞു നിർത്താനൊരു പരിധിയുണ്ട്." ഗീത ടേബിളിൽ നിവർന്നുകിടന്നു. ആർത്തിയോടെ ഗീതയുടെ വയറ്റിലേക്ക് നിറയുന്ന കാറ്റിന്റെയളവ് പരിഹരിക്കാൻ ജനാലകൾ വഴി ഒരുകടൽക്കാറ്റിളകിവന്നു. മറിഞ്ഞുവീണ കുപ്പിയും ഗ്ലാസുകളും മാറ്റി വച്ചിട്ട്, ഗീതയുടെ തലമുടിയിൽ വിരലോടിച്ച് കാതറിൻ അല്പനേരമിരുന്നു. അപ്പോൾ അവളുടെ ചിന്തകൾ ഗീതകത്തിന്റെ ഒടുവിലെ വരികളിൽ ചെന്നുനിന്നു .

[6]'ചത്തവരെക്കുറിച്ചുള്ള വിലാപങ്ങളെ
ഒതുക്കാൻ നിനക്ക് വിവേകമുണ്ടാകട്ടെ.
അല്ലെങ്കിൽ ഈ ലോകം നിന്നെനോക്കി പല്ലിളിക്കുമല്ലോ.?'

നിലത്തിറങ്ങിയപ്പോൾ ഗീതയുടെ ഇരുമ്പൻ കാല് അവളെ വിതുമ്പലോടെ തടഞ്ഞുനിർത്തി. അതെടുത്ത് ഗീതയിൽ ചേർത്തുവച്ചിട്ട്, അറയിൽച്ചെന്നു നീറ്റലോടെകിടന്നു.

പിരിയുമ്പോൾ കിട്ടേണ്ട ആനുകൂല്യങ്ങൾക്ക് പകരം മാനേജരോട് അജയന് ആശുപത്രിവക ആംബുലൻസിലെ ജോലിയും, അജയനോട് തന്റെ മുറിയിലൊരു സ്റ്റീൽ മേശയും ഫ്രീസറുമാണ് ഗീത ചോദിച്ചിരുന്നത്. പക്ഷേ, സത്യമുള്ള ഒരു തണുപ്പിന് ഇവ രണ്ടിലും സമ്മതമുണ്ടായിരുന്നില്ല. വളരെയേറെ തിടുക്കപ്പെട്ടുവന്ന കങ്കാണിയുടെ ആർത്തിയുള്ള ചുറ്റികയ്ക്ക് അടുത്തദിവസങ്ങളിൽ വിശ്രമമില്ലാത്ത ജോലിയുണ്ടായിരുന്നു..!

---

1. *പോസ്റ്റുമോർട്ടം ചിന്ത*
2. *പോസ്റ്റുമോർട്ടം സമയത്തെ കീറലിന്റെ ആകൃതികൾ*
3. *തലയോട്ടിയുരൽ*
4. *1983 ൽ റിലീസായ സിനിമ*
5. *ഭാരതീയ സ്ത്രീകളെ പരിഹസിച്ച കാതറിൻമേയ്ക്ക് ഉള്ളൂർ നല്കിയ മറുപടി*
6. *ഷേക്സ്പിയർ സോനറ്റ്*
(No longer mourn for me when I am dead.sonnet 71)

അനുബന്ധം

ഒരു കഥയിലെന്തിരിക്കുന്നു? ഞാനതിൽ നൊന്തിരിക്കുന്നു

കെ എസ് രതീഷ്

ഉഗ്രനൊരു നുണ പറഞ്ഞാണ് അമ്മ ആ ചെറുക്കനെ കൊല്ലത്തെ അനാഥാലയത്തിൽ കൊണ്ടാക്കിയത്. നാലു നേരം മീങ്കറി കൂട്ടി ചോറ്, പുട്ടിന്റെ ഒപ്പം ഒരു പാത്രത്തിന്റെ വലിപ്പമുള്ള പപ്പടം, ശക്തിമാന്റെ സീരിയലുള്ള കളർ ടീ വി, ടൈകെട്ടി യൂണിഫോമും ഇംഗ്ലീഷ് പഠിപ്പിച്ച് പൊലീസാക്കുന്ന ബസുകളുള്ള സ്കൂളും. ആറ്ററികെയുള്ള പുല്ലുമേഞ്ഞ ഒറ്റ മുറിയിലിരുന്ന് അമ്മ പറഞ്ഞതിൽ പകുതിയോളം കല്ലുവച്ച നുണകളോ കഥകളോ ആയിരുന്നു. അവിടെ എന്നും പാതിവിശപ്പേയുണ്ടായിരുന്നുള്ളൂ, പക്ഷേ, ആലയത്തിലെ പത്തെഴുപത്തിരണ്ട് പേർക്കും അമ്മയെ കാണണം വീട്ടിൽ പോകണം എന്നൊക്കെയുള്ള മുഴുനീറ്റലായിരുന്നു..

വഴിയേ പോകുന്നവരെല്ലാം അവരുടെ ആരെങ്കിലും ആയിരിക്കുമെന്ന് സകലരും ഗ്രില്ലിന്റെ ഉള്ളിൽ നിന്ന് കൊതിക്കും. നാലു നാലര വയസ്സുള്ള കുരിക്കാസ് ചെറുക്കന് ജനാലയിലൂടെ പുറത്തേക്ക് നോക്കാൻ പോലും എത്തില്ലായിരുന്നു. അഞ്ചിലും എട്ടിലും പഠിക്കുന്ന അണ്ണന്മാർ അവനോട് കഥപറയും വീടും വീട്ടുകാരും നിറയുന്ന കഥകൾ. അങ്ങനെ എന്നു മുതലോ മൂത്രമണമുള്ള ആ ചെറുക്കനും അവനിലും ചെറുതുകളോട് കഥ പറയാൻ തുടങ്ങി.

നെയ്യാറും ചീങ്കണ്ണിയും പന്തയെ കിടുക്കി വിറപ്പിക്കുന്ന കമ്യൂണിസ്റ്റ് സുകുമാരൻ മാമനും, നൂറേക്കറിന്റെ ജന്മിയായ അമ്മാമ്മയുടെ നന്ദിനിപ്പശുവും, എന്നും രുചിയൻ മാങ്ങ കിട്ടുന്ന കോട്ടൂർകോണം മാവും ചേർന്ന് കഥയോട് കഥയായി. കഥയെല്ലാം തീർന്നപ്പോൾ നുണ ചേർത്ത് പുതിയ കഥയുണ്ടാക്കി. എന്നാൽ സത്യമെന്താണെന്നൊ..? ഈ ചെക്കന്റെ അമ്മയ്ക്ക് നാലോ അഞ്ചോ വയസ്സുള്ള കാലത്ത് നെയ്യാർഡാമിന്റെ പണി നടന്ന് വീടും വയലും നന്ദിനിപ്പശുവും മുങ്ങിപ്പോയെന്നും, അപ്പൂപ്പന്

ഭ്രാന്തുപിടിച്ച് കെട്ടിത്തൂങ്ങി ചത്തെന്നും ആ ഭ്രാന്തിന്റെ പാരമ്പര്യം അവനും അവന്റെ സുകുമാരൻ മാമനുമുണ്ടെന്ന് നമ്മളോർക്കണം..

അവന്റെ കഥകൾ ആദ്യമൊന്നും ആരും എളുപ്പത്തിൽ സമ്മതിച്ചു കൊടുത്തില്ല, പിന്നെപ്പിന്നെ അവർക്കാർക്കും 'നുണ' കണ്ടെത്താൻ കഴിയാത്ത രീതിയിൽ അവനതിനെ മിനുക്കി. ഇതിനെല്ലാം അവന്റെ ഗുരു ആരാണെന്നാ നിങ്ങടെ വിചാരം? പുട്ട് ചോദിച്ച കൊതിയൻ ചെറുക്കനോട് പുട്ടുകുടത്തിൽ മഞ്ഞച്ചേരയിരുന്നതറിയാതെ പുട്ടുണ്ടാക്കിയ അമ്മയും, തിന്ന് ചത്തു പോയ മക്കളുടെയും കഥ പറഞ്ഞ് പുട്ട് പ്രതിസന്ധി ഈസിയായി കടന്നുപോയ വിജയമ്മ. അതു മാത്രമോ ഐസ്ക്രീം കഴിച്ചാൽ കുട്ടികൾ മയങ്ങി വീഴുമെന്നും ഐസ്ക്രീംകാരൻ കരളും കണ്ണും കുത്തിയെടുക്കുമെന്നുമുള്ള അധോലോകക്കഥ ആ അമ്മ അഭിനയിച്ചു പറഞ്ഞാൽ ആരെങ്കിലും അതിന് വേണ്ടി കരയുമോ..? പത്ത് ജയിച്ചാൽ മോതിരവും സ്വർണ്ണവാച്ചും കെട്ടി, ഗ്രൂപ്പ് ഫോട്ടോയും എടുക്കാമെന്ന് വാഗ്ദാനം നല്കി, 25 പൈസയുടെ കാർഡിലൂടെ ആ ചെറുക്കനെ സ്ഥിരമായി പ്രേരിപ്പിച്ച ടീമാണ്..

ഓണവും ക്രിസ്തുമസും വന്ന് ഒട്ടുമിക്ക കുട്ടികളും വീട്ടിലേക്ക് പോയാലും ആ കൂരിക്കാസ് ചെറുക്കനെ വിളിക്കാൻ ആ അമ്മ വരില്ല. അവര് അന്നൊക്കെ ഏതോ അച്ചായന്റെ വീട്ടിലെ അടുക്കളയിൽ കണ്ണീരും ചേർത്ത് ക്രിസ്തുമസ് കേക്കുകളുണ്ടാക്കുകയായിരുന്നു. ഡിസംബറിലെ തണുപ്പൻ രാത്രികളിൽ ആ വലിയ കെട്ടിടത്തിന്റെ ഇരുട്ട് മുറിയിലിരുന്ന് അവൻ നാട് നിറയെ പൂത്ത് കിടക്കുന്ന 'ചൊടക്കും' നെയ്യാറ്റിലെ 'കൊർണകളും,' ചായക്കട സായിപ്പിന്റെ 'തീറ്റയും' രസവടയും ചേർത്ത് അവനോട് തന്നെ കഥ പറയും. ഇല്ലെങ്കിൽ അവനറിയാം കരച്ചിൽ വരും. കരഞ്ഞാൽ ആരും കേൾക്കാനില്ലാന്ന് മാത്രമല്ല, ഏങ്ങി ഏങ്ങി ശ്വാസം മുട്ടും അത്രതന്നെ..

അവധിയും കഴിഞ്ഞ് വരുന്ന കൂട്ടുകാരോട് പറയാൻ ബാക്കി സമയം പുതിയ കഥയുണ്ടാക്കാൻ തുടങ്ങും. ഓരോ വർഷവും വരുന്ന പുതിയ കുട്ടികളോട് അല്ല പുതിയ നമ്പറുകളോട്, ഒരു കാര്യം വിട്ടുപോയി അവിടെ പേരുകൾക്ക് വലിയ പ്രസക്തിയില്ല കേട്ടോ. ഓരോരുത്തരും ഓരോ നമ്പറുകളുണ്. നമ്മുടെ ആ കരിമൻ ചെറുക്കൻ 'KNH 0326'. ഉടുപ്പിന്റെ കോളറിലും നിക്കറിന്റെ പോക്കറ്റിലും ചോറിന് വരി നില്ക്കുന്ന പാത്രത്തിലും ഗ്ലാസിലും, ട്രെങ്ക്പെട്ടിയിലും ചെരുപ്പിലും എന്നുവേണ്ട അവനോന്റെ കിങ്ങിണിയിൽ പോലും ഈ നമ്പർ എഴുതിവയ്ക്കും. അങ്ങനെയുള്ള ആ ചെറുക്കൻ ഈ നമ്പറിന്റെ പേരിൽ കഥയുണ്ടാക്കിയില്ലെങ്കിലല്ലേ അത്ഭുതമുള്ളൂ..

ഇതൊക്കെ ഉള്ളിൽക്കിടക്കുന്ന അവനോട് നാലാം ക്ലാസിലെ സാറ് ഭാവിയിൽ നീ ആരാകും എന്ന് ചോദിച്ചാൽ, നെയ്യാറിലെ എസ് ഐ ആയി, അവനെയും അമ്മയേയും കളഞ്ഞിട്ട് പോയ അപ്പനെ കണ്ടുപിടിച്ച് 'കുറുക്കിന്' രണ്ടിടി കൊടുക്കും എന്നൊക്കെയല്ലേ പറയൂ..? അതുകേട്ട്

ചിരിച്ചുപോയ അദ്ധ്യാപകനെ എത്രകാലം കഴിഞ്ഞാലും ഇപ്പോൾ അവനൊരു അദ്ധ്യാപകനായാലും അതൊക്കെ സമാന സാഹചര്യങ്ങളിൽ ഓർക്കാതിരിക്കുമോ..? ഇങ്ങനെ നുണ അതിജീവനമാക്കിയവന് ഏറ്റവും നല്ല തൊഴിൽ അദ്ധ്യാപനം തന്നെയാണ്. തന്റെ മലയാളം ക്ലാസ് മുറിയിൽ ഒരു കോട്ടുവായ് പോലും കയറി വരാത്തവിധം പിള്ളരെ കരയിക്കാനും ചിരിപ്പിക്കാനും എത്രയെത്ര നുണകളാണ് ആവർത്തിച്ച് പറഞ്ഞ് സത്യമാക്കുന്നത്. അതിനെ ചിലപ്പോൾ സാഹിത്യഭാഷയിൽ കഥയെന്നോ എഡിറ്റിങ് എന്നോ പറഞ്ഞേക്കാം..

ഇതൊന്നുമല്ല കേട്ടോ, അന്നൊക്കെ വലിയ അണ്ണന്മാരും അടുക്കളയിൽ ജോലിക്ക് നിന്ന മാമനും ഇണതേടി വരുമ്പോൾ ചന്തിയിൽ സ്വയം പുണ്ണുണ്ടാക്കി രക്ഷപ്പെട്ട ചെറുക്കനാണോ ഭാവനയും ചേർത്ത് കഥയുണ്ടാക്കാൻ പ്രയാസം. അവിടെ നിന്ന് പുറത്താക്കിയിട്ടും കൊല്ലം പട്ടണത്തിൽ തട്ടുകടയിലും ബസിലും ഹോട്ടലിലും സ്റ്റേഷണറിക്കടയിലും ബാറിലും കശുവണ്ടി കമ്പനിയിലും പണിയെടുത്ത് ബി എഡ് വരെ ഒപ്പിച്ചതൊക്കെ നിങ്ങൾക്ക് വെറും കഥയാണെന്ന് തോന്നും. പക്ഷേ, അവന് അതൊക്കെ അവന് അനുഭവങ്ങളുടെ ഫിക്സഡ് ഡെപ്പോസിറ്റാണ്. നെറ്റ് പരീക്ഷ ഫീസ് അടയ്ക്കാൻ രാത്രിയിൽ തമിഴൻ കൂട്ടുകാരന്റെ ഒപ്പം സെപ്ടിക് ടാങ്ക് ക്ളീൻചെയ്യാൻ പോയത് ആദ്യമായി പ്രണയമുണ്ടായവളുടെ വീട്ടിലായിപ്പോയാൽ എന്തായിരിക്കും നിങ്ങടെ അവസ്ഥ? ഇക്കാലത്തെ പിള്ളേർക്ക് കെട്ടിത്തൂങ്ങിച്ചത്തുകളയാൻ അതൊക്കെ മതി. പിന്നെ അതൊക്കെ കഥയാകുമോ? എന്തിനാ ഇങ്ങനെ കഥയാക്കുന്നത്? എന്നൊക്കെ ചോദിച്ചാൽ ആ ചെറുക്കാൻ വാദിക്കുന്നത് ഇങ്ങനെയാണ്.

'കരഞ്ഞു പോകാതിരിക്കാനാണ് ഞാൻ കഥ പറയുന്നത്. കഥ പറയുമ്പോഴാണ് ഞാനിപ്പോഴും അനാഥനല്ലെന്ന് തോന്നുന്നത്. കേൾക്കുന്നവർക്ക് എന്തു തോന്നിയാലും എനിക്കിങ്ങനെ നുണ പറയാനാണിഷ്ടം. യുക്തിഭദ്രമായ നുണകളാണ് എനിക്ക് സത്യം. അതുമാത്രമല്ല കേട്ടോ,

ചിലതൊക്കെ കാണുമ്പോൾ വേറെ ചിലതെല്ലാം ഓർക്കുമ്പോൾ എനിക്കങ്ങ് കരച്ചിൽ വരും. ഏങ്ങാൻ തുടങ്ങിയാൽ ശ്വാസം മുട്ടും. ജോയലിന്റെയും ജോനാഥന്റെയും അപ്പൻ, ബിബിഹയുടെ ധീരനായ ഭർത്താവ്, പിന്നെ ഒരു സ്കൂളിന്റെ സ്വന്തം രതീഷ് മാഷ് ആകെ നാണക്കേടാവില്ലേ..? അതുകൊണ്ട് ഞാനതെല്ലാം കഥയാക്കും..'

എനിക്ക് കരയാൻ മതിയായ കാരണങ്ങൾ ഇല്ലാതാകുന്ന കാലത്ത് ഈ കഥകഴിയും. അതുവരെ ഈ കഥയിൽ എന്തിരിക്കുന്നെന്നും നിങ്ങൾ ചോദിക്കരുത്. ഞാനതിൽ നൊന്തിരിക്കുന്നുണ്ട്.!!